சாமிமலை

சாமிமலை

சுஜித் ப்ரசங்க

தமிழில்

எம். ரிஷான் ஷெரீப்

எதிர் வெளியீடு

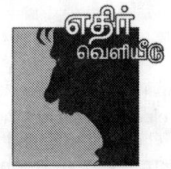

சாமிமலை
சுஜித் ப்ரசங்க
தமிழில்: எம். ரிஷான் ஷெரீப்

முதல் பதிப்பு: டிசம்பர் 2022

எதிர் வெளியீடு,
96, நியூ ஸ்கீம் ரோடு, பொள்ளாச்சி – 642 002
தொலைபேசி: 98948 75084, 99425 11302

விலை: ரூ. 250

Samimalai
Sujith Prasanga
Translated by M. Rishan Shareef

Copyright © M. Rishan Shareef
First Edition: December 2022

Published by
Ethir Veliyeedu, 96, New Scheme Road. Pollachi – 2
email: ethirveliyedu@gmail.com
www.ethirveliyeedu.com

ISBN: 978-93-90811-95-3
Cover Design: Vijayan
Cover Art: Susantha Moonamalpe
Printed at Jothy Enterprises, Chennai.

All rights reserved. No part of this book may be reprinted or reproduced or utilised in any form or by any electronic, mechanical or other means, now known or hereafter invented, including Photocopying and recording, or in any information storage or retrieval system, without permission in writing from the Publisher.

சமர்ப்பணம்

இலங்கையின் மலையக எழுத்தாளர்
தெளிவத்தை ஜோசப் ஐயா அவர்களுக்கு!

தேயிலைப் பூவின் கண்ணீர்த் துளி

பதினெட்டாம் நூற்றாண்டில் இலங்கையை பிரித்தானியர்கள் ஆண்ட காலப்பகுதியில் பணமீட்டக் கூடிய பயிரான கோப்பிப் பயிர்ச்செய்கை அழிந்து கொண்டு வந்த போது தேயிலைப் பயிர்ச்செய்கை ஆரம்பிக்கப்பட்டது. அக் காலத்தில், இலங்கையின் மலையகப் பகுதிகளில் வாழ்ந்து வந்த சிங்கள மக்கள் கோப்பிப் பயிர்நிலங்களில் அனைத்து வேலைகளையும் பொறுப்பேற்றுச் செய்து வந்த போதிலும், தேயிலைத் தோட்டங்களில் பணி புரிய மறுத்தார்கள்.

எனவே, அந்தப் பணிகளைச் செய்வதற்காக தென்னிந்தியாவிலிருந்து ஆட்கள் அழைத்து வரப்பட்டார்கள். அன்று அவர்கள் அடிமைகளைப் போலத்தான் இலங்கைக்குக் கொண்டு வரப்பட்டிருக்கிறார்கள். அன்று தொடக்கம் இன்று வரை மலையகத் தேயிலைத் தோட்டங்களில் அந்தத் தென்னிந்திய மக்கள்தான் பரம்பரை பரம்பரையாக பணி புரிந்து வருகிறார்கள். அவர்கள் இலங்கையில், மலையகத் தமிழர்களாக அறிமுகப்படுத்தப்படுகிறார்கள்.

இலங்கைச் சமூகத்தினுள் தமிழர்களுக்கு ஓரளவு அங்கீகாரம் இருந்தபோதிலும், தேயிலைத் தோட்டத் தமிழர்களுக்குரிய முறையான அங்கீகாரம் இன்றும் கூட கிடைக்கவில்லை. மலையக குளிர் காலநிலையோடு போராடியவாறு மிகச் சிரமத்துக்கு மத்தியில் வாழ விதிக்கப்பட்டுள்ள அந்த மனிதர்கள் நூற்றாண்டுகளாக பல்வேறு ஆட்சி முறைகளின் கீழ் முற்றிலும் ஆதரவற்ற ஒரு மக்கள் கூட்டமாக ஆகியுள்ளார்கள்.

இலங்கையில், பிரமாண்டமான பல அடுக்குமாளிகைகள் தினந்தோறும் கட்டியெழுப்பப்பட்டுக் கொண்டிருக்கும் இந்த யுகத்திலும், மலையகத்தில் நூற்றாண்டுகளுக்கு முன்பு வரிசையாக நிர்மாணிக்கப்பட்ட லயன் அறைகளுக்குள் ஒரே குடும்பத்தைச் சேர்ந்த பத்து, பன்னிரண்டு பேர் குடியிருக்கிறார்கள். உலகம் முழுவதும்

'சிலோன் டீ' எனும் பெயர் பளிச்சிட்டுக் கொண்டிருக்கையில், அதன் வளர்ச்சிக்காக தமது உயிரைக் கொடுத்துப் பாடுபடும் தமிழர்கள் இன்றும் கூட ரொட்டித் துண்டொன்றைக் கொண்டோ, சாயத் தேநீரைக் கொண்டோ தமது பசியாற்றியவாறு பல்வேறு விதமான இன்னல்களை அனுபவித்துக் கொண்டிருக்கிறார்கள்.

உரிய கல்வி கிடைக்காத, மலையகத்துச் சிறுவர்களும், சிறுமிகளும் தமது பால்ய வயதிலேயே நகரங்களிலுள்ள மாளிகைகளுக்கு சேவகர்களாக அழைத்துச் செல்லப்படுகிறார்கள்; கட்டுமானப் பணிகளில் கூலிப் பணியாளர்களாக சேர்க்கப்படுகிறார்கள்; பல்வேறு தரகர்களினூடாக வயதை அதிகரித்துக் காட்டி வெளிநாடுகளுக்கு வீட்டுப் பணிப்பெண்களாக அனுப்பி வைக்கப்படுகிறார்கள்; செல்வந்தர்களின் பாலியல் துன்புறுத்தல்களுக்கு ஆளாகிறார்கள்.

அதிகாரத்துவம் தலைவிரித்தாடும் இலங்கைச் சமூகத்தில் தமிழ் மக்கள் அனுபவித்த மற்றும் அனுபவித்துக் கொண்டிருக்கும் அனைத்து இன்னல்களையும் ஒருங்கிணைத்து, அந்தத் துயரங்களை ஏனைய சமூகங்களும் உணரச் செய்யும் விதமாக, ஒரு தேயிலைப் பூவின் கண்ணீர்த் துளியாக 'சாமிமலை'யை எழுதத் துணிந்திருக்கிறேன்.

நூற்றாண்டுகளுக்கும் மேலாக, கடந்த காலத்திலிருந்து இன்று வரை நாளுக்கு நாள் புதிதாகிக் கொண்டே வரும் அந்தத் 'தமிழ்க் கண்ணீர்' துளியானது உங்கள் விழிகளினோரமும் துளிர்க்கும் நாளில்தான் அந்த மக்கள் சமூகத்தை திறந்த மனதோடு அணுகுவீர்கள் என்று நம்புகிறேன்.

இலங்கையின் வடக்குக்கும், தெற்குக்குமிடையே பாலமமைத்து அதன் மீது பயணப்படும் நீங்கள், அவ்வாறே தெற்குக்கும், மலையகத்துக்குமிடையே ஒரு பாலத்தை அமைக்கும்வரை ஆவலுடன் காத்திருக்கிறேன்.

சுஜித் ப்ரசங்க
01.08.2022

எவராலும் கண்டுகொள்ளப்படாத அடித்தட்டு மக்களின் வாழ்வியல்

இலங்கை எனும் அழகிய நாட்டில் வாழும் அடித்தட்டு மக்கள் அன்றாடம் எதிர்கொள்ளும் கஷ்டங்களையும், அவர்களது துயரங்களையும் மிகத் தெளிவாக எடுத்துக் காட்டும் நாவலாக 'சாமிமலை'யைக் கருத முடியும். சுற்றுலாப் பயணிகளாக நாங்கள் இலங்கையின் முக்கிய நகரங்களைக் கடந்து செல்லும்போது அங்கெல்லாம் தென்படும் சுற்றுச் சூழலின் அழகியலையே எல்லோர் விழிகளும் நோக்கும் என்றாலும், அந்தந்த ஊர்களில் வாழும், அந்தந்த ஊர்களுக்கு உரித்தான மக்களின் கஷ்டங்கள் சூழ்ந்த வாழ்வியல் எவருக்கும் தென்படுவதில்லை. அது இலங்கையின் தலைநகரமாகட்டும், மலையகமாகட்டும், புனித நகரங்களாகட்டும். எந்தப் பிரதேசமானாலும் அங்கு வசிக்கும் பூர்வ குடிகள் இந்த இருபத்தோராம் நூற்றாண்டிலும், நீங்கள் இதை வாசித்துக் கொண்டிருக்கும் இந்தக் கணத்திலும் நாம் எண்ணியே பார்த்திராத பல கஷ்டங்களை அனுபவித்துக் கொண்டிருக்கிறார்கள்.

கொழும்பில் வானுயர்ந்த கட்டடங்கள் எழுப்பப்படும் போதெல்லாம் அவ்விடங்களில் பல நூற்றாண்டுகளாக வசித்து வந்த பூர்வ குடிகளின் வாழிடங்கள் குறுக்கப்பட்டும், சுருக்கப்பட்டும், அழிக்கப்பட்டும் அவை சேரிப்புறங்களாக உருவெடுக்கின்றன. அடுக்குமாடிக் கட்டடங்களினிடையே மறைவாக இருக்கும் அந்தக் குப்பங்களில் நடைபெறும் அராஜகங்களுக்கும், அநீதமான செயற்பாடுகளுக்கும் மத்தியில் வளர நிர்ப்பந்திக்கப்பட்டிருக்கும் தலைமுறையினரைக் குறித்து, நகரத்தின் பகட்டான தெருக்களில் மாத்திரம் உலா வரும் நாகரிக மனிதர்கள் அறிய மாட்டார்கள்.

இந்தியாவிலிருந்து தோட்டத் தொழிலாளர்களாக இலங்கைக்குக் கூட்டி வரப்பட்ட பரம்பரைகளின் வழித்தோன்றல்களாக இன்றும் மலையகத் தேயிலைத் தோட்டங்களில் பிறந்து, அங்கேயே உடல் தேய வேலை செய்து, மரித்து, அதே பயிர்களுக்கு உரமாகிப் போகும்

ஏழைக் கூலித் தொழிலாளர்களின் வாழ்வியல் குறித்து எவரும் அண்மையில் இந்தளவு விஸ்தாரமாக எழுதியதில்லை என்றே தோன்றுகிறது. மலையக மக்கள் தினந்தோறும் எதிர்கொள்ளும் இயற்கை அனர்த்தங்கள், அடிப்படை மற்றும் அத்தியாவசியத் தேவை குறைபாடுகள் மற்றும் வறுமை மாத்திரமல்லாமல் அவர்கள் பெருநகரங்களுக்குத் தொழில் தேடி வரும்போது எதிர்கொள்ள நேரும் இன்னல்கள், வெளிநாடுகளுக்கு பணிப்பெண்களாகச் செல்லும்போது முகங்கொடுக்க நேரும் அசௌகரியங்கள் என யதார்த்த வாழ்வில் எந்தளவு துயரங்களை அவர்கள் சந்திக்க நேர்கிறது என்பதை இந்த நாவல் மூலம் அறிந்து கொள்ளலாம்.

பணிப்பெண்களாக வெளிநாடுகளுக்குப் போய் பாடுபட்டு உழைத்து விட்டு தாய்நாட்டுக்கு மீண்டு வரும்போது அவர்கள் கொண்டு வரும் சொற்பமான இனிப்புகளின் பின்னால் எந்தளவு கண்ணீர் நிறைந்திருக்கிறது என்பதையும், இலங்கையில் செல்வந்தர்களின் வீடுகளிலும், கடைகளிலும் வேலைகளுக்கு அமர்த்தப்படும் சிறுவர், சிறுமியர்கள் எந்தளவு கஷ்டங்களை அனுபவிக்கிறார்கள் என்பதையும் எல்லோரும் உணர வேண்டும். அவ்வாறே விவசாயத்தை மாத்திரமே நம்பியிருக்கும் புனித நகரங்களிலிருக்கும் கிராமங்களில் அந்த மக்கள் வரட்சியால் எதிர்கொள்ளும் கஷ்டங்கள், அநாதைச் சிறுவர் இல்லங்களின் வெளியே தெரியாத இருண்ட பக்கங்கள், அந்த மக்களின் ஏக்கங்கள் என இந்த நாவல் முழுவதையும் நீங்கள் வாசித்து முடிக்கும்போது அழகிய இலங்கையில் இந்தக் கணத்தில் நம்முடனேயே வாழ்ந்து கொண்டிருக்கும் எமது பார்வைக்குத் தென்பட்டும், நாம் கண்டுகொள்ளாதிருக்கும் அப்பாவி மக்களின் மறைவான ஜீவிதங்களின் இருண்ட பக்கங்களை நீங்கள் அறிந்து கொள்ளலாம்.

முழுக்க முழுக்கத் தமிழர் வாழ்வியல் குறித்து சிங்களத்தில் ஒரு நாவல் வெளியாவது இதுவே முதன்முறை. இந்த நாவலில் இராணுவம் சம்பந்தப்பட்டிருப்பதால் நிர்வாகத் தரப்பிலிருந்து பல எதிர்ப்புகளை எதிர்கொள்ள நேரும் என்றபோதிலும், தனது சுய தேடலைக் கொண்டு இலங்கையிலுள்ள தமிழர்களாலும், ஏனைய இனத்தவர்களாலும் கூட கண்டுகொள்ளப்படாமல் புறக்கணிக்கப்பட்டிருக்கும் அடித்தட்டு ஏழை மலையகத் தமிழ் மக்களைக் குறித்தும், தலைநகரத்தின் குப்பத்துவாசிகளைக் குறித்தும் எழுதப்பட்டிருக்கும் இந்த நாவல் தமிழில் வெளிவருவது ஒரு

வரலாற்று ஆவணமாக அமையும் என்பதற்காகத்தான் இந்த நாவலைத் தமிழில் மொழிபெயர்க்கத் துணிந்தேன்.

தனது நாவலை மொழிபெயர்க்க அனுமதித்த எழுத்தாளர் சுஜித் ப்ரசங்கவுக்கும், இந்த நாவலைப் பிரசுரிக்கும் எதிர் வெளியீடு பதிப்பகத்துக்கும், நண்பர் அனுஷுக்கும், அட்டைப்படம் மற்றும் நூல் வடிவமைப்பை மேற்கொண்டவர்களுக்கும் எனது மனமார்ந்த நன்றியும், அன்பும் என்றும் உரித்தாகும்.

எம். ரிஷான் ஷெரீப்
16.09.2022

லலி இப்போதும் காத்திருக்கிறாள்
தீபா அந்தக் கடிதத்தை வாசிக்கும்வரைக்கும்!

01

சாமிமலை டன்மோர் தோட்டத்துக்கும், ரியாத் நகரத்துக்கும் ஒரே நிலவுதான் உதித்திருந்தது. இருந்தாலும் மெல்லிய பனியோடு காட்மோர் மலைத்தொடரை ஊடறுத்தவாறு தகரக் கூரையின் ஓட்டைகள் வழியே களிமண் தரையில் விழும் நிலவொளியை விடவும், ஜன்னல் கம்பிகளினூடே பர்ஷியன் தரை விரிப்பின் மீது விழும் நிலவொளி முரட்டுத்தனம் மிக்கதாகத் தோன்றியது. அந்த நிலவொளியானது தடித்த நூல்களால் நெய்யப்பட்டிருந்த நில விரிப்பின் பூ அலங்காரங்களிடையே பெருமையோடு சாய்ந்திருந்தது. தோட்டத்தில் துருப்பிடித்து செல்லரித்துப் போயிருந்த தகரத்தின் ஓட்டைகளினூடு உள்ளே பாயும் நிலவொளி களிமண் தரையிலிருந்த குறைபாடுகளை வெளிச்சமிட்டுக் காட்டிய போதிலும் குப்பி விளக்கு வெளிச்சம் கூட இல்லாத தரைக்கு அது ஒரு பாதுகாப்பைத் தந்தது. வாழ்வில் எத்தனை நாட்கள் அவ்வாறான நிலவொளியில் இரவுகளைக் கடத்தியிருக்கிறாள். தலைப்பிறை, மூன்றாம் பிறை கடந்து பௌர்ணமியை நெருங்கும்போது அந்தப் பௌர்ணமி காட்மோர் மலைத் தொடரை ஊடறுத்து எங்கும் வெளிச்சம் பரவுவதைக் காணத்தானே நான் அந்த நாட்களில் ஏங்கிக் கொண்டிருந்தேன் என்று தீபாவுக்குத் தோன்றியது. காரணம், மலைத் தொடரில் எந்நாளும் மழை பெய்து கொண்டேயிருக்கும். அவ்வாறான நாட்களில் உதிக்கும் பௌர்ணமி கூட அதிகளவு வெளிச்சத்தைத் தராது.

அன்றும் கூட பௌர்ணமி நாளாகத்தான் இருந்தது. ஒரு வார காலமாகத் தொடர்ந்து அடை மழை பெய்ததில் மொத்த தோட்டமும், லயன் அறைகளும் ஈரலித்துப் போயிருந்தன. தேயிலைப் பூக்களின் வாசனை எங்கும் இருக்கவில்லை. ஓய்வேயில்லாமல் வீசிய காற்றுக்கு

டர்பன்டைன் மரங்களின் கிளைகள் உடைந்து தேயிலைச் செடிகளின் மீது வீழ்ந்திருந்தன. ஒரு வார காலமாக லயன் அறைகளிலிருந்த எவரும் தேயிலைக் கொழுந்து பறிக்கப் போயிருக்காததால், மனசாட்சியே இல்லாமல் கொழுந்துகள் அனைத்தும் முற்றிப் போயிருந்தன.

வாசலோடு குந்தியமர்ந்திருந்து இடைவிடாமல் பெய்யும் மழையையே வெறித்துப் பார்த்துக் கொண்டிருந்த செல்லா நெஞ்சம் முழுவதுமாக எரிந்து விடுமளவுக்கு சூடான பெருமூச்சு விட்டார். இன்னும் எவ்வளவு காலம்தான் இவ்வாறு விடாமல் பெய்யும் மழையையே பார்த்துக் கொண்டிருப்பது? எழுபத்தேழில் தலவாக்கலையிலிருந்து சாமிமலைக்கு ஊரைக் கைவிட்டு வரும்போது செல்லாவுக்கு ஏழு வயது கூட இருக்காது. குடும்பத்தில் கடைக்குட்டியான செல்லாவை அவரது தந்தை தோளில் வைத்துக் கொண்டு மலைகளை ஏறியிறங்கச் சிரமப்பட்டது அவருக்கு இப்போதும் இலேசாக நினைவிருக்கிறது. அந்தக் காலகட்டத்தில் டன்மோர் தோட்டத்தின் ஒரு புறம் மாத்திரம் தேயிலைச் செடிகள் செழிப்பாக வளர்ந்திருந்த போதிலும், தலவாக்கலையிலிருந்து வந்த தமிழ்க் குடும்பங்கள்தான் மற்றப் பகுதிகளையும் துப்புரவாக்கி வாய்க்கால்களை வெட்டி புதிய தேயிலைச் செடிகளை நட்டார்கள். இன்று பச்சைக் கம்பளத்தைப் பரத்தியது போல ஒரே அளவாக, அழகாகக் காணப்படும் இந்தச் செடிகள் ஒவ்வொன்றையும் எல்லோரும் ஒன்று சேர்ந்து நட்டுப் பராமரித்ததெல்லாம் இப்போது யாருக்குத் தெரியும்?!

வரிசையாகவிருந்த அண்ணன்களும், அக்காக்களும் வறுமையோடு போராட இயலாமல் சிறு பராயத்திலேயே ஆங்காங்கே விசிறப்பட்டுப் போயிருந்தார்கள். தொடக்க காலத்தில் தோட்டத்திலிருந்து அவ்வளவாக வருமானம் வரவில்லை. அதனால் பல நாட்கள் பட்டினியோடே கழிந்தன. கூலியாக வாரத்துக்கு ஒரு தடவை ஒரு பை அரிசியைத் தந்த போதிலும், அது மூன்று வேளைக்கு மாத்திரமே போதுமானதாக இருந்தது. ரொட்டியொன்றைச் சுட்டுச் சாப்பிடக் கூட கோதுமை மா இல்லையென்று செல்லாவின் அப்பா அந்தக் காலத்தில் ஆட்சி செய்த யாரோ ஒரு பெண்மணியின் பெயரைக் கூறித் திட்டுவது செல்லாவுக்கு இலேசாக நினைவிருக்கிறது. ஒரு சுண்டு மண்ணெண்ணெய் வாங்க கடையில் வரிசையில் காத்திருந்த பெரியண்ணன் மயங்கி வீழ்ந்து ரங்கசாமி மாமா அவனைத்

தூக்கிக் கொண்டு வந்த நாளில் அவன் செத்துப் போய் விட்டான் என்றுதான் வீட்டிலிருந்த எல்லோரும் பயந்தார்கள். அன்று அக்காமார் ஒப்பாரி வைத்து அழுத போது செல்லாவும் கதறிக் கதறி அழுதான்.

“இவன் ஒண்ணும் செத்துப் போயிடல்லே. மயங்கி விழுந்திருக்கான். காற்று படட்டும். கொஞ்சம் தள்ளி நில்லுங்க” என்று ரங்கசாமி மாமா கத்தினார். அன்றுதான் செல்லாவின் அப்பா, தன்னுடைய குழந்தைகள் எங்காவது எதையாவது தின்று குடித்து வாழட்டும் என்று ஒவ்வொருவரையும் ஓரோர் இடத்துக்குக் கொடுத்து விடத் தீர்மானித்தார். அதைச் செய்ய முன்வந்தவர் ரங்கசாமி மாமா என்பதை செல்லா பின்பொரு காலத்தில்தான் அறிந்து கொண்டான். விபரங்களை அறிந்து கொள்ளும் பருவத்தை அவன் எட்டியபோது அம்மா, அப்பா இருவருமே மரித்துப் போயிருந்தார்கள். அண்ணாக்களையும், அக்காக்களையும் எங்கெங்கு பகிர்ந்து கொடுத்தார் என்பதைக் கூறுமளவுக்கு ரங்கசாமிக்கு அந்த சமயத்தில் ஞாபகம் இருக்கவில்லை. அன்றிலிருந்து இன்று வரை இந்த லயன் அறைதான் வெயிலுக்கும், மழைக்கும் துணையாக எப்போதும் அருகிலிருந்து வருகிறது.

மலைத்தொடர் முழுவதையும் வெண்ணிறப் பனி போர்த்தியிருந்த போதிலும், அனைத்து இடங்களிலிருந்தும் காரிருளே புறப்பட்டு வந்து கொண்டிருந்தது. பல தினங்களாக, சூரியனையே கண்டிராத அம் மாபெரும் நிலம் மழை நீரை ஏந்தியவாறு புலம்பிக் கொண்டிருந்தது. வரிசையாக நடப்பட்டிருந்த லில்லிப் பூக்கள் காம்பிலிருந்து கழன்று விழுந்து சேற்று நீரில் ஆங்காங்கே பரந்திருந்தன. பழைய கொப்பியொன்றின் தாளொன்றைக் கிழித்து தான் செய்த காகிதக் கப்பலை, மிகக் கவனமாக வடிந்தோடும் மழை நீரில் சேர்த்தான் மாதவன். அதற்கு முன்பு ஓட விட்ட காகிதக் கப்பல்கள் முற்றத்தில் ஆங்காங்கே சிறிய கற்கள் தட்டுப்பட்டதால் வெகுதூரம் செல்லாமலே தேங்கிக் கிடந்தன. இறுதியாக ஓட விட்ட கப்பலும் வெகுதூரம் போகவில்லை. அவனின் முகத்திலிருந்த வெள்ளந்தியான ஏக்கச் சிரிப்பைத் தேய்த்தழித்தவாறு தேங்கியிருந்த கப்பலொன்றிலொன்றில் மோதி மழைநீரில் மூழ்கிப் போனது புதிய கப்பல்.

“ஊட்டைச் சேறாக்காதேடா.”

மாதவன் படிக்கட்டில் ஏறும்போதே செல்லா கடிந்து கொண்டார். அதற்கு முன்பே வீட்டுக்குள்ளிருந்து வெளியேயும், வெளியேயிருந்து வீட்டுக்குள்ளேயும் ஓடி ஓடியே மாதவனின் பிஞ்சுக் கால்தடங்கள் தரையில் ஆங்காங்கே படிந்திருந்தன. அவன் ஓடிப் போய் சமையலறையில் நின்றான். குளிரைப் போக்க செல்லாவின் கந்தையான மேற்சட்டையொன்றை அணிந்திருந்த ராஜினி, தீபாவை அணைத்தவாறே அவளது மடியில் கிடந்தாள். அறையின் ஒரு மூலையில் கிழிந்த பாயொன்றில் சுருண்டு படுத்திருந்த தெய்வானையின் முனகல் இந்த மழையோடு மேலும் அதிகரித்திருந்தது. சளி நிவாரணித் தைல போத்தல் தீபாவின் கண்ணெட்டும் தொலைவிலிருந்தது. அதிலிருந்த இறுதித் துளியையும் நெஞ்சில் தேய்த்து விடலாமென்ற யோசனையோடு, மடியில் சுருண்டிருந்த ராஜினியை மெதுவாக நகர்த்தி விட்டு எழுந்தாள். வருடக்கணக்காக தேயிலைச் செடிகளிடையே அலைந்து திரிந்து கடைசியில் இவ்வாறான எலும்புக் கூடு மனிதர்கள் மாத்திரமே மலையகப் பிரதேசங்கள் எங்கிலும் நிறைய எஞ்சியிருந்தார்கள். கந்தலாகிப் போன சேற்று நிற பருத்திச் சேலைக்குள் சுருண்டிருந்த தாயின் மெலிந்த உடலைக் காணும்போது யாரால்தான் அதைத் தாங்கிக் கொள்ள முடியும்? காய்ந்த சருகுகளைப் போல செல்லரித்திருந்த அவளது கைகளிரண்டிலுமிருந்த ஒவ்வொரு விரல்களையும் தேயிலைச் சாயம் மூடியிருந்தது. அந்த விரல்கள் அதீத குளிரைத் தாங்கிக் கொள்ள இயலாமல் மேலும் விறைத்துப் போயிருந்தன.

“தீபா... புள்ள....”

ராஜேஸ்வரி வாசலருகே வந்து அழைத்ததுமே மாதவனும், ராஜினியும்தான் முதலில் வாசலுக்கு ஓடி வந்தார்கள். செல்லா அப்போதும் கற்சிலையொன்று போல திண்ணையில் அமர்ந்திருந்தார். மாதவனின் கால் இடறி அவர் வெற்றிலைச் சக்கையைத் துப்பியிருந்த சிரட்டை கவிழ்ந்ததில் அதிலிருந்தவைகள் நாலாபக்கமும் சிதறின. ஓரமாகப் போடப்பட்டிருந்த புகையிலைத் தண்டுகள் மீண்டும் அவனது பாதம்பட்டு சிதறியதும் செல்லா அவனை மீண்டும் முறைத்துப் பார்த்தார். தூறல் மழையில் சேலைத் தலைப்பால் தலையை மூடியிருந்த ராஜேஸ்வரியின் கையிலிருந்த பாத்திரத்தில் என்ன இருக்கும் என்று பார்க்க ராஜினிக்கோ, மாதவனுக்கோ பொறுமையிருக்கவில்லை.

“இந்தக் கருமம் புடிச்ச மழையைப் பாரேன் செல்லா. இப்போ எத்தனை நாளா விடாம பேஞ்சுட்டேயிருக்கு... இப்படியே போனா எல்லாரும் சாக வேண்டியதுதான்.”

செல்லா எதுவும் பேசவில்லை. ராஜினியினதும், மாதவனினதும் அவசரத்தைப் புரிந்து கொண்டது போல ராஜேஸ்வரி அங்கு வந்து நின்ற தீபாவின் முகத்தை ஏறிட்டுப் பார்த்தாள்.

“இதுல ரெண்டு, மூணு தோசையிருக்கு... எல்லாரும் பகிர்ந்துக்கிட்டு சாப்புடுங்க புள்ளைங்களா... நீங்க பசியிலிருக்குறப்ப எப்படிப் பார்த்துட்டிருக்குறது?”

தீபா ராஜேஸ்வரியின் கைகளிலிருந்து அலுமினியத் தட்டை வாங்கும்போதே அதை மாதவன் வாங்கியெடுத்தது பசியைப் பொறுத்துக் கொள்ள முடியாததாலாக இருக்கும். ராஜினியும் தான் அணிந்திருந்த மேற்சட்டையின் கைகளிரண்டையும் மேலே உயர்த்தி உயர்த்தி மாதவனின் பின்னால் ஓடினாள்.

“புள்ள... இன்னும் கொஞ்ச நேரத்துல கோயில் மணியடிக்கும். தோட்டத்துல கூப்பனுக்கு சாமான் கொடுக்குறாங்களாம். அதையாவது எடுத்துட்டு வரப் போலாம்...வா.”

ராஜேஸ்வரி தூறல் மழையிலேயே கிளம்பிப் போனாள். அப்போதும் நாற்புறங்களிலிருந்தும் காரிருளே வந்து கொண்டிருந்தது. தாங்கிக் கொள்ளவே இயலாத அளவுக்கு குளிராகவிருந்தது. மாதவனும், ராஜினியும் ராஜபோகம் தமக்குக் கிடைத்தது போல இரண்டு தோசைகளை ஒரு தட்டில் போட்டு எடுத்துக் கொண்டு வந்து விறாந்தையில் அமர்ந்து கொண்டார்கள்.

“சாமானெடுக்க நீ போறியா புள்ள?” என்று திண்ணையிலிருந்தவாறே கேட்டார் செல்லா.

“ம்ம்... அப்பா இருங்க. ராஜேஸ்வரியம்மா கூட நான் போய்ட்டு வாறேன்.”

கூப்பனையும், பிரம்புக் கூடையையும் எடுத்துக் கொண்டு ராஜேஸ்வரி வருவதற்கு முன்பே தீபா முற்றத்தில் இறங்கினாள். மழை இலேசாகத் தூறிக் கொண்டிருந்த போதிலும், டர்பன்டைன் மரங்களின் இலைகளிடையேயும், கிளைகளிடையேயும் ஒளிந்திருந்து காற்றடித்தபோது தெறித்து விழுந்த மழை நீர்த்

துளிகள் உடலைக் கிழிப்பது போன்றிருந்தன. காட்மோர் மலையிலிருந்து பெருக்கெடுத்து வந்து கொண்டிருந்த மழையிருட்டில் குறைவிருக்கவில்லை. இவ்வளவு நேரமும் லயன்களுக்குள் முடங்கியிருந்தவர்கள் ஒவ்வொருவராக கூப்பன் வரிசையில் காத்திருப்பதற்காக வெளியே வந்து கொண்டிருந்தார்கள். கடந்த ஒரு வார காலமாக, ஒரு வீட்டிலாவது ஒழுங்காக எதுவும் சமைக்கப்பட்டிருக்கவில்லை. அனைத்து முகங்களிலும் பட்டினியின் சாயலே படிந்திருந்தது. கண்ணீர் கூட ஊற்றெடுக்காத அளவுக்கு அவற்றிலிருந்த விழிகள் உட்குழிந்து போயிருந்தன. சில சமயங்களில், ஒரு வீட்டில் சிறு குழந்தையொன்று பட்டினியைத் தாங்க இயலாமல் அழத் தொடங்கும்போது அயல் வீடுகளிலிருந்த குழந்தைகளும் ஒன்று சேர்ந்து அழத் தொடங்கும். அந்த அழுகையோசை மொத்த லயனுக்கும் பரவி காட்மோர் மலைத் தொடரில் மோதி எதிரொலித்துப் பரவிச் செல்வது இன்று நேற்று மாத்திரமல்ல. சில நாட்கள் மாதவன் பட்டினியைத் தாங்கிக் கொண்ட போதிலும், ராஜினியால் அதைத் தாங்கிக் கொள்ள முடியாதிருக்கும். மெலிதாக முனகியவாறே அவள் தீபாவின் பின்னாலேயே திரியும்வேளைகளில், வேறு வழியில்லாமல் அவள் கிருஷ்ணனின் கடையிலிருந்து கால் இறாத்தல் பாணும், கருப்பட்டித் துண்டொன்றும் வாங்கிக் கொண்டு வரலாமென்று மழையிலேயே வெளியே இறங்கிப் போவாள்.

“போலாம் புள்ள.”

ராஜேஸ்வரி தீபாவின் அருகில் வந்து, மழை விட்டிருந்த போதிலும் மரங்களிலிருந்து விழும் நீரிலிருந்து பாதுகாத்துக் கொள்ள உடைந்த குடையை விரித்தாள். சாயம் போயிருந்த குடையிலிருந்த பூ அலங்காரத்தைத் தேடிக் கூட கண்டுபிடிக்க முடியவில்லை. குடையையும் பிடித்துக் கொண்டு இருவரும் ஒன்றாக கற்படிக்கட்டில் இறங்குவது சிரமம் என்பதால், தீபா நின்று ராஜேஸ்வரியை முன்னால் நடக்க இடமளித்தாள். ராஜேஸ்வரி அணிந்திருந்த நிறம் மங்கிய சேலையில் படிந்திருந்த வெற்றிலைச் சாயம் மழை நீர் பட்டு மேலும் தெளிவாகத் தென்பட்டது. அந்த லயனில் எல்லோருக்கும் உதவக் கூடிய ஒரு பெண் அவள். அவளது வயதையும் விட அதிகமாக அந்தத் தோட்டத்துக்காகப் பாடுபட்டிருப்பவள்.

ஒரு அடி கூட முன்னால் எடுத்து வைக்க முடியாத அளவுக்கு கற்படிகள் சேற்றுமண்ணோடு சேர்ந்து வழுக்கியதால் விழப் பார்த்த ராஜேஸ்வரியை கடைசித் தருணத்தில் விழாமல் பிடித்துக் கொண்டாள் தீபா. போதாதற்கு டர்பன்டைன் மரங்களில் கட்டியிருந்த வண்டுத் தேனீக்களின் கூடுகள் மழையில் உடைந்து விழுந்து அந்த ஒற்றையடிப் பாதை முழுவதும் சிதறியிருந்தது. வெயிலடிக்கும் காலங்களில் அந்தத் தோட்டத்தையே அச்சுறுத்தி ஆட்டிப் படைத்துக் கொண்டிருக்கும் வண்டுத் தேனீக் கூட்டம் இப்போது எங்கே போயிருக்கும் என்பதை யோசித்துக் கூட பார்க்க முடியாமலிருந்தது. ராஜேஸ்வரியும், தீபாவும் கோயில் படியேறும்போது அங்கு பத்து, பதினைந்து பேர் கூட இருக்கவில்லை.

"எப்படியும் இன்னிக்கு கூப்பன் சாமான்களைத் தர இன்னும் ஒண்ணு, ஒண்ணரை மணித்தியாலமாவது எடுக்கும் தீபா"

கங்காணியின் குணத்தை அறிந்தவளென்பதால், அவ்வாறு கூறிய ராஜேஸ்வரி குடையை மடக்கிக் கூடையில் போட்டு விட்டு கோயில் படிக்கட்டில் உட்கார்ந்ததுதான் தாமதம்.

அந்தளவு பேரோசையொன்று அதுவரையில் ஒருபோதும் சாமிமலையை அதிரச் செய்திருக்காது.

02

“கேப்டன் சரோத்....”

தொலைபேசி வழியாக வந்த தகவலுக்கு என்ன பதிலளிப்பது எனத் தெரியாமல் சில நொடிகள் திகைத்துப் போயிருந்ததால்தான் சரோத் தன்னையறியாமலேயே மேசை மீதிருந்த மணியை அழுத்தியிருந்தான். உடனடியாக கதவைத் திறந்து கொண்டு சாஜன் வர்ணசிங்கமும் அவனது குழுவினரும் உள்ளே வந்தார்கள். அது அவசர நிலையைத் தெரியப்படுத்தும் மணி என்பதைக் கூட அதை அழுத்தி ஓரிரு நிமிடங்கள் கழிந்த பிறகுதான் சரோத் உணர்ந்தான்.

“கேப்டன் சரோத்... என்ன பிரச்சினை?”

சூழவுமிருந்த படையினரின் ஆர்வத்துக்கு மத்தியில் வர்ணசிங்கம் அனுமதி கோராமலேயே கதிரையை இழுத்து அதில் அமர்ந்து கொண்டான். சரோத்தின் முகத்திலிருந்த உணர்வுகளைக் கண்டு, கழிந்து கொண்டிருக்கும் ஒவ்வொரு வினாடியும் முக்கியமானது என்பதை அனைவரும் புரிந்து கொண்டிருந்தார்கள்.

“சாமிமலையில மலையொண்ணு மண்சரிவுக்குள்ளாகியிருக்கு. லயன் அறைகள் எல்லாம் புதையுண்டிருக்காம். சீக்கிரமா நம் படையினர்ல நூறு பேராவது அந்த இடத்துக்குப் போகணும்.”

வர்ணசிங்க எழுந்து கொண்ட வேகத்திலே படையினரோடு வெளியே போனான். பத்து, பதினைந்து ஜீப் வாகனங்கள் ஒரே வரிசையாக ஓசையெழுப்பியவாறு அங்கிருந்து வெளியேற அதிக நேரம் எடுக்கவில்லை. அடுத்த நடவடிக்கையை எடுப்பதற்காக சரோத் அறையிலிருந்து வெளியே வந்தான். சாமிமலையில் மலையொன்றே சரிந்து விழுமளவுக்கு பெருமழை பெய்திருந்த போதிலும், கொழும்பு வானில் மழை பெய்ததற்கான அறிகுறியையே காண முடியவில்லை. பூமிக்கு சூரிய ஒளியைப் பகிர்ந்தளித்து

சாந்தப்படுத்துவது போல வெண்ணிற மேகங்கள் ஆங்காங்கே மிதந்து கொண்டிருந்தன.

“வாகனம் தயாராக இருக்கு கேப்டன்.”

கேப்டன் சரோத்துக்குக் கதவைத் திறந்து கொடுத்து விட்டு, சாரதி ஆசனத்தில் அமர்ந்த சாரதி சன்ன சுக்கானத்தை இரண்டு கரங்களையும் கூப்பி வணங்கி விட்டு அவனை ஏறெடுத்துப் பார்த்தான். சன்ன அப்படித்தான். கேப்டன் சரோத்தின் கட்டளைகளின் பிரகாரம் அனைத்தையும் நேர்த்தியாக செய்யப் பழகியிருந்தான். ஒரு இராணுவ வீரனிடம் இருக்க வேண்டிய ஒழுக்கங்கள் அனைத்தும் அளவுக்கதிகமாக சன்னவிடம் இருந்தன. அதனால்தான் சரோத்திடம் பணியாற்றிய ஏனைய சாரதிகளை விடவும் அதிக காலம் அவனால் சாரதியாக நீடித்திருக்க முடிந்திருக்கிறது.

இருவரும் எதுவும் பேசாமல் அமைதியாக, ஆனால் ஏனைய வாகனங்களை விடவும் வேகமாக அவர்களது வாகனம் முன்னால் போய்க் கொண்டிருந்தது. இருந்தாலும், சில வாகனங்களுக்கு, இந்த வாகனத்தின் அவசரம் புரியவில்லை. நேர்ந்திருக்கும் பேரழிவு குறித்த செய்தியை இரவு எட்டு மணி செய்தியைப் பார்த்தால்தான் நாட்டு மக்கள் தெரிந்து கொள்வார்கள். இல்லாவிட்டால் நாளைக் காலை பத்திரிகையைப் பார்க்க வேண்டும். அந்த சமயங்களில் ஐயோ பாவம் என்று கூறுவார்களே தவிர, யாருக்கும் யார் குறித்தும் அந்தளவு அனுதாபம் இருக்காது. பயணத் தொலைவின் பாதியை எட்டுவதற்கு முன்பே சூரிய ஒளியை அழித்தவாறு நாற்புறங்களிலிருந்தும் இருள் சூழத் தொடங்கியிருந்தது. வீதியின் இருமருங்கிலும் இருந்த மின்கம்பங்களிலிருந்து ஏதோ புதுமையைக் கண்டது போல மின்குமிழ்களின் நியோன் வெளிச்சம் கண்ணாடியை உடைத்துக் கொண்டு வெளியே வரப் பார்ப்பது போல இருந்தது. தலைமையகமும், முதலில் போய்ச் சேர்ந்திருந்த படைக்குழுவும் சரோத்தின் தொலைபேசிக்கு ஓய்வு கொடுக்கவேயில்லை. அந்த அழைப்புகள் அனைத்துமே சோர்வைத்தான் தந்தன. சரோத்தின் கண்கள் அவ்வப்போது தானாகவே மூடிக் கொள்ளும்போதெல்லாம் சன்ன வழமை போலவே அவனை ஏறிட்டுப் பார்ப்பான்.

“சாமிமலைக்குப் போறப்ப விடிஞ்சிடும் கேப்டன். நாங்க தேநீர் கொஞ்சம் குடிச்சுட்டுப் போவாமா?”

சன்ன வாகனத்தை நிறுத்தியிருந்த இடம் எங்கே என்பது சரோத்துக்கு விளங்கவில்லை. இரவின் காரிருளிடையே மெல்லிய குளிரொன்று தேகத்தில் ஆங்காங்கே தொட்டுக் கொண்டிருந்த போதிலும், சன்ன வந்து கதவைத் திறந்ததுமே அந்தக் குளிர் பல மடங்குகளாகி நினைத்துக் கூடப் பார்க்க முடியாத வேகத்தோடு அவனின் முழு தேகத்தையும் அரவணைத்துக் கொண்டது. வெப்ப வலயமொன்றில் இரவு பகலாகப் பாடுபட்டு விட்டு மலைப்பிரதேசத்துக்கு வரும்போது எதிர்கொள்ள நேரிடும் குளிரைத் தாங்கிக் கொள்ள முடியாது என்ற போதிலும், அதைக் காட்டிக் கொள்ளாதிருக்க அவனுக்கு வேண்டியிருந்தது. மஞ்சள் நிறத்தில் மங்கிய மின் வெளிச்சத்தில், பலகையால் நிர்மாணிக்கப்பட்டிருந்த தெருவோர சிறிய தேநீர்க் கடை சரோத்துக்குப் பிடிக்கவில்லை என்பதை சன்ன எவ்வாறு அறிந்து கொண்டானோ தெரியாது. மூன்று நான்கு தடவைகள் தேநீர்க் கோப்பையை வெந்நீரால் கழுவச் சொல்வதை சரோத் பார்த்துக் கொண்டிருந்தான்.

“தேநீர் குடிச்சிட்டிருக்கவெல்லாம் நேரமில்ல சன்ன. சீக்கிரமா வா.”

மற்ற நாட்களைப் போல அவனது குரல் அவ்வளவு சத்தமாக ஒலிக்காதது குளிர் அதிகமாக இருந்ததால் இருக்கலாம். அவனது கையிலிருந்த கைபேசி மீண்டும் ஒலித்தது.

“வஜ்ரா...”

“ஏன் இன்னும் வரல? இப்போ நேரமென்னன்னு தெரியாதா?”

“நான் சாமிமலைக்குப் போயிட்டிருக்கேன். மகளோடு நீயும் தூங்கு.”

சரோத் எவ்வித உணர்வையும் வெளிக்காட்டாமல் அழைப்பைத் துண்டித்தான். சன்ன மலைச்சரிவுகளிடையே வாகனத்தை மிகவும் கவனமாக செலுத்திக் கொண்டிருந்தான். ஒரு ஓவியம் போல தெருவோரமாகவிருந்த மலையடிவாரங்களிடையே தீப்பெட்டியளவான வீடுகளில் ஆங்காங்கே விளக்கு வெளிச்சங்கள் தென்பட்டன. காரிருளிலும் வெண்ணிறப் பனி மூட்டம் தெருவை மூடிப் படர்ந்திருந்தது. சாமிமலை நகரத்துக்கு உறங்கப் பொறுமையிருக்கவில்லை. முழு நகரத்திலும் கடைகள்

மூடப்பட்டிருந்த போதிலும், பகலை விடவும் அதிகளவான ஜனங்கள் அங்கு கூடியிருந்தார்கள். அனர்த்தம் குறித்த துயரம் அந்த அனைத்து முகங்களிலும் படிந்திருந்தது. பெரும்பாலான பெண்கள் தலைகளில் கைகளை வைத்தவாறு குந்தியிருந்தார்கள். வயதான முதியவர்களும் கூட சிறு பையன்களைப் போல மருத்துவமனை இருந்த திசையிலும், அனர்த்தம் நிகழ்ந்த மலையை நோக்கியும் ஓடிக் கொண்டிருந்தார்கள். ஆம்ப்யூலன்ஸ் ஓசை ஒலிக்காத ஒரு கணம் கூட இருக்கவில்லை. எங்கே செல்வது எனத் தெரியாமல் சன்ன, சரோத்தின் முகத்தைப் பார்த்தான்.

"ஆஸ்பத்திரிக்குப் போவோம்."

"ஐயா... மலைப்பக்கமாப் போறது சிரமம். காயமானவங்களை எடுக்கப் போன வாகனமெல்லாம் மேலே போக முடியாம தெருவை அடைச்சிட்டிருக்கு..."

யாரோ ஒருவர் வாகனத்தின் கண்ணாடி வழியே எட்டிப் பார்த்துக் கத்தினார். போலிஸூம், இராணுவமும் வாகனங்களைத் திருப்பியனுப்பவும், காயமடைந்தவர்களை எடுத்து வரவுமென கண்ணிமைக்கும் நொடியில் அங்குமிங்குமாக ஓடிக் கொண்டிருந்தார்கள். அனைத்துத் திக்கிலிருந்தும் ஒப்பாரிகள்தான் கேட்டுக் கொண்டிருந்தன.

அரசாங்க மருத்துவமனை விறாந்தை நெடுகவும் தள்ளுவண்டிகளில் காயமடைந்தவர்கள் கிடத்தப்பட்டிருந்தார்கள். சிறுவர்களது மாத்திரமல்லாமல் சில பெரியவர்களினதும் தேகங்களில் ஒழுங்கான ஆடைகள் இல்லாமலிருந்தன. மருத்துவர்களுக்கும், தாதிகளுக்கும் உதவியாக இராணுவமும், போலிஸூம் இருந்தன. மருத்துவமனைக்குக் கொண்டு வரப்படும் ஒவ்வொரு உயிரையும் காப்பாற்ற வேண்டும் என்ற உணர்வு அனைத்து முகங்களிலும் படிந்திருந்தது.

"இவர் டாக்டர் ராஜேந்திரன்..."

சாஜன் வர்ணசிங்க முன்னால் வந்து மருத்துவமனையின் தலைமை மருத்துவரை சரோத்துக்கு அறிமுகப்படுத்தி வைத்தான்.

"இவர் கேப்டன் சரோத் விஜேசேகர."

சரோத் ராஜேந்திரனுக்குக் கை கொடுக்க கையை நீட்டிய போதிலும், மருத்துவரின் கைகளிரண்டிலும் சேறு படிந்திருந்தது.

"நான் எப்படி கேப்டனுக்கு இப்போ கை கொடுக்கறது? இவ்வளவு பெரிய அனர்த்தம் நடந்திருக்குறப்ப நான் எப்படி அறைக்குள்ளேயே இருக்குறது? இது நடக்க முன்னாடியே இன்னிக்குன்னு பார்த்து ரெண்டு டாக்டர்ஸ் லீவுல போயிருக்காங்க. அமைச்சர்கிட்ட கெஞ்சிக் கூத்தாடித்தான் நுவரெலியாவுல இருந்த வேற ரெண்டு டாக்டர்ஸை வரவழைச்சிருக்கேன்."

"பரவாயில்ல டாக்டர் ராஜேந்திரன்... நாங்க இந்த வேலைகளைப் பார்ப்போம். இதுவரைக்கும் எத்தனை சடலங்கள் போல கிடைச்சிருக்கு?"

"இதுவரைக்கும் ரெண்டு, மூணுதான் கேப்டன்... அந்தி ஆறு மணிக்குப் பிறகு ஒண்ணு கூட கிடைக்கல. சில இடங்களுக்குப் போறதுவும் சிரமம். திரும்பவும் நாளை காலைலதான் தேடுவாங்க."

"சடலங்களைத் தேடுறதை இப்போதைக்கு நிறுத்தியிருக்கோம் கேப்டன். பக்கத்துல இருக்குற ஸ்கூல்ல ரெண்டு ஹால்ல நம்ம குழு தங்குறதுக்கு ஏற்பாடு செஞ்சிருக்கோம். மற்ற ஹால்கள் எல்லாத்தையும் சமூக சேவைக் குழுவொண்ணு வந்து முகாமா மாத்தியிருக்கு. மண்சரிவுல அகப்பட்ட எழுபது வீடுகள்ல இருந்தும் கிட்டத்தட்ட நூறு பேர் போலத்தான் உயிர் பிழைச்சிருக்காங்க."

இருளோடு சேர்ந்த குளிரானது, பூமியை இறுக அணைத்திருந்த வேளையில் நாற்புறங்களிலிருந்தும் மனிதர்களின் ஒப்பாரிகளும், முனகல்களுமே கேட்டுக் கொண்டிருந்தன. மூச்சை உள்வாங்கி வெளியே விட்டு சுவாசிப்பதற்கு முன்பே மண்ணுக்குள் சிக்கி மருத்துவமனைக்குக் கொண்டு வரப்பட்டிருந்தவர்கள் உயிரிழந்திருந்தார்கள். சாயமிழந்த விறாந்தை நெடுகவும் வரிசையாக வெண்ணிற மெழுகுத் துணியால் மூடப்பட்டிருந்த சடலங்களிடையேயிருந்து அப்போதும் சேற்று நீர் வடிந்து கொண்டிருந்தது. அந்த விறாந்தை வழியே அங்குமிங்குமாக போய்க் கொண்டிருந்த எவருக்குமே பொறுமையிருக்கவில்லை. அனைத்து முகங்களிலும் எழுதப்பட்டிருந்த தாங்கவே முடியாத துயரம் அந்த இருளிலும் சரோத்துக்குத் தென்பட்டது.

03

மொத்த வீடும் அதிருமளவுக்கு சத்தமாக ஒப்பாரி வைத்த ஃபர்ஸானா, அபுசாலியையும் சேர்த்துக் கொண்டு சோபாவில் அமர்ந்தது ஏனென்பதைப் புரிந்து கொள்ளவியலாமல் தீபா அதிர்ந்து போயிருந்தாள். தண்ணீர் கொஞ்சம் எடுத்து வருமாறு அபுசாலி கத்திய போதும் தீபா இருந்த இடத்தை விட்டு அசையவில்லை. உடனடியாக ராக்கியும், இந்திராவும் சமையலறைப் பக்கமிருந்து தண்ணீரையும் எடுத்துக் கொண்டு ஓடி வந்தார்கள். அனைத்திலும் முந்திக் கொள்வது எவ்வாறு என்பதை அவர்களிருவரும் நன்றாக அறிவார்கள். தொடர்ச்சியாக தொலைபேசி மணி ஒலித்துக் கொண்டிருந்த போதிலும், யாரும் அதை நெருங்கவில்லை. அவர்கள் பேசுவது எதுவும் புரியாது என்பதால் தீபாவும் எதுவும் காதில் விழாதது போலிருந்தாள். கண்ணிமைக்கும் வேகத்தில் ஃபர்ஸானாவின் பெரிய மார்புகள் மூச்சிறைக்கும் ஓசையோடு உயர்ந்து தாழ்ந்து கொண்டிருந்தன. ராக்கி, அவளது முகத்தில் வழிந்து கொண்டிருந்த கண்ணீர்த் துளிகளை, வலது கையால் தனது கண்களையும் துடைத்தவாறே, துடைத்து விட்டாள். ராக்கியுடையது போலிக் கண்ணீர். வஞ்சகி. அபுசாலி தனது தலையில் கையை வைத்தவாறே சுய நினைவற்றவர் போல விறாந்தையில் நடந்து கொண்டிருந்தார். அவர் உடுத்திருந்த நீண்ட வெண்ணிற ஆடை அவர் நடக்கும் வேகத்துக்கு ஏற்ப ஓசையெழுப்பிக் கொண்டிருந்தது.

தொடர்ந்து பருமனான ஆண்கள் சிலரும், பெண்கள் இரண்டு மூன்று பேரும் பதற்றத்தோடு அந்த வீட்டு விறாந்தைக்கு ஓடி வந்தார்கள். அவர்களிடையே அபுசாலியின் முதல் மனைவியுமிருந்தாள் என்பதை அவளது நடையின் மூலம் தீபா கண்டறிந்தாள். அவள் சற்று நொண்டியவாறு நடப்பாள் என்று ஒருநாள் இந்திரா கூறியது நினைவிருந்தது. இல்லாவிட்டால் அறிந்து கொள்வது சிரமம். எல்லாப் பெண்களுமே கறுப்பாடைகளால் உடலை மூடியிருந்தார்கள். சில பெண்கள் பர்ஸானாவைச் சுற்றி வர அமர்ந்து ஏதேதோ கூறிக் கொண்டிருந்தார்கள்.

“என்ன நடந்திருக்கு?”

பொறுத்துக் கொள்ள முடியாமல் தீபா இந்திராவை நெருங்கிக் கேட்டாள். இந்திரா நல்லவள். ராக்கியைப் போன்றவளில்லை. தீபா, அபுசாலியின் மாளிகைக்கு பணிப்பெண்ணாக வேலைக்கு வந்த நாளிலிருந்து அனைத்தையும் அவளுக்குக் கற்றுக் கொடுத்து கொஞ்சமேனும் கருணை காட்டி வருபவள் இந்திரா. அறபி வீடுகளில் பணி புரிந்தே வயதாகிப் போய் அவளுக்கு இப்போது ஐம்பது வயதும் கடந்திருக்கும். இந்திய பஞ்சாபிப் பெண் அவள். இப்படியே செத்துப் போவதல்லாமல், அவளுக்கு மீண்டும் பிறந்த நாட்டுக்குப் போகத் தோன்றவேயில்லையாம்.

சாமிமலையின் நீல மலைத் தொடர்கள் தீபாவுக்கு நினைவு வந்தது. செத்துப் போனாலும் சாமிமலையில்தான் செத்துப் போக வேண்டும். அம்மாவினதும், அப்பாவினதும், ராஜினியினதும், மாதவனினதும் மூச்சுகள் அடங்கிப் போன மலைகளிடையேதான் தனது இறுதி மூச்சும் போக வேண்டுமென தீபா அன்று தனக்குள்ளே முணுமுணுத்தாள்.

“பிரான்ஸுல படிச்சிட்டிருக்குற ஃப்ராஸ் பேபி ஆக்சிடென்ட் ஆகிட்டாராம். பிழைக்குறது சிரமமாம்.”

தீபாவின் பார்வை சுவரில் தொங்கவிடப்பட்டிருந்த ஃப்ராஸின் பெரிய புகைப்படத்தின் மீது நிலைத்தது. பொன் நிறமும், கறுப்பு நிறமும் கலந்திருந்த மீசை தாடியோடு பூரித்திருந்த வெள்ளை வெளேரென்ற அவனது அழகிய வதனத்திலிருந்த புன்னகையை ஏறிட்டுப் பார்த்தாள். அங்கிருந்த பெண்கள் பர்சியன் நிலவிரிப்பில் அமர்ந்திருந்து கைகளை உயர்த்தி பிரார்த்திக்கத் தொடங்கியிருந்தார்கள். ஏதேனும் பிரச்சினைகளோ, கவலைகளோ தோன்றினால் பிள்ளையார் கோயிலுக்கு தான் ஓடிப் போகும் விதம் தீபாவுக்கு நினைவில் வந்தது. பூசாரி மந்திரங்களை உச்சரித்து மயில் தோகையை உச்சந்தலையில் வைத்ததுமே அவளது அனைத்துக் கவலைகளும் போய் விடும். சாமிமலையிலிருந்து வீசிய குளிரொன்று அவளது உடலை மீண்டும் சிலிர்க்கச் செய்தது.

எவரையும் ஏறிட்டுக் கூடப் பார்க்காமல் வீட்டிலிருந்த ஆண்களோடு அபுசாலி வெளியே கிளம்பினார். அவரின் கையில் ஒரு பையிருந்தது. இது நாட்டை விட்டுச் செல்லப் போகும்

பயணம் என்பதை அபுசாலியின் கையிலிருந்த கடவுச்சீட்டு தீபாவுக்கு உணர்த்தியது. இலங்கையிலிருந்து கிளம்பும்போது பாதுகாப்பாக வைத்திருக்குமாறு கூறி காதர் அவளது கையில் கொடுத்ததுவும் அது போன்ற ஒன்றுதான். அந்த வேளையிலும், பல்லாயிரம் பேர் நடமாடும் விமான நிலையத்தினுள் வைத்து காதர் அவளது ஒரு விரலை மோகத்தோடு பிடித்து அழுத்திய போது, அந்த அறுவெறுப்பான மனிதரின் துர்வாடையில் அவளது மொத்த உடலுமே தீப்பற்றி எரிந்தது.

***

தீபா மிகப் பாடுபட்டு கண்களைத் திறந்தாள். நாற்புறமும், சிதைந்து போன ஓவியமொன்றைப் போன்றிருந்தது. கிர்...கிர்... எனும் ஓசையோடு மிகச் சிரமப்பட்டுச் சுழலும் துருப்பிடித்த மின்விசிறியின் காற்று மரத்துப் போயிருந்த உடலைத் தொடுவதை அரை மயக்கத்தில் உணர்ந்தாள். தான் எங்கிருக்கிறோம், என்ன நடந்து கொண்டிருக்கிறது என்று யோசித்துப் பார்க்கக் கூட அவளால் முடியவில்லை. மொத்த உடலுமே பற்றியெரிந்து தீய்ந்து போகுமளவுக்கு வேதனையைத் தந்து கொண்டிருந்த போதிலும், எழுந்து கொள்ளும் தேவையிருந்த போதிலும், உடலில் பலமிருக்கவில்லை. திடீரென்று காட்மோர் மலையானது கண் முன்னே சரிந்து விழும் சப்தம் மாத்திரம் கேட்கத் தொடங்கியது.

“அப்பா....”

மலைத்தொடரே அதிரும் வண்ணம் தீபா அடித் தொண்டையால் வீறிட்டு அலறினாள்.

“தீபா... புள்ள.... உனக்கு மயக்கம் தெளிஞ்சிடுச்சு... புள்ளையார் சாமீ...”

எங்கிருந்தோ ஓடி வந்த ராஜேஸ்வரி நடுங்கும் விரல்களால் தீபாவை இறுகப் பற்றினாள். குளிருக்கு மரத்துப் போயிருந்த அந்தக் கரடுமுரடான விரல்கள் அவளது உடலைத் தடவிக் கொடுத்தன. மருத்துவமனை விறாந்தையில் மெழுகுத் துணி மீது அவளது உயிரும் எஞ்சியிருந்தது. அங்குமிங்குமாக நடமாடிக் கொண்டிருந்தவர்களில் இராணுவத்தினரே அதிகமிருந்தார்கள். அனைத்துமே கலங்கிப் போயிருந்தது போலத் தென்பட்ட போதிலும், அவளது ஞாபகத்தில் உறைந்திருந்தவை தெளிவாகவே இருந்தன. நீல நிறத்தில் பளிச்சிட்டுக் கொண்டிருந்த காட்மோர் மலைத்

தொடர், ஒவ்வொரு விடிகாலையிலும் பனிப் போர்வையோடு பொன் நிறச் சூரிய ஒளியை ஊர்களுக்குப் பகிர்ந்தளிக்கும் மலை, ஒவ்வொரு பௌர்ணமி நாளிலும் நிலவொளியைக் கொண்டு வந்து சேர்க்கும் மலை திடீரென டன்மோர் தோட்டத்தையே இருளாக்கி விட்டிருக்கிறது. தொடர்ச்சியாகப் பெய்து கொண்டிருந்த மழை நீரிலும், தேயிலைச் செடிகளிடையே நுழைந்து நுழைந்து கற்பாறைகள் வழியாக ஒரு தாளத்தோடு கீழிறங்கும் தண்ணீரிலும் பலரையும் தனக்குள் புதைத்தவாறு காட்மோர் மலைத் தொடரின் கலங்கிய சேற்று நீர் கலந்தது.

மாதவனும், ராஜினியும் நன்றாக சேற்றில் விளையாடிக் கொண்டிருப்பார்கள் என்று தீபாவுக்குத் தோன்றியது. சில சமயங்களில் அவர்கள் இருவரையும் அப்பாவால் கூட கட்டுப்படுத்த முடியாது. அம்மா படுத்த படுக்கையில் இருப்பதால் சில வேளை ராஜினி மழையில் விளையாடப் போகாமல் அம்மாவுக்கு அருகில் உட்கார்ந்திருக்கக் கூடும்.

“வீட்டுக்குப் போகலாம் ராஜேஸ்வரியம்மா.”

தீபா பாடுபட்டு எழ முயற்சித்தாள். தரையில் விரிக்கப்பட்டிருந்த மெழுகுத் துணி ஈரலித்து அவளது முதுகோடு ஒட்டியிருந்தது. அனைத்துத் திக்கிலிருந்தும் முனகல் ஒலிகள் கேட்டுக் கொண்டிருந்தன. தொடர்ச்சியாக மழைத் துளிகள் விழுமோசை காதில் விழுந்து கொண்டேயிருந்தது. ராஜேஸ்வரி அப்போதும் தீபாவின் கைகளையே பிடித்துக் கொண்டிருந்தாள். அடக்கி வைத்திருந்த பெரிய கண்ணீர்த் துளியொன்று ராஜேஸ்வரியின் கண்ணிலிருந்து தீபாவின் கை மீது விழ அந்தளவு நேரமெடுக்கவில்லை.

“மொத்த லயனுமே மண்ணாப் போயிடுச்சு தீபா...”

ராஜேஸ்வரி முணுமுணுத்த போதிலும் ஒரு வார்த்தை கூட வெளியே வரவில்லை. இருந்தாலும், அவளது வெற்றிலைக் கறை படிந்த உதடுகள் அசைந்தன. தீபாவின் கண் முன்னால் சேற்று நீரில் விளையாடிக் கொண்டிருந்த மாதவனும், ராஜினியும் சத்தமாகச் சிரித்தார்கள். இருவரது உடல்கள் முழுவதும் சகதி பல அடுக்குகளாகப் படிந்திருந்தது. அவர்கள் விரும்பியவாறு விளையாட இடமளித்து விட்டு செல்லா வெறுமனே பார்த்துக் கொண்டிருந்தார். ஒரு வார்த்தை கூட பேசாமல், படிக்கட்டில்

குந்தியமர்ந்தவாறு மனசாட்சியே இல்லாதது போல வழிந்தோடிக் கொண்டிருக்கும் சேற்று நீரைக் கண்கொட்டாமல் அவர் பார்த்துக் கொண்டிருந்தார். பூ மழையில் தலையசைத்துப் புன்னகைக்கும் வண்ண வண்ண செவ்வந்திப் பூக்களின் இதழ்கள் அனைத்து உள்ளங்களையும் புண்படுத்தியவாறு சேற்று நீர் வழியே பள்ளம் நோக்கிப் பாய்ந்தோடிக் கொண்டிருந்தன.

தீபா மருத்துவமனையின் மூலை முடுக்குகளிலெல்லாம் கிடத்தப்பட்டிருந்த, சேறு கரைந்தொழுகிக் கொண்டிருந்த மெழுகுத் துணிகளைத் திறந்து திறந்து பார்த்தாள். அதைத் தடுக்க யாரும் அவளை நெருங்கவில்லை. கந்தலாகிப் போயிருந்த சேலைத் தலைப்பை வாயில் வைத்து அழுத்தியவாறு ராஜேஸ்வரி கற்சிலை போல ஓரோர் இடமாக தீபாவைப் பின் தொடர்ந்து கொண்டிருந்தாள்.

சாயம் மங்கிய அந்த விறாந்தை நெடுகவும் வெண்ணிற மெழுகுத் துணிகளால் மூடப்பட்டிருந்தவர்கள், பிறந்த நாளிலிருந்து சுக துக்கங்களைப் பகிர்ந்து கொண்ட, வாழ்நாளில் ஒருபோதும் சந்தோஷம் என்ற ஒன்றையே கண்டிராதவர்கள். அவர்களுக்கு மரணத்திலும் கூட நிம்மதியிருக்கவில்லை. அங்கிருந்த அனைத்துக் கண்களிலுமே கண்ணீர் துளிர்த்திருந்தன. அனைத்து உள்ளங்களும் துயரத்தால் கனத்திருந்தன.

***

இரவும் பகலும் புரியாத ரியாத் நகரின் பல அடுக்குகளைக் கொண்ட மாளிகையொன்று தீபா எதிர்பார்த்தேயிராத நேரமொன்றில் அவளுக்குக் கிடைத்த அடைக்கலமாக இருந்தது. பளிங்கு போல செப்பனிடப்பட்ட சுவர்களிடையேயும் வாழ்நாளில் அதுவரை ஒருபோதும் கண்டிராத பல தரப்பட்ட பொருட்களிடையேயும் ஒரு சருகைப் போல அங்குமிங்கும் மிதந்து அலைந்தவாறு சாமிமலை தேயிலைத் தோட்டத்தின் நடுவே ஒரே வரிசையிலிருந்த லயங்களைத் தேடித் தவித்துக் கொண்டிருந்தது அவளது மனது. சாணி மெழுகிய களிமண் தரையில் உணர்ந்த குளிரின் இதத்தை, பர்சியன் தரை விரிப்பின் மீது கவனமாக அடியெடுத்து வைக்கும் போது பாதங்கள் உணரவேயில்லை. காட்மோர் மலையை ஊடறுத்து தேயிலைத் தோட்டங்களின் மீது சாய்ந்து கொள்ளும் நிலவொளிக் குளிர்ச்சியின் அருகில் கூட வைக்க முடியாத

அளவுக்கு மேற்கூரையை மூடி மறைத்தவாறு ஓரோர் நிறத்திலும் அழகழகான சரவிளக்குகள் தொங்கவிடப்பட்டிருந்தன.

“தீபா....”

அபுசாலியின் இரண்டாவது மனைவியான ஃபர்ஸானா திடீரெனக் கூப்பிட்டதும் தீபா விறாந்தையில் அவளின் முன்னால் போய் நின்றாள். இந்திராவும், ராக்கியும் அவளது கால்களிரண்டின் அருகே சீதையம்மன் கோயில் வாசலிலிருக்கும் காவற்கற்களிரண்டைப் போல அமர்ந்திருந்தார்கள். எவரினதும் வதனங்களில் ஒரு துளிப் புன்னகை கூட இருக்கவில்லை. ஃபர்ஸானா அணிந்திருந்த கறுப்பாடையின் விளிம்புகளில் பொருத்தப்பட்டிருந்த வெள்ளிச் சரிகை அலங்காரங்களின் மீது மெல்லிய விளக்கொளி விழுந்து அந்த விளிம்புகளை மேலும் மெருகூட்டியது. தீபா மெதுவாக இந்திராவின் பின்னால் அமர்ந்து ஏதோ தவறிழைத்தவள் போல ஃபர்ஸானாவின் முகத்தையே பார்த்துக் கொண்டிருந்தாள்.

“தீபா இங்க வந்து ஆறு மாசமாகுது.”

தீபா தலையசைத்தாள். ஆறு மாதம் என்று சொல்வது மாத்திரம் புரிந்தது. தினந்தோறும் இரவுகளில் பேரீச்சை மரங்களிரண்டோடு அறபு எழுத்துக்களும், இலக்கங்களுமிருந்த காலண்டரில் நாட்களைக் கணக்கிட்டுக் குறித்துக் கொள்வதால்தான் அதுவும் புரிந்தது. எப்போது எவ்வாறு இந்த தேசத்திலிருந்து போகக் கிடைக்குமோ என்று தெரியாமலிருந்த போதிலும், அவள் வழக்கம் போல தினந்தோறும் காலண்டரில் நாட்களைக் குறித்து வந்தாள். கடந்த ஆறு மாதங்களிலும் ஃபர்ஸானாவுடன் பத்து வார்த்தைகள் கூட கதைத்ததில்லை என்றாலும் ஒருபோதுமில்லாமல் இன்று தன்னை அழைத்தது ஏன் என்று அவளால் யோசித்துப் பார்க்கக் கூட முடியவில்லை. அபுசாலியின் மாளிகைக்கு அவள் வந்த நாளிலிருந்து அனைத்து வேலைகளையும் கற்றுக் கொடுத்து செய்விப்பவள் இந்திராதான். இந்திராவுக்கு உதவியாக ராக்கி இருந்த போதிலும், தீபாவிடம் வேலை வாங்குவதைச் செய்ய ராக்கி எப்போதும் விருப்பத்தோடு முன்வருவாள். வேலை செய்வதை விடவும், மற்றவரின் வேலைகளில் குறை கண்டுபிடிப்பது ராக்கிக்கு மிகவும் பிடித்திருந்தது. அவர்கள் அனைவரும் வெவ்வேறு நாட்டுப் பெண்கள் என்றாலும், அவர்களின் பிறவிக் குணங்கள் மாறியிருக்கவில்லை.

“தீபா ஃபராஸ் பேபியைக் கண்டதில்லைதானே?”

ஃபர்ஸானா தீபாவின் கண்களை நேருக்கு நேராகப் பார்த்துக் கேட்டாள்.

“இல்ல மேடம்.”

நானென்றால் கண்டிருக்கிறேன் என்று கூறுவதைப் போல ராக்கி தீபாவை ஏளனமாகப் பார்த்தாள். ராக்கியின் தோளில் கை வைத்து, தனது தலையை மூடியிருந்த சிவப்பு நிற முந்தானையின் ஒரு ஓரத்தைப் பிடித்தவாறு இந்திரா மெதுவாக எழுந்து நின்றாள். ஃபர்ஸானா, இந்திராவின் பக்கமாகத் திரும்பியதால், அவளின் ஆடையிலிருந்த வெள்ளிச் சரிகை மீண்டும் பளிச்சிட்டது. சோபாவின் பெரும்பகுதியை ஆக்கிரமித்திருந்த அவளது பருத்த தேகத்திலிருந்த கை கால்கள் கூட மிகவும் மெதுவாகத்தான் அசைந்தன. ராக்கி மெதுவாக ஃபர்ஸானாவின் ஒரு காலைத் தூக்கி சோபாவின் முன்பாக இருந்த தங்க நிற சிறிய முக்காலி மீது வைத்தாள். அந்தக் காலில் பூசி தேய்த்து விடுமாறு கூறி, இந்திரா தீபாவின் கையில் ஆலிவ் எண்ணெய் போத்தலைக் கொடுத்து விட்டுப் போனாள். ஃபர்ஸானா கண்களைப் பாதியாக மூடியிருந்த போதிலும், அவற்றின் ஓரங்களில் துளிர்த்திருந்த பெரிய கண்ணீர்த் துளிகள் தெளிவாகத் தென்பட்டன. அந்த விறாந்தையின் நடு மத்தியில் தொங்க விடப்பட்டிருந்த தங்க நிற சரவிளக்குகளின் சின்னச் சின்ன முத்தாரங்கள் அங்குமிங்கும் கிணுகிணுக்கும் ஓசை வெண்ணிறச் சுவர்களிடையே எதிரொலித்துக் கொண்டிருந்தது. அதனூடு மெலிதாக ஃபர்ஸானா சுவாசிக்கும் ஓசையும் கேட்டது. தனக்குரிய வேலையை தீபா எடுத்துக் கொண்டது போல, தீபாவின் கையிலிருந்த ஆலிவ் எண்ணெய் போத்தலைப் பறித்தெடுத்த ராக்கி முழந்தாளிட்டு ஃபர்ஸானாவின் காலில் மேலும் கீழுமாக எண்ணெய்யைப் பூசி தேய்க்கத் தொடங்கினாள்.

“தீபா... நாளைக்கு ஃபராஸ் பேபி வாறார்.”

மெல்லிய முனகல் போல ஃபர்ஸானாவின் குரல் வெளிப்பட்டது.

“அவரால கால்கள் ரெண்டையும் அசைக்க முடியாது. தீபாதான் ஃபராஸோட வேலைகளையெல்லாம் கூடவே இருந்து பார்த்து செய்யணும்.”

காலில் எண்ணெய் பூசித் தேய்த்துக் கொண்டிருந்த ராக்கி திடீரென்று எழுந்து போனாள். தீபா தலையசைத்து அந்த வேலையைப் பொறுப்பேற்றாள்.

ராக்கி போய் இந்திராவின் அருகில் நின்றாள். இந்திரா எதுவும் பேசாமல் மேசை மீதிருந்த அலுமினியப் பாத்திரத்தில் நெய் கொஞ்சம் ஊற்றி சூடாக்கியதும் ராக்கி புதிய ரவை பாக்கெட் ஒன்றை உடைத்து, அதில் பாதியைப் பாத்திரத்தில் இட்டுக் கலந்து விட்டு அங்கிருந்து விலகினாள். அது ஒன்றும் பெரிய வேலை இல்லை என்றாலும், இந்திராவுக்கு தான் உதவி செய்வதற்காக எழுந்து வந்தது போல தீபாவிடம் காட்டிக் கொள்ள ராக்கி விரும்பினாள். தீபாவும் தனக்கிடப்பட்டுள்ள புதிய வேலையின் ஆழ அகலங்களைத் தெரிந்து கொள்ள மெதுவாக இந்திராவின் அருகில் வந்தாள்.

“ஃபராஸ் பேபிக்கு பஸ்பூஸா இனிப்பு ரொம்பப் பிடிக்கும். இப்பவே செஞ்சு சுகர் ஷிரப்பை மேலால ஊத்தி வச்சுட்டோம்னா நாளைக்கு சரியான பதத்துக்கு வந்திருக்கும்.”

பாதாம் விதைகள் அடங்கிய பாக்கெட்டொன்றை தீபாவிடம் கொடுத்தவாறு இந்திரா கூறினாள்.

“இதை மெல்லிசா நறுக்கணும்.”

இந்திரா அதைக் கூறிய போது, ராக்கி தலையைத் திருப்பிக் கொண்டாள்.

“என்னதான் கால்கள் ரெண்டும் விளங்கலைன்னாலும், ஒரு குதிரையை அடக்க இந்தச் சின்ன தீபாவால முடியாது.”

ராக்கி கூறியதன் அர்த்தம் இந்திராவுக்கு விளங்கவில்லை. தன்னால் முடியாமல் போகுமா என்று கேட்பதைப் போல தீபா இந்திராவின் கைகளை அழுத்தமாகப் பற்றிப் பிடித்தாள்.

“எப்படியிருந்தாலும் தீபாதான் ஃபராஸோட வேலைகளைச் செய்யணும். நானும், ராக்கியும் மேலேயும் கீழேயுமா இந்த மூணு வீடுகளோட வேலைகளையெல்லாம் பார்க்குறப்ப ஃபராஸ் பேபியைத் திரும்பிப் பார்க்கக் கூட எங்களுக்கு நேரமிருக்காது.”

இந்திராவின் கட்டளை அபுசாலி மாளிகைக்குள் எதிரொலித்தது. அறபு நாட்டில் பணி புரிந்தே வயதாகிப் போன அந்த இந்தியப் பெண்ணின் தீர்மானம் அது!

04

திடீரென வலுத்த மழை முழு சாமிமலை பிரதேசத்தையும் அதிர்வுக்குள்ளாக்கியவாறு காற்றுடன் சவால் விட்டுக் கொண்டிருந்து விட்டு மீண்டும் தூறலாக மாறியது. பெரிய பெரிய காய்கள் போல மேலேயிருந்து விழுந்து கொண்டிருந்த மழைத் துளிகள் ஒன்று சேர்ந்ததில் சேற்று நிறத்தில் மனசாட்சியேயில்லாதது போல வெள்ளம் பாய்ந்து கொண்டிருந்தது. காட்மோர் மலைப்பிரதேசம் முழுவதும் சகதிக் காடாக மாறியிருந்தது. ஊரின் ஞாபகத்துக்காகவாவது எதையும் மிச்சம் வைக்காமல் அந்த வெள்ளம் மலையிலிருந்து பெருக்கெடுத்துப் பாய்ந்து கொண்டிருந்தது. டர்பன்டைன் மரக் கிளைகளைச் சுழற்றியுடைத்த காற்று களைப்படைந்தது போல மலைகளை மெதுவாக முத்தமிட்டுக் கொண்டிருந்தது. நாற்புறங்களிலிருந்தும் கேட்கும் ஓலங்களும், ஒப்பாரிகளும் சாமிமலையின் மலைகளிடையே மோதி எதிரொலித்தவாறு வெற்று ஆகாயத்தில் கலந்து கொண்டிருந்தன.

மீட்புப் பணியிலிருந்தவர்கள் அடுக்கடுக்காகப் படர்ந்திருந்த சேற்று அடுக்குகளிடையே முழங்கால்கள் புதையப் புதைய மண்ணோடு மண்ணாகிக் கொண்டிருந்த உயிர்களைத் தேடிக் கொண்டிருந்தார்கள். தேயிலைச் செடிகளிடையே ஆங்காங்கே பெருமழையில் நனைந்து போய் குந்தியமர்ந்திருந்த ஒவ்வொரு ஆணும், பெண்ணும் சிறு குழந்தையொன்றின் உடலொன்றை மண்ணிலிருந்து மீட்டெடுக்கும் போதெல்லாம் ஒப்பாரி வைத்தவாறு எழுந்து நின்றது, அது தனது குழந்தை என்பதனாலல்ல. என்னதான் அவ்வப்போது வாக்குவாதப்பட்டாலும், தாம் அனைவரும் ஒன்றோடொன்றாய் ஒன்றுபட்டிருந்த ஒரே லயன் ஆட்கள் என்ற உணர்வால் எழுந்த பாசம் அது. கை, கால்களோ, ஆடைகளோ இல்லாமல், அடையாளமே காண முடியாத அளவுக்கு சேற்றில் மூழ்கி குரூரமாக இருந்த மீட்டெடுக்கப்பட்ட சடலங்களை இனங்காண அவர்களுக்கு பிரேத பரிசோதனை தேவைப்படவில்லை. சிலவேளை அது அவர்களது வாழ்க்கையில் பிரித்துப் பார்க்கவே முடியாத ஒரு பந்தமாக இருக்கக் கூடும்.

சில பெண்களை, அவர்களது காதுகளிலிருந்த தோடுகளைக் கொண்டோ, உடலில் எஞ்சியிருந்த துண்டுத் துணியைக் கொண்டோ அடையாளம் கண்டு கொண்டார்கள்.

“இது என்னோட அப்பாவோட சாரம்...”

“என்னோட அம்மா இந்தத் தோட்டைத்தான் இந்த மகள் பெரிய பிள்ளையானப்ப காதுல போட்டு விட்டா...”

அந்த ஓலங்கள் ஒருபோதும் இழுத்தெடுத்து அகற்ற முடியாத அளவுக்கு, குளிரில் அடைத்துப் போயிருந்த காதுகளுக்குள் சேகரமாகின.

“கேப்டன் நீங்க அந்தப் பக்கம் போகாதீங்க. தண்ணீர் ரொம்ப வேகமாப் பாய்ஞ்சிட்டிருக்கு.”

பெருமழை தூறலாக மாறியதும், கையிலிருந்த குடையை சன்னவிடம் கொடுத்து விட்டு சரோத் கீழே இறங்கப் பார்க்கையில் சன்ன கத்தினான். ஓரடி எடுத்து வைத்து விட்டு, மற்றைய அடியை எடுத்து வைக்க முடியாத அளவுக்கு ஈரலித்துப் போயிருந்த நிலத்தில் ஆங்காங்கே ஊற்றுகள் தோன்றியிருந்தன.

“அட்டைகளும் நிறைஞ்சிருக்கு. கேப்டன் இந்தப் பக்கமா வாங்க.”

சன்ன மீண்டும் கத்தினான். பெருவிருட்சங்களிடையே ஒளிந்திருந்த மழைத் துளிகள் நாற்புறமும் தெறித்து விழும் அழகை ரசிக்கக் கூடிய நேரமல்ல அது.

“இதுவரைக்கும் இருபது சடலம் போல எடுத்திருக்கோம் கேப்டன். இனியும் தேடணும்னா, மேலும் ஒரு அடுக்கைத் தோண்டிப் பார்க்க வேண்டியிருக்கும்.”

சாஜன் வர்ணசிங்கவின் குரல் ஒழுங்காக வெளிப்படாமல் குளிருக்குக் கரகரத்தது போலிருந்தது. பார்த்த திக்கெங்கிலும் தண்ணீரோடு கலந்து கீழே பாய்ந்து கொண்டிருந்த சேற்று மண்குவியலே தென்பட்டது. ஆம்பூலன்ஸ் ஓசைகளும், வாகனங்களின் ஓசைகளும் பிரதான தெருவை அடைத்துக் கொண்டிருந்தன. கட்டுப்படுத்தவே முடியாத அளவுக்கு தமது உறவினர்களுக்கும், நண்பர்களுக்கும் நேர்ந்த அனர்த்தத்தைப் பார்க்க நாற்புறங்களிலிருந்தும் ஜனங்கள் வந்து கொண்டேயிருந்தார்கள்.

தூர இடங்களிருந்தும் பெரும்பாலானோர் வாகனங்களில் வந்து ஒற்றையடிப்பாதைகளில் நின்று பார்த்துக் கொண்டிருந்தார்கள். அவர்களுள் பெரும்பாலானோர் கட்டுநாயக்க, பியகம போன்ற நகரப் பிரதேசங்களிலிருக்கும் ஆடைத் தொழிற்சாலைகளுக்கு வேலைக்குப் போயிருந்த மலையகப் பிரதேசத்தைச் சேர்ந்த இளம்பெண்களும், கொழும்பில் கட்டட வேலைகளுக்குப் போயிருந்த இளைஞர்களுமாக இருந்தார்கள். சேறோடு சேறாக மலைக்குள் அகப்பட்டு, கழுவப்பட்டுச் சென்று கொண்டிருப்பது தனது அம்மா, அப்பா, சகோதர சகோதரிகள் அல்லவா என்ற உணர்வு அந்த ஒவ்வொரு உள்ளத்திலும் பெருமூச்சைக் கிளப்பிக் கொண்டிருந்தது. அங்கு அப்போது கண்ணீரே வடிக்காத விழியொன்றை காணவே முடியாத நிலையிருந்தது.

நம்பவே இயலாத வேகத்தோடு அரச நிறுவனங்களும், அரச சார்பற்ற நிறுவனங்களும் போட்டி போட்டுக் கொண்டு உதவிகள் செய்ய முன்வந்திருந்ததோடு, அதற்குரிய வேலைகளிலும் ஈடுபட்டிருந்தார்கள். இருந்தாலும், இல்லாமல் போன உயிர்களை யாரால்தான் மீட்டெடுக்க முடியும்? இதனிடையே மருத்துவமனைகளிலிருக்கும் காயமடைந்தவர்களுக்குத் தேவையான மருத்துவ உதவிகளைச் செய்து கொடுக்கவும், அருகிலிருக்கும் பாடசாலையில் முகாமொன்றை அமைக்கவும் கடற்படையிலிருந்தும் ஒரு குழு அனுப்பி வைக்கப்பட்டிருந்தது. மண்ணுக்குள் புதையுண்டிருக்கும் தமது உறவுகளின் சடலங்களையாவது தேடித் தருமாறு சில பெண்கள் மீட்புப் பணியிலிருந்த படையினரின் கால்களைப் பிடித்துக் கெஞ்சியழுதார்கள். கற்பாறை போல இறுகிய மனம் படைத்தவர்களால்தான் இலகுவாக அதற்கு இணங்காமல் இருக்க முடியுமாக இருக்கும். அவ்வாறான கதறல்களைக் கேட்டுக் கொண்டிருந்த அனைவரது உள்ளங்களும் உருகிப் போயிருந்தன. அவர்கள் இடுப்பு வரை மண்ணில் புதையுண்டிருக்க யார் யாரினதோ கை, கால் பாகங்களை மண்ணிலிருந்து தேடியெடுத்துக் கொண்டிருந்தார்கள். ஜீவித காலம் முழுவதும் தேயிலைச் செடிகளிடையே வெயிலில் உருகி, மழையில் கரைந்து சம்பாதித்துச் சேர்த்த ஒன்றென்று எதுவுமே இந்த ஜனங்களுக்கு இல்லாமலிருக்கக் கூடும். சட்டிப் பானைத் துண்டுகள், கிழிந்த கந்தல் துணிகள், அலுமினியக் கோப்பைகள், பீங்கான்கள் போன்றவை சேற்று அடுக்குகளிலிருந்து வெளிப்பட்டு

கலங்கிய வெள்ள நீரோடு கலந்து வரிசையாக மிதந்து சென்று கொண்டிருந்தன.

“கேப்டன், நாங்க முகாமுக்குப் போவோம். நேற்றுப் போட்ட உடையோடே இருக்குறோம், இல்லையா? கேப்டனுக்கும் இன்னிக்கு அங்கே தங்கிக்கலாம்.”

“நான் இப்ப போகணும் வர்ணசிங்க. திரும்பவும் நாளை பின்னேரம் வாறேன்.”

சரோத்துக்கு வஜ்ரா நினைவுக்கு வந்தாள். மந்தார இருட்டு சாமிமலையைப் போர்த்தியிருந்தது. மழைக்கு முடிவேயிருக்கவில்லை. சப்பாத்துக்குள் இறுகியிருந்த விரல்கள் மழைநீரோடு ஒட்டிப் போய் மெலிதான வலியைத் தருவதை அவன் உணர்ந்தான். போதாததற்கு குளிரும் வேதனை தந்தது. என்றாலும், சாமிமலை ஜனங்கள் அந்தக் குளிரையும், துயரங்களையும் பொறுத்துக் கொண்டு எங்கே போவதெனத் தெரியாமல் அங்குமிங்குமாக அலைந்து கொண்டிருந்தார்கள்.

பாடசாலையில் வகுப்பறைகள் இரண்டு மூன்றிலிருந்த மேசை, கதிரைகளை ஒரு ஓரமாக அடுக்கி வைத்து முகாமொன்றை அமைத்திருந்தார்கள். ஆங்காங்கே குழந்தைகள் சுருண்டு படுத்திருந்தார்கள். பெற்றோரை இழந்த குழந்தைகள் என்ன நடந்தது என்பதையே அறியாதவர்களாக தமது கலங்கிய விழிகளால் அங்குமிங்குமாக நடமாடிக் கொண்டிருந்தவர்களைப் பார்த்துக் கொண்டிருந்தார்கள். சில குழந்தைகளின் உடல்களில் ஆடைகள் கூட இருக்கவில்லை.

“இந்தப் பிள்ளைகளுக்கு சாப்பிட ஏதாவது கொடுத்தீங்களா?”

“கொடுத்தோம் கேப்டன். இரவுச் சாப்பாடும் தயாராகிடுச்சு. எல்லா இடங்கள்ல இருந்தும் நிவாரணங்களை எடுத்துக்கிட்டு பஸ், லொறிகள்லாம் வந்திருக்கு. எல்லாத்தையும் ஒழுங்கா பொறுப்பெடுத்துட்டிருக்கோம். ஒவ்வொரு குடும்பமாக் கணக்கெடுத்து எல்லா சாமான்களையும் நாளைக் காலைல பிரிச்சுக் கொடுக்க முடியுமா இருக்கும்.”

“அதுக்கு முன்னாடி இந்தச் சின்னப் பிள்ளைகளுக்கு உடுத்துக்கத் துணிகளையும், போர்த்திக்கிட்டுத் தூங்க கனத்த போர்வைகளையும் தேடிப் பார்த்துக் கொடுங்க.”

அது கட்டளையா, வேண்டுகோளா என்பது அந்த சமூக சேவையாளருக்குப் புரியவில்லை. சட்டக் கோவைகளில் எழுதப்பட்டிருப்பதற்கேற்பவே எதையும் செய்யவும், முடியாது என்று மறுக்கவும்தான் அவர்கள் பயிற்றப்பட்டிருந்தார்கள். சரோத் கோபத்திலிருக்கிறான் என்பதை சன்ன புரிந்து கொண்டிருந்ததால், அவன் ஒரு வார்த்தை கூட பேசவில்லை. அவன் பாதுகாப்பளிப்பது போல குடையையும் கையில் வைத்துக் கொண்டு ஒதுங்கி நின்றான்.

போலிஸுக்கும், இராணுவத்துக்கும் உதவுவதற்காக அக்கம்பக்கத்துத் தோட்டங்களில் வசித்தவர்களும், சாமிமலை நகரத்திலிருந்த ஜனங்களும் வெறுங்கையோடு வந்திருக்கவில்லை. இந்தச் சமயத்தில் உதவாமலிருக்க முடியுமா என்று கேட்டவாறே சில முதலாளிமார் அரிசி, பருப்பு மூட்டைகளை மூடை மூடையாக தோளில் சுமந்து எடுத்துக் கொண்டு வந்திருந்தார்கள். அனைத்து வேலைகளையும் தாமே பொறுப்பேற்று நடத்துவதாகக் காட்டிக் கொள்ள பிரதேச அரசியல்வாதிகள் சிலர் கைபேசியைக் காதில் வைத்துக் கொண்டு அங்குமிங்குமாக நடந்து கொண்டிருந்தார்கள். குளிர் காற்றோடு இருள் பரவுவதற்கு அந்தளவு நேரமெடுக்கவில்லை. பாடசாலையில் மின்சார வசதி இருக்கவில்லை என்பதால், வீடுகளிலிருந்து எடுத்துக் கொண்டு வந்த பெற்றோல்மேக்ஸ், மெழுகுவர்த்திகள், சிமினி விளக்குகள் போன்றவை அனைத்து இடங்களிலும் எரிந்து கொண்டிருந்தன. நாளைக்கு எப்படியாவது மின்சார இணைப்பைச் சரி செய்து தருகிறோம் என்று மின்சார சபையால் அறிவித்திருப்பதாக கிராம சேவகர் யாரிடமோ கூறிக் கொண்டிருந்தார்.

"கேப்டன், நீங்க இப்ப போகலாம். இதெல்லாத்தையும் நான் பொறுப்பெடுத்துக்குறேன்."

"நாளைக்கு அந்தியாகும்போது நான் வந்துடுவேன் வர்ணசிங்க. எப்படியும் நாளைக்கு அந்திக்கு செத்துப் போனவங்களோட ஈமச் சடங்குகளைச் செய்ய வேண்டியிருக்கும். அதுக்கும் ஏற்பாடு பண்ணிடுங்க."

வஜ்ரா விஜயந்தி திஸாநாயக்கவின் முதலாவது வாக்குமூலம்

முழுப்பெயர் திஸாநாயக்க முதியன்ஸேலாகே வஜ்ரா விஜயந்தி திஸாநாயக்க. வயது முப்பத்தாறு. பிறப்பிடம் பொலன்னறுவை மாவட்டத்தில் மெதிரிகிரிய வலயத்தில் எல்கடவல கிராம சேவகர் பிரிவு. இறுதியாகக் குடியிருந்த முகவரி, இலக்கம் இருநூற்று அறுபத்திரண்டின் கீழ் முப்பத்தொன்று, மெத வெலிகடை வீதி, ராஜகிரிய. கணவருடைய பெயர் சரோத் அவந்த விஜேசேகர. வயது நாற்பத்து நான்கு. இராணுவத்தில் பணி. ஏதோ உயர்பதவி என்பது தெரியும். ஆனால் அது என்னவென்று தெரியவில்லை. இரண்டு பிள்ளைகள் இருக்கிறார்கள். மகள் சர்வதேசப் பாடசாலையொன்றில் இரண்டாம் வகுப்பு படிக்கிறாள். மகனுக்கு ஒரு வயதும் நான்கு மாதமுமாகிறது. நான் ஆசிரியையாக பொலன்னறுவையிலும், கொழும்பிலும் என இரண்டு பாடசாலைகளில் பணி புரிந்த போதிலும், இரண்டாவது குழந்தை பிறந்ததன் பிறகு வேலையிலிருந்து விலக நேர்ந்தது. நான் கூறப் போகும் அனைத்தும் உண்மையானதும், சரியானதெனவும் உறுதியளிக்கிறேன்.

எல்லோரும் அவரை சரோத் என்று அழைத்தாலும் நான் அவரை அவந்த என்றுதான் அழைத்து வந்தேன். சரோத் என்பது தமிழ்ப் பெயரொன்றா என்ற கேள்வி எப்போதும் எனக்குள்ளே எழுந்து கொண்டேயிருந்தது. ஆனால் அது ஒரு சுத்தமான சிங்களப் பெயர். அவருடைய சில தோழர்கள் அவரை விஜய் என்றும் கூப்பிட்டார்கள். அது எனக்கு அவ்வளவாகப் பிடிக்கவில்லை. எனக்கு இப்போதும் நன்றாக நினைவிருக்கிறது. அன்று இரண்டாயிரத்து ஏழு நவம்பர் மாதம் இருபத்தெட்டாம் திகதி. நுகேகொடவில் குண்டு வெடித்த தினம்.

யுத்தத்தின் இறுதிக் கட்டம் என்றுதான் எல்லோரும் கூறினார்கள். நாடு முழுவதும் போலிஸூம், இராணுவமும் ஒன்று திரண்டு பாதுகாப்பளித்த காலம் அது. அந்தக் காலகட்டத்தில் நான் கொழும்பு ஜயவர்தனபுர பல்கலைக்கழகத்தில் கலைப்பீடத்தின் கடைசி வருட மாணவியாக இருந்தேன். பல்கலைக்கழகத்தில் இருந்த போதுதான், வீட்டிலிருந்து தொலைபேசியில் அழைத்து சேனையில் வைத்து அப்பாவைப் பாம்பு தீண்டி விட்டதாகவும், அவரை பொலன்னறுவை மருத்துவமனையிலிருந்து கொழும்பு மருத்துவமனைக்கு அனுப்பியிருப்பதாகவும் தகவல் தெரிவித்தார்கள். ஆம்பூலன்ஸில் அவருடன் கூடவே அண்ணன் வருவதாகவும், அம்மாவும் தங்கையும் பஸ்ஸில் வருவதாகவும் கூறினார்கள். என்ன செய்வது என்று தெரியாமல் நான் பல்கலைக்கழகத்திலிருந்து வெளியே வந்து மருத்துவமனைக்குச் செல்ல பஸ்ஸில் ஏறினேன். அவசரத்தில் தோழியொருத்தியிடம் கூட நான் இதைக் கூறவில்லை. நான்கு வருடங்களாக பல்கலைக்கழகத்தில் படித்த போதிலும் எனக்குக் காதலனொருவன் இருக்கவில்லை என்பது உங்களுக்கு வியப்பளிக்கக் கூடும். பல்கலைக்கழகத்தில் தனியாக இருக்கும் எல்லா சந்தர்ப்பங்களிலும் எனக்கு அப்பாதான் எப்போதும் நினைவுக்கு வருவார். எனக்கு அரசாங்க உதவித் தொகை தாமதமாகிறது என்று நான் கூறியதால், எனக்கு எவ்வளவாவது பணம் அனுப்ப வேண்டும் என்பதற்காகத்தான் அவர் சேனைக்குப் போயிருக்கக் கூடும். பருவம் தப்பிக் காய்த்த வெள்ளரி கொஞ்சம் சேனையிலிருப்பதாக அம்மா அதற்கு முந்தைய கிழமை தெரிவித்திருந்தார். அந்த வேளையில் அடக்க முடியாமல் எனது கண்களில் கண்ணீர் வழிந்து கொண்டிருந்தது. பஸ்ஸிலிருந்த அனைவரும் என்னையே விந்தையாகப் பார்த்துக் கொண்டிருந்தார்கள்.

பஸ்ஸானது கம்பஹ சந்தியைக் கடந்தது நினைவிருக்கிறது. திடீரென்று இடி விழுந்தது போல பேரோசையொன்று கேட்டது. நுகேகொட பகுதியிலிருந்து ஆட்கள் வாகனங்களைத் தாண்டிக் கடந்து ஓடி வருவதைக் கண்ட போதிலும், என்ன நடந்திருக்கும் என்பது எவருக்குமே விளங்கவில்லை. பஸ்ஸை ஓரமாக நிறுத்தி விசாரித்தறிந்த பிறகுதான் பஸ்ஸின் நடத்துனர் நுகேகொட சந்தியில் குண்டு வெடித்திருப்பதைக் கூறினார். நாலாபக்கமிருந்தும் ஆம்புலன்ஸ் சத்தம் கேட்கத் தொடங்கியது. எல்லோருமே பயந்து போயிருந்தார்கள். மஹரகம பக்கமிருந்து வந்த வாகனங்கள்

அனைத்தும் முழுவதுமாக தெருவை அடைத்துக் கொண்டிருந்தன. பஸ்ஸிலிருந்து இறங்கி எங்கே போவது என்பது தெரியாமல் எல்லோரும் பதறிக் கொண்டிருந்தார்கள். வாகனங்களின் சத்தமும், ஆட்களின் இரைச்சலும் காதுகளை அடைத்த போதிலும், யாருமேயில்லாத பாலைவனமொன்றில் தனியாகிப் போனது போன்றதோர் உணர்வு உள்ளத்தை ஊடறுத்துக் கொண்டிருந்தது. அப்போது பல்கலைக்கழகத்தில் நான்கு வருடங்களைக் கழித்திருந்த போதிலும், பொலன்னறுவையிலிருந்து கொழும்புக்கு வந்து மஹரகம பஸ்ஸெடுத்து பல்கலைக்கழக வாசலுக்கு வந்திறங்குவதற்கு மட்டுமே நான் அறிந்திருந்தேன். ஏதாவது உடுப்பு வாங்கத் தேவைப்பட்டால் மாத்திரம்தான் மஹரகம நகரத்துக்குக் கூடப் போய் வருவேன். அதுவும் சித்திரைப் புத்தாண்டுக்கு மாத்திரம்தான். இப்போது மருத்துவமனைக்குச் செல்ல வேறு பாதையை யோசித்துப் பார்த்த போதிலும் எதுவுமே எனக்கு நினைவுக்கு வரவில்லை. போலிஸிலிருந்து வந்து ஜனங்களை ஓரோர் பக்கமாக அனுப்பிக் கொண்டிருந்தார்கள். அப்போதுதான் மனதைத் திடப்படுத்திக் கொண்டு அங்கிருந்த படையினர் ஒருவரிடம் மருத்துவமனைக்குச் செல்ல வழி கேட்டேன்.

“எங்க போகணும்?”

இராணுவச் சீருடை அணிந்திருந்தவர் முன்னால் நடந்தவாறே கேட்டார். நான் அவரைப் பின் தொடர வேண்டியிருந்தது.

“பெரியாஸ்பத்திரிக்கு.”

“எதுக்கு? குண்டுல காயமடைஞ்சவங்க யாராவது அங்க இருக்காங்களா?”

சீருடைக்காரர் திடீரென்று நின்று என்னைப் பார்த்துக் கொண்டே கேட்டார்.

“இல்ல... என்னோட அப்பாவைப் பாம்பு கடிச்சிடுச்சாம். பொலன்னறுவை ஆஸ்பத்திரிலர்ந்து கொழும்புக்கு அனுப்பியிருக்காங்க. தயவுசெஞ்சு எனக்கு அங்க போக ஒரு வழி சொல்லுங்க.”

நான் அவரிடம் கெஞ்சிக் கேட்டேன். அந்தச் சமயத்தில் ஓரோர் திசைகளிலிருந்தும் வந்த வாகனங்கள் தெருவை அடைத்துக் கொண்டிருந்தன. வாகன வரிசையை சீராக்குவதையே போலீஸாரும்,

இராணுவமும் செய்து கொண்டிருந்தார்கள். சீருடைக்காரர் என்னுடனே தெருவைக் கடந்து நீதிமன்றம் இருக்கும் பக்கமாக என்னை அழைத்து வந்தார். அந்தத் தெருவும் வாகனங்களால் நிறைந்திருந்தது.

"நான் இங்கிருந்து ஒரு ஆட்டோல ஏற்றி விடுறேன். அதுல போய் பொரளையில இறங்கிக்குங்க. அங்க யாரையாவது கேளுங்க. அங்கிருந்து பெரியாஸ்பத்திரி ரொம்பப் பக்கம்தான்."

நான் கையிலிருந்த கைப்பையில் எவ்வளவு பணமிருக்கிறதென துழாவிப் பார்த்தேன். ஏதாவது அவசரத்துக்குத் தேவைப்படுமென்று ஒளித்து வைத்திருந்த ஐநூறு ரூபாயையும், இன்னும் சில சில்லறைக் காசுகளையும் கண்டதும் மனம் ஆறுதலடைந்ததால், அந்த சீருடைக்காரரின் கருத்துக்கு சம்மதம் தெரிவிக்கும்விதமாக தலையசைத்தேன். அவர் கையசைத்து நிறுத்திய முச்சக்கர வண்டியில் என்னை ஏற்றி விட்டு, குறுக்குவழியில் விரைவாக என்னை பொரளையில் கொண்டு போய் விடுமாறு சாரதியிடம் கூறி விட்டு என்னைப் பார்த்தார். அவ்வேளையில்தான் நாங்களிருவரும் நேருக்கு நேராக கண்களைப் பார்த்துக் கொண்டோம். அதுதான் நான் சரோத் அவந்த விஜேசேகரவைச் சந்தித்த முதல் நாள்.

05

செல்லாவின் சடலத்தை, கந்தலாகிப் போயிருந்த சாரத்தைக் கொண்டு அடையாளம் கண்டுகொண்டாள் தீபா. தெய்வானையை இனங்காண எதுவுமே எஞ்சியிருக்கவில்லை. மாதவனினதும், ராஜினியினதுமெனக் குறிப்பிட்டு சதைக் கூழங்களை வெண்ணிற மெழுகுத் துணியில் சுற்றி வைத்திருந்தார்கள். என்றாலும், அவை அவர்களுடையதா என உறுதியாக இனங்கண்டுகொள்ள வழியேதுமிருக்கவில்லை. இராணுவத்தினர்களில் ஒருவன் சிதைந்து கூழாகிப் போயிருந்த பெண் குழந்தையொன்றின் சடலத்தை மண்ணுக்குள்ளிருந்து தூக்கியெடுத்த போது, அதனோடு சிக்குண்டு மேலே வந்த, சேற்றுக்குள் நசுங்கிப் போயிருந்த துணி பொம்மை ராஜினியுடையது என்பதை தீபா அடையாளம் கண்டுகொண்டாள். அதற்கு முந்தைய வருடம் காவடித் திருவிழா பார்க்க தோட்டத்தில் எல்லோரும் பெரிய கோயிலுக்குப் போயிருந்த நாளில் வீதியின் இருமருங்கிலுமிருந்த சின்னச் சின்னக் கடைகளிலிருந்து மாதவனையும், ராஜினியையும் மீட்டெடுக்கப் பெரும்பாடு படவேண்டியிருந்தது. விழிகளை அசைத்தசைத்து கவர்ந்திழுக்கக் கூடிய பல்வேறு விதமான அலங்கார ஆடைகளணிந்த பொம்மைகள், விளையாட்டுக் கார்கள் போன்றவை அங்கு நிறைந்திருந்தன. விளையாட்டுக் கார் வேண்டும் என அடம்பிடித்த மாதவனின் தலையில் குட்டு வைத்த செல்லாவின் விழிகளில் துளிர்த்த கண்ணீர் வெளியே சிந்தியது. மாதவன் மீண்டும் விளையாட்டுப் பொருட்களை ஏறிட்டுக் கூடப் பார்க்காமல் கூட்டத்தோடு கூட்டமாக முன்னால் நகர்ந்ததை தீபா மிகுந்த கவலையோடு பார்த்துக் கொண்டிருந்தாள்.

மிருதங்க ஓசையிலும், வீணையின் நாதத்திலும், ஜனங்களின் அரோகரா சத்தத்திலும் ராஜினியின் மெல்லிய அழுகை யாருக்கும் கேட்கவேயில்லை. ஜனக் கூட்டத்தின் மத்தியில் நெருக்குண்டு தீபாவின் கை தற்செயலாக ராஜினியின் முகத்தில் பட்டதும்தான் குழந்தை அழுதுகொண்டிருப்பதை அவளாலும் உணர முடிந்தது. தீபாவுக்கு முன்பே திருவிழாவுக்கு வந்திருந்த

கண்மணிக்கு அவளுடைய அப்பா விழிகளையசைக்கும் அழகான பொம்மையொன்றை வாங்கிக் கொடுத்திருந்தார். ஆனால், ராஜினிக்கு ஒரு பொம்மையை வாங்கிக் கொடுக்க செல்லாவுக்கு வசதியிருக்கவில்லை.

“ராஜேஸ்வரிம்மா காசு எவ்வளவாவது இருந்தாத் தர முடியுமா? அடுத்த கிழமை கொழுந்து பறிச்சுத் திருப்பித் தாறேன்.”

கைகளிரண்டையும் உயர்த்தி அரோகரா என்று கூறிக் கொண்டிருந்த ராஜேஸ்வரியின் காதுகளில் தீபா இரகசியமாகக் கேட்டாள்.

“என்ன தீபா... சொல்லு?”

“உங்கக்கிட்ட காசு எவ்வளவாவது இருக்குமா ராஜேஸ்வரிம்மா? ராஜினிக்கு சின்னதா பொம்மை ஏதாச்சும் வாங்கிக் கொடுக்கலாம்னு பார்க்குறேன். நான் அடுத்த கிழமை கொழுந்து பறிச்சு கடனைத் திருப்பித் தாறேன்.”

ராஜேஸ்வரி எதுவும் பேசாமல் ரவிக்கைக்குள் வைத்திருந்த சுருக்குப் பையை எடுத்து அதனுள்ளேயிருந்து நூறு ரூபாய்த் தாளொன்றையெடுத்து தீபாவிடம் நீட்டியதைக் கண்டதும்தான் ராஜினியின் வதனம் பிரகாசித்தது. ராஜேஸ்வரி அணிந்திருந்த சிவப்பு நிறச் சேலையின் தங்க நிறச் சரிகையில் விழுந்த மின்விளக்கு வெளிச்சம் ராஜினியின் கன்னங்களைத் தொட்டு அவளது கண்ணீர் ரேகைகளை அழித்தது.

“இது அந்த பொம்மைதான் ராஜேஸ்வரிம்மா....”

அன்றைய தினம் தீபாவின் ஒப்பாரியை சாமிமலையின் அனைத்து மரஞ்செடி கொடிகளும் கேட்டுக் கொண்டிருந்திருக்கும்.

***

தோட்டத்தின் ஒரு மூலையில் முற்றிப் போயிருந்த தேயிலைச் செடிகளைப் பிடுங்கிய இராணுவமும், போலீஸும், ஜனங்களும் ஒன்று சேர்ந்து இயந்திரத்தைக் கொண்டு தோண்டிய அகன்ற பெரிய குழியில் வெண்ணிற மெழுகுத் துணிகளால் சுற்றப்பட்ட சடலங்கள் வரிசையாக வைக்கப்பட்டிருந்தன. அவற்றிடையே தனித்தனியாகக் கிடைத்த கைகளும், கால்களும், ஏனைய உறுப்புகளும் தனியாக அடுக்கப்பட்டிருந்ததைக் கண்டு ஒரு பெண் மற்றொரு பெண்ணின் தோளில் சாய்ந்து ஒப்பாரி வைத்தாள். அந்த

அனைத்து இடங்களிலும் அப்பாவும், அம்மாவும், மாதவனும், ராஜினியும் நிறைந்திருக்கிறார்கள் என்றே பல தடவைகள் தீபாவுக்குத் தோன்றிக் கொண்டேயிருந்தது. பேரனர்த்தமொன்றை நிகழ்த்தி விட்டு, அமைதியாக இருக்கும் காட்மோர் மலைகளிடையே மழையிருட்டோடு, சூரியனும் மறைந்தது. தமது நெருங்கிய உறவுகளின் உடல்களைக் கூட இனங்காண முடியாமல் போய் ஒப்பாரி வைத்தழுது கொண்டும், பெருமூச்சு விட்டுக் கொண்டுமிருந்த ஜனங்கள் ஆங்காங்கே ஒன்றாகச் சேர்ந்து துயரத்தைப் பகிர்ந்து கொண்டபோது தீபாவுக்கும், ராஜேஸ்வரிக்கும் அவர்களிருவரும் மாத்திரமே இருந்தார்கள்.

புதைகுழியில் மண்ணை இட்டு நிரப்ப முன்பு இறுதியாக இரங்கல் உரையை நிகழ்த்திய பிரதேச செயலாளர் தனது உரையில் மீட்டெடுக்க முடியாதளவுக்கு மண்ணுக்குள் இன்னும் பத்து சடலங்களாவது இருக்கக் கூடும் என்று தெரிவித்தார். அவையனைத்தும் மண்ணோடு மண்ணாக உரமாகிப் போகக் கூடும். மூன்று தினங்களாகத் தொடர்ந்த மீட்புப் பணிகளை உடனடியாக நிறுத்துமாறு அரசாங்க அறிவித்தல் வெளியாகியிருந்தது. அந்த அனைத்து உடல்களினதும் ஜீவன்கள் இந்த மாபெரும் பூமியை ஒருமனதாகப் பங்கிட்டுக் கொள்ளக் கூடும். குழியில் மண்ணை இட்டு நிரப்பும் முன்பு, இராணுவத்தினரும், போலீஸ் அதிகாரிகளும் வரிசையாக நின்று சடலங்களுக்கு இறுதி கௌரவமளித்தார்கள். மதச் சடங்குகளைச் செய்ய கோயில் பூசாரிக்கும் சிறிது நேரம் அளிக்கப்பட்டது. பல்லாயிரம் ஒப்பாரிகளுக்கு மத்தியில் நாற்புறங்களிலிருந்தும் வெண்ணிறத்துணிகள் மீது கைப்பிடி மண் விழுந்து கொண்டிருப்பதை ஆகாயமும் வருத்தத்தோடு பார்த்துக் கொண்டிருந்தது. ஏனைய தினங்களைப் போல டர்பன்டைன் மரங்களின் கிளைகள் எழுப்பும் மெல்லிய தென்றல் கூட அன்று அங்கு வீசவில்லை.

“ஒரு கைப்பிடி மண் எடுத்துப் போடு புள்ள. நான் உன்னைக் கை விட மாட்டேன். இது அம்மா மேல சத்தியம்.”

ராஜேஸ்வரி ஈர மண்ணிலிருந்து ஒரு பிடியெடுத்து புதைகுழியிலிட்டாள். குழியின் இருபுறமுமிருந்த மண், குழி மீது மலை போலக் குவிய வெகுநேரமெடுக்கவில்லை. டேலியா, எஸ்டோமேனியா மற்றும் சாமந்திப் பூக்கள் மெழுகுவர்த்திகளுடன் மண் மீது வைக்கப்பட்டிருந்தன.

இரவின் இருளுக்கு பூமியில் சாய்ந்து கொள்ள இடம் கிடைக்கவில்லை. ஆகாயம் பிளக்கும் விதமாக, பெருவிருட்சங்களைச் சுழற்றியடித்து, மலைத் தொடர்களை ஊடறுத்தவாறு பெருமழை பெய்யத் தொடங்கியது, வானமும் அழுததாலாக இருக்கலாம். தமது வாழ்வின் முடிவைப் பற்றிச் சிந்தித்தே பார்த்திராத மக்கள் மண்ணுக்குள் புதையுண்டு போயிருந்தார்கள். மழை நீரைப் பொறுத்துக் கொண்டு அங்கிருந்த அனைவரும் நாற்புறங்களுக்கும் பிரிந்து போனார்கள். அப் புதிய மண்ணறை சேற்றுப் புதைகுழியாக மாற அதிக நேரம் எடுக்கவில்லை. ஜனங்கள் பக்தியோடு வைத்த பூங்கொத்துகள் சேற்று நீரில் மிதந்தன. மழை நீர், நலிந்து போன உடல்களோடு அவர்களின் கண்ணீரையும் கழுவியகற்றிக் கொண்டிருந்தது. தீபாவைப் பற்றியிருந்த ராஜேஸ்வரி குளிரில் நடுங்கிக் கொண்டிருந்தாள். அங்கு ஒவ்வொரு நீர்த் துளியும் ஒன்றாகத் திரண்டு பல்லாயிரம் பேரின் கண்ணீராகப் பாய்ந்து கொண்டிருந்தது.

“போலாம் தீபா...”

ராஜேஸ்வரி குளிரில் நடுங்கிக் கொண்டிருந்த தனது விரல்களால் தீபாவைத் தாங்கிப் பிடித்துக் கொண்டாள். ஒரு அடி எடுத்து வைத்து மற்ற அடியை எடுத்து வைக்கக் கூட முடியாத அளவுக்கு அந்த மண் சேறாகிப் போயிருந்தது. பாதையின் இருமருங்கிலும் மழையில் நனைந்தவாறு ஓரிருவர்தான் நடந்து கொண்டிருந்தார்கள். ஏனைய அனைவரும் முகாமுக்குப் போய் விட்டிருந்தார்கள். அதுவும் கூட ஒரு நரகம்தான் என்பது நினைவுக்கு வந்ததும், அம்மா அப்பாவோடு தானும் புதையுண்டு செத்துப் போயிருந்தால் எவ்வளவு நன்றாக இருந்திருக்கும் என்று தீபாவுக்கு மீண்டும் தோன்றியது.

“மனசைத் திடப்படுத்திக்கோ தீபா... நம்மள விட்டு மரிச்சுப் போனவங்களுக்கு புண்ணியம் தேடிக் கொடுக்கவாவது நீ உசுரோடு இருக்கணும்...”

மந்திரம் போல ராஜேஸ்வரி முணுமுணுப்பதைக் கேட்டு அந்த லயனிலிருந்த எல்லோருக்கும் நன்மை தேடிக் கொடுக்கவாவது தான் உயிரோடிருக்க வேண்டும் என்று தீபாவுக்குத் தோன்றியது.

***

இரண்டு கிழமைகளாக மூடப்பட்டிருந்த பாடசாலையை மீண்டும் திறக்க வேண்டும் என்று கல்வித் திணைக்களத்துக்கு முறைப்பாடுகள் போயிருந்தன. அந்தப் பாடசாலைக்கு கீழேயிருந்த தோட்டத்திலிருந்துதான் நிறையப் பிள்ளைகள் படிக்க வந்து கொண்டிருந்தார்கள். மண் சரிவுக்குள்ளாகிய தோட்டத்திலிருந்து அந்தப் பாடசாலைக்கு எத்தனை பிள்ளைகள் படிக்க வந்து போனார்கள் என்று கூறுவது சிரமம். காரணம் அந்தத் தோட்டத்திலிருந்த பிள்ளைகள் தூரம் காரணமாக பாடசாலைக்குப் போவதைத் தவிர்த்து வந்தார்கள். இவ்வளவு நாட்களாக பாடசாலையிலிருந்த இரண்டு கட்டடங்களிலும், மண் சரிவில் உயிர் பிழைத்தவர்கள் தங்கியிருந்தார்கள். எவரும் எல்லைக் கோடு பிரித்து தமக்குரிய இடங்களைப் பிரித்துக் கொண்டிருக்கவில்லை. என்றாலும், அந்தியில் இருள் சூழும்போது ராஜேஸ்வரி மேசைகளிரண்டைக் குறுக்காகப் போட்டு தீபாவைப் பாதுகாப்பாள். ஓரோர் இடங்களிலிருந்தும் வந்து பொருட்களைப் பங்கிட்டுக் கொடுத்த போது, வரிசையில் ஆகவும் பின்னாலிருந்ததால் தீபாவுக்கோ, ராஜேஸ்வரிக்கோ தரையில் விரித்துக் கொள்ள மெழுகுத் துணியல்லாமல், வேறு துணிகளோ, போர்வைகளோ கிடைத்திருக்கவில்லை. எப்போதோ கிடைத்த கந்தலாகிப் போன ஓரிரு ஆடைகளைத் தவிர வேறு எதுவும் அவர்களிடமிருக்கவில்லை. வாழ்க்கையில் அனைத்தையும் இழந்து நிற்கும்போது, இன்னும் பொருட்களைச் சேகரிப்பது எதற்காக என்று அவர்களுக்குத் தோன்றியது.

கொழும்பிலிருந்து வந்த குழுவொன்று முகாமிலிருந்த சிறு பிள்ளைகளுக்கு ஒவ்வொரு வகையான விளையாட்டுப் பொருட்களைப் பகிர்ந்தளித்த போது, தீபாவின் மனதை மாதவனும், ராஜினியும் தீவிரமாக ஆட்கொண்டிருந்தார்கள். கை, கால்களை இழந்தாவது அவர்கள் உயிருடனிருந்தால் எவ்வளவு நன்றாக இருந்திருக்கும் என்றும் எப்போதும் தோன்றிக் கொண்டேயிருந்தது. அந்தப் பொருட்களைப் பகிர்ந்தளித்துக் கொண்டிருந்த வேளையில், பெண்ணொருவர் வந்து கறுப்புப் பையொன்றில் சில சானிடரி நேப்கின்களைப் போட்டு அவளது கையில் திணித்து விட்டு, 'இவற்றைப் பாவியுங்கோ' என்று இரகசியமாகக் கூறினார். முகாமிலிருந்த பருவமடைந்த பெண்கள் எல்லோருக்கும் அவ்வாறான பைகளைக் கொடுப்பதை தீபா பார்த்துக் கொண்டிருந்தாள்.

"என்னது இது?"

ராஜேஸ்வரி தீபாவின் கையிலிருந்த பையிலிருந்து ஓரிரு பாக்கெட்களைக் கையிலெடுத்து திருப்பித் திருப்பிப் பார்த்தாள்.

"டவுன்ல இருக்குற மருந்துக் கடையில கலர் கலரா ஷோகேஸுக்குள்ள இதெல்லாம் இருக்குறதப் பார்த்திருக்கேன். நமக்கெதுக்கு இதெல்லாம்..."

ராஜேஸ்வரி சுவரோரமாகக் குவித்து வைக்கப்பட்டிருந்த பழைய துணிகளில் பழைய சேலைத் துண்டொன்றையெடுத்து அதனுள் சானிடரி நேப்கின்களை வரிசையாக அடுக்கி, இரு முனைகளிலும் முடிச்சுகளிட்டு தலையணை போன்ற ஒன்றைத் தயாரித்தாள்.

"நீயும் நானும் மாத்தி மாத்தி தலை சாய்ச்சுக்கலாம்" என்றாள்.

பாடசாலையின் முற்றம் மிகவும் அழுக்கடைந்து போயிருந்தது. எல்லா இடங்களிலும் மனிதக் கழிவுகள் குவிந்திருந்தன. மழை விடாமல் பெய்து கொண்டிருந்ததால், வகுப்பறைகளுக்குள்ளேயே கொடிகள் கட்டி அவலட்சணமான விதத்தில் ஈரத் துணிகளைக் காயப் போட்டிருந்தார்கள். பாதுகாப்புக்காக இருந்த இராணுவப் படையினரும் சில சமயங்களில் அந்தக் கொடிகளைத் தாண்டிக் கடந்து போய்க் கொண்டிருந்தார்கள். மூன்று வேளையும் குறைவேயில்லாமல் உணவுகள் கிடைத்ததால் சிலருக்கு அந்த முகாம் சுவர்க்கம் போலத் தோன்றியிருந்தது. அதனால்தான் வெளியாட்கள் பலரிடமிருந்தும் பாடசாலையை மீண்டும் திறக்கச் சொல்லி கல்வித் திணைக்களத்துக்கு முறைப்பாடுகள் போயிருந்தன.

மீண்டுமொரு தடவை இராணுவமும், போலீஸும், இன்னும் சில அதிகாரிகளும் வந்து மைதானத்தின் ஒரு ஓரமாக கூடாரங்களை அமைக்கத் தொடங்கினார்கள். இராணுவத்தினரும், போலீஸாருமென ஐம்பது, அறுபது பேர் ஒன்றாக இணைந்து பணி புரிந்ததால் இரண்டு நாட்களில் வேலை முடிந்திருந்தது. கடைசியில் ஒரு ஓரமாக தற்காலிக மலசல கூடங்களையும் அமைப்பதைக் கண்ட தங்கலட்சுமி 'எமக்கு அதையெல்லாம் பாவிக்கத் தெரியாதே' என்பது போல கையால் வாயை மூடிக் கொண்டு சிரித்தாள். இரண்டு தினங்களுக்குள் கூடாரங்களை அமைத்து முடித்ததை தீபாவும் வியப்போடு பார்த்துக் கொண்டிருந்தாள்.

"வெளிக்குப் போறதுன்னா காட்டுக்குப் போறதுதான் நல்லது" என்று அந்தக் கழிவறைகளைக் காணும்போதெல்லாம் ராஜேஸ்வரி முணுமுணுத்தாள்.

அனைவரும் ஒன்றிணைந்து பாடசாலை வகுப்பறைகளைத் துப்புரவாக்கிக் கொடுக்க வேண்டும் என்று ஆங்காங்கே அமர்ந்திருந்த மக்களிடையே கிராம சேவகரும், அதிபரும் போய்க் கேட்டுக் கொண்டதன் பிறகுதான் அவர்கள் அந்த வேலையில் ஈடுபட்டார்கள். பிள்ளைகள் மீண்டும் பாடசாலைக்கு வந்து படிக்க வேண்டும் என்பதால்தான் அவர்கள் அனைவரும் ஒன்றிணைந்து அந்த வேலையை மறுக்காமல் ஏற்றுக் கொண்டார்கள். பாடசாலையின் குட்டைச் சுவரைச் சூழவுமிருந்த வடிகான்களில் வெற்றிலை எச்சில்கள் நிரம்பி வழிந்து அவை பழையதாகி காற்றில் தாங்க முடியாத நாற்றத்தை உருவாக்கிக் கொண்டிருந்தன. தண்ணீர் வழிந்தோடாமல் அடைபட்டிருந்த வடிகானைச் சீராக்க தீபா விளக்குமாறால் பெருக்கிக் கொண்டிருந்த போது பலூனொன்றைப் போல ஊதிப் பெரிதாகிய ஆணுறையொன்று மேலெழுந்து மிதந்ததை தீபா வியப்போடு பார்த்தாள். இன்னும் சில விளக்குமாறின் ஈர்க்கில்களில் சிக்குண்டிருந்தன. அடைபட்டிருந்த தண்ணீர், வடிகான் வழியாக ஓடத் தொடங்கியதும், அவ்விடத்தால் வந்து கொண்டிருந்த இராணுவத்தினன் ஒருவன் தீபாவைப் பார்த்துக் கண்ணடித்தவாறே நின்றான்.

"நல்ல நல்ல வேலைகளெல்லாம் இங்க நடந்துட்டிருக்கு போலிருக்கே?" என்று கேட்டவாறே அவன் தீபாவை நெருங்கி வந்தான். அவனுக்கு நாற்பது வயதுக்கு மேலிருக்கும் என்று தீபாவுக்குத் தோன்றியது.

"இந்தப் பிள்ளைக்கும் நல்ல நல்ல சாமான்கள்தான் அகப்படுது" என்று கூறியவாறே மேலும் அருகில் நெருங்கியவனை தலையை உயர்த்திப் பார்க்காமல் அவனது ஆடைகளில் தெறிக்கட்டும் என்று வேண்டுமென்றே வேக வேகமாக அழுக்கடைந்த நீரில் வேகமாகப் பெருக்கினாள்.

"ராத்திரி நேரத்துல கொஞ்சம் தனியா வெளியே வா... நாங்களும் மாசக் கணக்கா காஞ்சு போய்க் கிடக்கிறோம்" என்றவாறு அவன் அவளது பின்புறத்தில் தட்டியதும்தான் தாங்கவே முடியாத அளவுக்கு அவளுக்குக் கோபம் வந்தது. சுவருக்கு மேலாக

வரிசையாக இருந்த சவுக்கு மரங்களிடையேயிருந்து பலத்த காற்றடித்தது. அவளது உடல் சிலிர்த்துக் கொள்ள அந்தளவு நேரமெடுக்கவில்லை. வாயிலிருந்து வெளியேற்ற முடியாத வசவுகளெல்லாம் அவளது கண்கள் வழியாக அவனை எரித்துச் சாம்பலாக்கி விடுவதைப் போல வெளியே சீறிப் பாய்ந்தன.

"என்னமோ பெரிய பத்தினின்னு நெனப்பு. இவளுக ராத்திரி போடுற ஆட்டங்களை இந்தச் சுவர்களும், சவுக்கு மரங்களும் சொல்லும். பரட்டை வேசிகள்..."

பெண்ணாகப் பிறந்து விட்டால் இவ்வாறான வன்முறைகள் அனைத்தையும் தாங்கிக் கொண்டே ஆக வேண்டும் என்பது நினைவுக்கு வந்ததுமே, அவ்விடத்திலேயே தரை பிளந்து தான் புதையுண்டு போக மாட்டோமா என்று அவளுக்குத் தோன்றியது. அம்மா நோயாளியாகி படுக்கையில் விழுந்ததுமே, எட்டாம் வகுப்புக்குப் பிறகு பாடசாலைப் படிக்கட்டைக் கூட மிதிக்காமல் வீட்டுப் பொறுப்பைத் தனது தோளில் சுமக்கும் அளவுக்கு தைரியமானவள் அவள். அப்படிப்பட்டவளைக் கதறியழுமாறு சவுக்கு மரக் காட்டுக்குள் மோதி மோதி எதிரொலித்து உற்சாகமூட்டிக் கொண்டிருந்தது காற்று.

பஹலவத்தகே சன்ன ப்ரியஷாந்தவின் முதலாவது வாக்குமூலம்

எனது பெயர் பஹலவத்தகே சன்ன ப்ரியஷாந்த. வயது முப்பத்தொன்று பூர்த்தியாகிறது. வதிவிடம் கிவுல்கஹஆராவ, மொனராகலை. எனது குடும்பத்தில் மொத்தம் எட்டுப் பேர் இருக்கிறார்கள். அப்பாவை விவசாய நிலத்தில் வைத்து காட்டு யானை தாக்கிக் கொன்ற போது எனக்கு பதினான்கு வயது. நான்கு தங்கைகளையும், தம்பியையும் உயிர் வாழ வைக்க வேண்டியிருந்ததால் நான் பத்தாம் வகுப்பு பரீட்சை எழுதும்வரைக்கும்தான் பாடசாலைக்கு விட்டு விட்டுப் போய் வந்தேன். அம்மாவும், மூத்த தங்கையும் மாறி மாறி விவசாய நிலங்களிலும், வயல்களிலும் கூலி வேலை செய்து வந்தார்கள். அப்பா மரித்தபோது தம்பி கைக்குழந்தை. இப்போது என்னை விடவும் உயரமாகவும், திடகாத்திரமாகவும் வளர்ந்து விட்டான். அவன் நல்ல புத்திசாலி. இப்போது ருஹுணு பல்கலைக்கழகத்தில் படித்துக் கொண்டிருக்கிறான். எந்நாளும் விவசாய நிலங்களில் பாடுபட முடியாதென்பதால், பத்திரிகைத் துண்டொன்றில் தற்செயலாக விளம்பரமொன்றைக் கண்டு கிராம சேவகர் ஊடாக இராணுவத்தில் சேர விண்ணப்பித்தேன். 'ஒரு நாளைக்கு ஒரு வேளை சாப்பிட்டால் கூட ஒன்றாகவே இருப்போம், இராணுவத்தில் சேராதே' என்றெல்லாம் கூறி அம்மா தரையில் விழுந்து புரண்டழுதாள். ஆனால், விவசாய நிலத்தில் பாடுபட்டு நான்கு தங்கைகளையும் திருமணம் முடித்துக் கொடுப்பதெப்படி? நான் இராணுவத்தில் சேரும்போது எனக்கு இருபது வயதுதான் பூர்த்தியாகியிருந்தது. இப்போது பத்து வருடங்கள் கழிந்து விட்டன. மூத்த தங்கையையும், இரண்டாவது தங்கையையும் எனக்கு

இயலுமான விதத்தில் திருமணம் முடித்துக் கொடுத்து விட்டேன். அந்த மாப்பிள்ளைகளும் ஒன்றும் பணக்காரர்களல்ல. எங்களைப் போலவே எளிய ஆட்கள். ஒருவர் அரச நிறுவனமொன்றில் பியூனாக வேலை செய்கிறார். மற்றவர் ஊரில் இருக்கிறார். மூன்றாவது தங்கை ஆடைத் தொழிற்சாலைக்குப் போகிறாள் என்பதால் அங்கிருக்கும் ஒரு பையனைக் காதலிப்பதாக அம்மா போன கிழமை தொலைபேசியில் அழைத்துச் சொன்னாள். இளைய தங்கை இன்னும் சிறியவள். எனக்கு இப்போது திருமணம் முடிக்கும் வயது என்று அம்மா புலம்பிக் கொண்டேயிருக்கிறாள். நான் வீட்டுக்குப் போகும்போதெல்லாம் மந்திரம் போல 'உனது எதிர்காலம் என்னவாகுமோ?' என்று புலம்பிக் கொண்டேயிருப்பாள். இருந்தாலும், எப்படியாவது மூன்றாவது தங்கையையும் திருமணம் முடித்துக் கொடுத்து விட்டால்தான் எனது மனதுக்கு நிம்மதியாக இருக்கும். இளையவளைத் தம்பி பார்த்துக் கொள்வான்.

செருப்பு கூடப் போடாமல் விவசாய நிலங்களிலும், வயல்களிலும் பாடுபட்டவாறு அலைந்து திரிந்த எனது வாழ்க்கையில் இராணுவத்தில் இணைந்ததன் பிறகே ஒரு ஒழுங்கொன்று வந்தது. மாடுகளோடு போராடி, இரவாகும்வரை விவசாய வேலைகளில் ஈடுபட்டு விட்டு வந்து விழுந்த இடத்தில் படுத்து உறங்கிக் கொண்டிருந்த எனக்கெல்லாம் இராணுவ சேவையென்பது மிகவும் பிரமாண்டமான ஒன்றாக இருந்தது. ஊரிலிருந்த போது, ட்ரக்டர் வண்டியை ஓட்டிப் பழகியிருந்த எனக்கு, இராணுவத்தில் இணைந்ததன் பிறகே நான்கு சக்கர வாகனமொன்றை மனம் விரும்பிய விதத்தில் ஓட்டிப் பார்க்க சந்தர்ப்பம் கிடைத்தது. ஓடைக்கரை வழியே ட்ரக்டரை ஓட்டிச் சென்றதை விடவும், இங்குள்ள தெருக்களில் ஜீப்பை ஓட்டிச் செல்லும்போதுதான் இது நான்தானா என்ற உணர்வு எனக்குள் பல தடவைகள் தோன்றியிருக்கிறது. காட்டு விவசாய நிலங்களின் நடுவே கரடுமுரடான மேடு பள்ளங்களையும், குழிகளையும் கடந்து கடந்து ஒற்றைக் கையால் ட்ரக்டரை ஓட்டிப் பழகியிருந்த எனக்கு, நேராக உள்ள தார்ப்பாதையில் ஜீப்பை ஓட்டிச் செல்வது சிரமமாக இருக்கவேயில்லை.

இறுதிக் கட்டப் போரின் போதுதான் ஊரிலிருந்து நாங்கள் சிலர் இராணுவத்தில் இணைந்திருந்தோம். எம்மால் ஏதேனும் சிறிய தவறுகள் நிகழ்ந்தாலும், இராணுவத்திலிருந்த பழைய ஆட்கள் 'நீங்களெல்லாம் போரைக் கண்ணால் கூட காணாதவர்கள்' என்று

எம்மை ஏளனம் செய்வார்கள். நாங்கள் போரில் நேருக்கு நேராக மோதவில்லைதான் என்றாலும் போருடனே வாழ்ந்தவர்கள் நாங்கள். முன்பெல்லாம் மாதத்துக்கு ஓரிரு தடவைகளாவது முத்திரை குத்தப்பட்டு திறக்கவே முடியாமல் மூடப்பட்ட பிணப்பெட்டிகள் இராணுவத்திலிருந்து ஊருக்கு வந்து கொண்டேயிருக்கும். அப்போதெல்லாம் இறுதிச் சடங்குக்காக குருத்தோலை அலங்காரம் செய்வது தொடக்கம் குழி தோண்டி மூடும்வரைக்கும் நாங்கள்தான் பாடுபடுவோம். அதனால் போரோடு வாழாதவர்கள் நாங்கள் என்று எப்படிக் கூற முடியும்? இந்த நாட்டிலுள்ள அனைவருமே போரால் பாதிக்கப்பட்டிருக்கிறார்கள்.

போரைப் பற்றி நான் நிறைய விடயங்களை சரோத் ஐயாவின் மூலம்தான் அறிந்து கொண்டேன். அதாவது கேப்டன் சரோத் அவந்த விஜேசேகர. நான் அவரது சாரதியாக ஆனதுவும் தற்செயலாகத்தான் நிகழ்ந்தது. அவரது உத்தியோகபூர்வ சாரதி விடுமுறையெடுத்த நாளொன்றில் அது நடந்தது. அதன் பிறகு எந்தக் காரணத்தினாலோ சரோத் ஐயா தலைமையகத்துக்கு கடிதமனுப்பி என்னையே அவரது சாரதியாக தொடர்ந்தும் வைத்துக் கொண்டார். அவரோடு பயணிக்கும் சந்தர்ப்பங்களில்தான் அவர் போரைப் பற்றிய தகவல்களை என்னுடன் பகிர்ந்து கொள்ளத் தொடங்கினார். அதுவும் எல்லா சந்தர்ப்பங்களிலும் அல்ல. அவர் சில சமயங்களில் ஒரு வார்த்தை கூட கதைக்க மாட்டார். அவ்வாறான நேரங்களில் நானும் அமைதியாக இருப்பேன். அவரது கலங்கிய கபில நிறக் கண்களிரண்டாலும் அவர் என்ன சொல்ல வருகிறார் என்பதைப் புரிந்து கொள்ளக் கூட என்னால் முடியாமலிருந்தது. இருந்தாலும், அவர் என்னை எப்போதும் நன்றாகக் கவனித்துக் கொள்வார். என்னுடைய குடும்பத்தைப் பற்றிய அனைத்து விவரங்களையும் அவர் அறிந்திருந்தார். எனக்கு அவசரமாக ஊருக்குப் போக நேர்ந்தால் கூட எனது கையில் பணமிருக்கிறதா என்று விசாரிக்கும் அளவுக்கு அவர் என் மீது கருணை காட்டினார். இருந்தாலும், அவரது குடும்பத்தைப் பற்றிய எந்த விபரத்தையும் அவர் என்னிடம் தெரிவித்ததேயில்லை. சில சமயங்களில் எங்கேயாவது போய்க் கொண்டிருக்கும்போது தொலைபேசி அழைப்பு வந்தால் வீட்டிலிருந்து அழைப்பதாகச் சொல்வார். அவ்வளவுதான்.

அன்றைய தினம் எனக்கு இப்போதும் நினைவிருக்கிறது. சாமிமலை பிரதேசத்தில் மலையொன்று சரிந்து விட்டதாக எமக்குத் தகவல்

வந்தது. அன்று கொழும்பு வானில் மழையின் அறிகுறியே இருக்கவில்லை. ஒரு மலையொன்றே சரிந்து விழுமளவுக்கு பெருமழையொன்று மலையகத்தில் பெய்து கொண்டிருக்கிறது என்ற தகவலைக் கேட்டதும் எனக்கு ஆச்சரியமாக இருந்தது. கொழும்பில் தலையை உயர்த்திப் பார்க்க முடியாத அளவுக்கு எங்கும் உக்கிரமாக வெயிலடித்துக் கொண்டிருந்தது. பெருவிருட்சங்களில் சுழலும் காற்று கொழும்பின் கட்டடங்களிடையே புகுந்து வராததால்தான் இந்தளவு வெக்கையடிக்கிறது. அன்று, நின்று யோசிக்க நேரமில்லாம் சரோத் ஐயாவின் கட்டளைகள் நாற்புறங்களிலும் பறந்தன. அவ்வாறான அனர்த்தங்கள் நேரும்போதெல்லாம் அவர்தான் முன்னின்று செயற்படுவார். இரண்டு, மூன்று ட்ரக் வண்டிகள் நிறைய படையினரைத் திரட்டிக் கொண்டு சாமிமலைக்குச் செல்லத் தயாராக எமக்கு ஐந்து நிமிடங்கள் கூட எடுத்திருக்காது. சரோத் ஐயாவும் சாமிமலைக்குப் போக என்னுடைய ஜீப்பில் ஏறிக் கொண்டார்.

அந்தக் குளிரை என்னால் இன்றும் கூட தாங்கிக் கொள்ளவே முடியவில்லை.

53 | சாமிமலை

06

சாமிமலை தோட்டத்தின் மண் சரிவு குறித்த அறிக்கையொன்றை ஜனாதிபதி அலுவலகத்திலிருந்து கோரியிருந்ததால் மீண்டும் அங்கு செல்ல வேண்டிய நிலைமை சரோத்துக்கு ஏற்பட்ட போதிலும், ஓரிரு தினங்களுக்கு மேலதிகமாக அங்கு தங்கியிருக்க நேரமிருக்கவில்லை. வஜ்ரா இரண்டாவது குழந்தையைப் பிரசவிக்கவிருந்த காலம் அது. மகளும் சிறு குழந்தையென்பதால், வஜ்ராவால் தனியாக அனைத்து வேலைகளையும் செய்ய முடியவில்லை என்று மகளை மொண்டசூரியில் சேர்த்திருந்தார்கள். முதல் கர்ப்ப காலத்தை விடவும் சிரமமாக இருக்கிறது என்று வஜ்ரா அடிக்கடி முனகிக் கொண்டிருந்தாள். நாளின் மிக அதிகமான நேரத்தை அவள் படுக்கையில் கழித்துக் கொண்டிருந்தாள். அவளின் குடும்பத்தினர் அந்த வீட்டுக்கு வருவதைக் கூட சரோத் அவ்வளவாக விரும்பாதது ஏன் என்று அவள் எப்போதும் யோசித்துக் கொண்டிருந்தாள். அதைக் குறித்து அவள் மனதில் வெளியே கூற முடியாத ஒரு கவலை இருந்து கொண்டேயிருந்தது.

'இந்த ஆளோட வீட்டாட்கள் இருக்கிறார்களோ, இல்லையோ ஒரு மண்ணும் தெரியாது. எனக்கு என்னோட யாரையும் நெருங்கவும் இவர் விடுறதில்ல' என்றுதான் அவளுக்கு எப்போதும் தோன்றிக் கொண்டேயிருந்தது.

அவர்களது வாழ்க்கையில் எல்லா இடங்களிலும் முடிவேயில்லாத பிரச்சினைகளே மீதமிருந்தன. ஒவ்வொரு நாளும் விடிந்தது தொடக்கம் இரவாகும்வரை ஓரிடத்திலாவது நிம்மதியோ, சுதந்திரமோ இருக்கவில்லை. சில நாட்கள் வஜ்ரா சரோத்துடன் ஒரு வார்த்தை கூடப் பேசாமலிருப்பாள். ஒருவன் திருமணம் முடித்தால் தனது மனைவியின் எண்ணங்களைப் புரிந்து கொள்ள வேண்டும் என்பது நிஜம்தான். இருந்தாலும், அவ்வாறு புரிந்து கொள்ளக் கூடிய அளவுக்கு மனமுதிர்ச்சியோ, உணர்வுகளோ வஜ்ராவுக்கு இருக்கவில்லை என்றுதான் சரோத்துக்கு பல தடவைகள் தோன்றியிருக்கிறது.

"பொண்டாட்டின்னா எல்லாத்தையும் மனசுக்குள்ளேயே போட்டு அழுத்தி வச்சுக்காம, புருஷனைத் திட்டியாவது வார்த்தைகளை வெளியே தள்ளிடணும் வஜ்ரா."

அதற்கு அவளது பதிலாக, அறையே அதிருமளவுக்கு பெருமூச்சொன்றே அவளிடமிருந்து வெளிப்பட்டது. 'நீயும் ஒரு ஆம்பளையா?' என்று கேட்பது போல சுவரில் தொங்க விடப்பட்டிருந்த அழகியின் படம் அவனையே பார்த்துக் கொண்டிருந்தது. அவளிடமிருந்து வெளிப்பட்ட ஏளனப் புன்னகை அப்போதும் சரோத்தை அசௌகரியத்துக்குள்ளாக்கிக் கொண்டிருந்தது. அந்தப் படத்தை இரண்டாவது தடவையாகவும் கழற்றியெறிந்தான். மகள் திகைத்துப் போய் இமைக்காமல் பார்த்துக் கொண்டிருந்தாள். வஜ்ரா மகளைத் தூக்கிக் கொண்டு போய் தொலைக்காட்சியின் முன்னால் அமர வைத்து அதைப் போட்டுக் கொடுத்து விட்டு மீண்டும் அறைக்குள் வந்தாள்.

"உங்களுக்கு நான் குழந்தைகளோட அம்மா மாத்திரம்தான் சரோத். நீங்க அதைத்தான் காப்பாத்திக்கப் பார்க்குறீங்க. நான் என்பாட்டுல இருந்துட்டுப் போறேன். நீங்க உங்களுக்குப் பிடிச்ச மாதிரி வாழுங்க."

வஜ்ராவின் விழிகளிலிருந்த பிரகாசம் ஏனைய நாட்களை விடவும் அதிகமாக இருந்தது. அது, சிலவேளை தேகத்துக்குள்ளேயிருந்து வேதனையளித்துக் கொண்டிருந்த துயரங்களாலானதாக இருக்கக் கூடும். ஒரு சுருக்கம் கூட இல்லாமல் நேர்த்தியாக விரிக்கப்பட்டிருந்த படுக்கை விரிப்பு, தாங்க முடியாத கோபத்தோடு சரோத்தின் கையில் சிக்கியது. பாதி திறந்திருந்த ஜன்னலினூடே பீறிட்டு வந்த வெயில் அவளது முகத்திலிருந்த பிரகாசத்தை மேலும் அதிகரிக்கச் செய்தது.

"வயித்துல குழந்தையை வச்சுக்கிட்டு கவலைப்பட்டுட்டு இருக்காதே. ஏதாவது பிரச்சினையிருந்தா நேரடியா சொல்லிடு."

வாசல் திரைச்சீலையைப் பிடித்தவாறு மகள் நின்று கொண்டிருந்தாள். சரோத் கட்டிலிலிருந்து எழும்பாமல் மறுபுறம் திரும்பிப் படுத்தான்.

"ஒண்ணு ரெண்டு பிரச்சினையில்ல சரோத். நிறைய இருக்கு. நான் அதுக்கெல்லாம் விடை தேடப் போறதில்ல. தேடுறதுல

பயனுமில்ல. இந்த ஜீவிதத்துல மிஞ்சியுள்ள நாட்களையும் இப்படியே வாழ்ந்து கழிச்சிடுவோம். பாவம்... நீங்களும்தான் என்ன செய்வீங்க?"

வஜ்ரா சரோத்தைப் பார்த்து வெகுகாலத்திற்குப் பிறகு புன்னகைத்தாள். என்றாலும், அவளது கண்ணிமைகளின் கீழே பெரிய கண்ணீர்த் துளிகளிரண்டு தேங்கியிருந்தன.

நீண்ட பெருமூச்சொன்று சரோத்திடமிருந்து வெளிப்பட்டது. பதற்றத்தோடு சன்ன சரோத்தை ஏறிட்டுப் பார்த்தான். முன்னால் வந்த தேயிலை மூட்டைகளை ஏற்றிக் கொண்டு வந்த வாகனம் ஜீப்பில் பட்டும்படாமல் கடந்து சென்றது.

"பார்த்துப் போடா நாயே"

சரோத்தின் மனதிலுதித்திருந்த கோபம் அந்த வாகனத்தின் சாரதியைத் திட்டியவாறு வெளிப்பட்டது. கடந்த காலம் முழுதும் பெய்த மழையினால் ஈரலித்துப் போயிருந்த பூமியின் மீது வெகுகாலத்திற்குப் பிறகு சூரிய ஒளிக் கீற்றுகள் விழுந்து கொண்டிருந்தன. பச்சைப் பசேலென்ற தேயிலை மலைகள் பெருமையோடு புன்னகைத்துக் கொண்டிருந்தன. அனைத்துச் செடிகளிலும் புதிய கொழுந்துகள் தோன்றி பொன்னிறத்தோடு காட்மோர் மலையில் எதுவுமே நடைபெறவில்லை என்பது போல அமைதியாகப் பார்த்திருந்தன.

பாடசாலை மைதானத்தில் முகாம் அமைத்து இரண்டு மாதங்களுக்கு மேல் ஆகியிருந்தது என்பதால் முகாம்வாசிகள் அதிலேயே வாழப் பழகியிருந்தார்கள். சிலர் வழமை போலவே, அங்கிருந்து கொண்டே தேயிலைத் தோட்ட வேலைகளுக்கும் போகத் தொடங்கியிருந்தார்கள். சிறிய லயன் அறைகளுக்குள் சுருண்டு கிடந்த குடும்பங்களுக்கு, கை காலை நீட்டி சாய்ந்து கொள்ளும் அளவுக்கு பெரிய கூடாரங்கள் போல முகாம் இருந்ததனால், சிலர் மண் சரிவைக் கூட மறந்து போயிருந்தார்கள். பாடசாலையின் பாதுகாப்புக்கும் சேர்த்து இராணுவப் படையினரில் சிலரை மாற்றி மாற்றி முகாமிற்கு காவல் வைத்திருந்தார்கள். அங்கிருந்த பெண்களுள் சிலர் அளவுக்கு மீறி அவர்களுடன் நெருக்கமாக இருப்பதாக சரோத் உணர்ந்தான். மைதானத்தைச் சுற்றி வரவும் கயிறுகள் கட்டப்பட்டு பெண்களின் உள்ளாடைகள் கூட நேர்த்தியில்லாமல் காயப் போடப்பட்டிருந்தன.

"இது இப்போ தனி ராஜாங்கம் போல ஆகியிருக்கே."

சரோத் கூறியதை ஆமோதிப்பது போல, சன்ன வாயைத் திறந்து பார்த்துக் கொண்டிருந்தான். மைதானத்தின் ஒரு ஓரமாக பாடசாலை மாணவர்கள் விளையாடிக் கொண்டிருந்தார்கள். மறு ஓரத்தில் வரிசையாக அமைக்கப்பட்டிருந்த கூடாரங்களுக்குள் பெண்கள் இருந்தார்கள். காற்றோடு சேர்ந்து வந்த கழிப்பறை வரிசையிலிருந்து எழுந்த நாற்றம் அவனது முழு தேகத்தையும் மரத்துப் போகச் செய்தது.

"ரெண்டு கிழமைல முகாமை அகற்றப் போறதா சொன்னவங்க யாரும் மீண்டும் வரவே இல்ல சார். இது சம்பந்தமா கிராம சேவகருக்கும், பிரதேச சபைத் தலைவருக்கும் ரெண்டு, மூணு தகவல்களையும் அனுப்பிட்டேன்."

சரோத்தின் பின்புறமாக நின்று கொண்டிருந்த ஒருவர் சரோத்தின் காதில் விழும்படியாக கூறினார்.

"இதையெல்லாம் தேடிப் பார்க்காம அவனுங்க என்ன தூங்கிட்டிருக்காங்களா? இப்பவே அவனுங்க இங்க வரணும்னு தகவலனுப்புங்க."

கூடாரங்களினுள்ளேயும், வெளியேயும் அழுக்குக் கிடங்குகளாக இருந்தன. அங்கேயே சமைத்து, அங்கேயே சாப்பிட்டு, அங்கேயே படுத்துறங்க பலரும் பழகிப் போயிருந்தார்கள். சில குழந்தைகளின் உடல்களில் ஆடைகள் கூட இருக்கவில்லை.

"ஆரம்பத்துலதான் எல்லாமே கிடைச்சது. இப்ப யாரும் இந்தப் பக்கம் எட்டிக் கூடப் பார்க்குறதில்ல. நாங்க திரும்பவும் தோட்டத்துல வேலைக்குப் போயிட்டிருக்கோம். அதுவும் மழை காரணமா ஒழுங்காக் கிடைக்குதில்ல."

எல்லோரிடமும் ஒரே புலம்பல்தான் இருந்தது. தனித்தனியாகப் பிரித்து வெவ்வேறாக்கினாலும், அனைவரது கவலைகளும் ஒன்றுபோலவே இருந்தன. ஒரு வேளையாவது சாப்பிட்டு, எல்லோரும் ஒரு இடத்தில் விழுந்து கிடக்கும் கனவு மாத்திரம்தான் அனைவரிடமும் மீதமிருந்தது.

சரிந்து வீழ்ந்த ஜீவிதத்தை மீண்டும் கட்டியெழுப்புவதென்பது இலகுவானதில்லை.

மலையில் மண் சரிவுக்குள்ளான இடங்கள் இப்போதும் அப்படியேதான் இருந்தன. நாட்டு மக்களுக்கு அனைத்துமே வெகுவேகமாக மறந்து போயிருந்தது. நடைப் பிணங்களைப் போல வாழ்ந்து கொண்டிருக்கும் அந்த மலையக மக்களை ஒரு புறமாக முகாமுக்குள் சிறைப்படுத்தியிருந்தார்கள். இந்த முகாமின் காரணமாக பாடசாலையைக் கூட ஒழுங்காக நடத்த முடியாதுள்ளது என்று அதிபர் கூறினார். நிறையக் கடிதங்கள் அனுப்பிய போதும் இதுவரை எந்த மேலதிகாரியும் ஏறெடுத்துக் கூடப் பார்க்கவில்லை என்றும் அவர் தெரிவித்தார்.

“ஸ்கூலுக்கு வர்ற பொம்புளப் புள்ளையை விட்டு ஒரு பையனைக் கூட க்ரவுன்டுக்கு விளையாட அனுப்ப பயமா இருக்கு சார். ஒரு டீச்சரைக் கூட தனியா அனுப்ப முடியல. அந்த சனங்களும் பாவம்தான். க்ரவுன்டுக்கு நடுவாலதான் கக்கூஸுக்கும், குளிக்க ஓடைக்கும் அவங்க போக வேண்டியிருக்கு. போன கிழமைல ஒரு நாள் முகாமுல இருக்குற பையனொருத்தனும், நம்ம ஸ்கூல் புள்ளையொருத்தியும் அந்தப் பக்கமா ஒண்ணாயிருந்து மாட்டிக்கிட்டாங்க. முகாம் கக்கூஸ் பக்கமா அக்கா போறதைக் கண்டதா சின்னப் புள்ளையொண்ணு வந்து சொல்லுச்சு. நான் டீச்சரொருத்தரையும் கூட்டிக்கிட்டு என்னன்னு பார்க்கப் போனேன். பார்த்தா, கக்கூஸுக்குப் பின்னாடி ரெண்டு பேரும் கட்டிப்பிடிச்சிட்டிருக்காங்க. அந்தப் புள்ள பெரிய புள்ளையாகி லீவு எடுத்திருந்துட்டு போன கிழமைதான் ஸ்கூலுக்கு வந்தான்னு பார்வதி டீச்சர் தலையில கையை வச்சுக்கிட்டா. நாங்களும் என்னதான் செய்றது சார்? இந்த முகாமை இந்த இடத்துல இன்னும் ஒண்ணு, ரெண்டு மாசம் இப்படியே இருக்க விட்டீங்கன்னா, சாருக்கு க்ளினிக் ஒண்ணையும் இங்க திறக்க வேண்டி வரும்.”

அந்த வேளையில்தான், இந்த ஜனங்களுக்கு விரைவில் ஏதேனுமொரு வழியமைத்துக் கொடுக்க வேண்டும் என்று சரோத்துக்குத் தோன்றியது.

***

பகல் முடிந்து இரவாகிறது என்பதைக் கூட உணர விடாத வண்ணம் ஒவ்வொரு நாளும் அபுசாலி மாளிகையில் வேலைகள் நிறைந்திருந்தன. ஒரு அரண்மனையை ஒத்த நான்கு மாடிகளைக் கொண்ட அந்த வீட்டுக்குள் இருப்பது போல தான் கனவு

கண்டுகொண்டிருக்கிறேனோ என்றுதான் தீபாவுக்கு எப்போதும் தோன்றும். அந்த மாளிகையின் முதலிரண்டு மாடிகளும் அபுசாலியின் முதலாவது மனைவிக்கு ஒதுக்கப்பட்டிருந்தது. மூன்றாம் மாடி இரண்டாவது மனைவிக்கு ஒதுக்கப்பட்டிருந்ததோடு, நான்காவது மாடியை அவர்கள் எல்லோரும் பயன்படுத்தி வந்தார்கள். அபுசாலி மீண்டுமொரு திருமணம் முடித்தால், மேலுமொரு மாடியை நிர்மாணிக்க வேண்டி வரும் என்று ராக்கி எப்போதும் கூறி வந்தாள். ஃபராஸின் தாயான அபுசாலியின் இரண்டாவது மனைவி ஃபர்ஸானா ஒரு நோயாளி என்பதையும் ராக்கியிடமிருந்துதான் தீபா அறிந்து கொண்டாள். அபுசாலியின் முதலாவது மனைவியின் குடும்பத்தோடு தீபா இதுவரை கதைத்ததேயில்லை. அவள் அபுசாலி மாளிகைக்கு வந்து பல மாதங்கள் கடந்தும் இதுவரை வெளியே எங்கும் சென்றதில்லை என்பதால் எவரையும் அறிமுகப்படுத்திக் கொண்டதுமில்லை. முதலாவது மனைவிக்கு வியாதியெதுவுமில்லை என்றாலும் அவளொரு அரக்கி என்றுதான் ராக்கி கூறுவாள். அந்த மாடிகளில் பணிபுரிந்து வரும் பிலிப்பைன் பெண்களிருவருக்கும் ஓய்வேயில்லை என்று கூறி இந்த மாடியை சுவர்க்கலோகம் போல சித்தரிக்க அவள் முனைந்தாள். இருந்தாலும், ஃபராஸ் வந்த நாளிலிருந்து தீபாவின் விழிகள் எப்போதாவதுதான் உறக்கம் கொண்டன.

ஃபராஸ் அந்த வீட்டுக்கு வந்த முதல் வாரத்தில் அவனைப் பார்க்க அந்த வீடு நிறைய ஆட்கள் வந்து போனார்கள். ஆனால், போகப் போக எவரும் வருவது குறைந்தது. ஃபர்ஸானா கூட ஃபராஸ் வந்து இரண்டு, மூன்று நாட்களுக்குப் பிறகே இந்திராவின் துணையோடு அறைக்கு வந்தாள். அபுசாலியைக் காணவே முடியவில்லை. அவர் பெற்றோல் விற்க உலகத்தை வலம் வந்து கொண்டிருப்பார் என்றுதான் ராக்கி கூறினாள். கட்டிளம்பருவத்து இளைஞனொருவனின் உடல் கழுவிப் பராமரிக்கும் பொறுப்பை ஒரு சிறு பெண்ணிடம் ஒப்படைக்குமளவுக்கு அந்த மாளிகையில் வசித்தவர்களின் புத்தி பேதலித்துப் போயிருந்தது. தீபாவும் நாளுக்கு நாள் அந்தப் பணியில் ஒன்றிப் போயிருந்தாள். கால்களிரண்டும் செயலிழந்து போயிருந்த போதிலும், அந்த இளைஞனின் அகங்காரத்தில் குறையேதுமிருக்கவில்லை. அதுவரைக்கும் தீபாவுடன் குறைந்தபட்சம் பத்து வார்த்தைகளாவது கதைத்திருக்க மாட்டான்

அவள் இரவிலும் அவனுடனே தங்க வேண்டியிருந்ததால் அவனது அறையின் ஒரு மூலையில் சிவப்பு நிறப் பூக்களிட்ட திரைச்சீலையால் மறைத்து அவளுக்கென்று சிறியதொரு கட்டிலை இட்டிருந்தார்கள். பல நாட்கள் அவளால் உறங்கக் கூட முடியாதிருந்தது. தொடர்ச்சியாக அவன் வேதனையில் முனகிக் கொண்டேயிருக்கும்போது எந்த மனதோடு அவளால் நிம்மதியாக உறங்க முடியும்? அவ்வாறான முனகலானது அவளது ஆழ்மனதைத் துளைத்திருந்த காலமொன்றும் இருந்தது. சாமிமலையில் கழித்த ஒவ்வொரு இரவிலும் அந்த முனகல் நன்கு பழகிப் போயிருந்தது. ஓட்டை விழுந்த கூரைத் தகரங்களை அதிரச் செய்யுமளவுக்கு இருமியவாறு படுக்கையில் கிடந்த தீபாவின் அம்மா தெய்வானையின் வாயிலிருந்து எப்போதும் முனகலோசைதான் வெளிவந்து கொண்டேயிருக்கும். சில சமயங்களில் செல்லாவும் கூட இடையிடையே உடல் வலி காரணமாக முனகிக் கொண்டிருப்பார். எத்தனை வருடங்கள் விடிந்ததிலிருந்து நள்ளிரவு வரைக்கும் கொழுந்து மூட்டைகளைச் சுமந்தவாறு செல்லாவும், தெய்வானையும் அந்த மலையில் அங்குமிங்குமாக அலைந்திருப்பார்கள்? சில வேளைகளில், அவள் தைலத்தில் கொஞ்சத்தையெடுத்து நெஞ்சில் தேய்த்து விடுவதைக் கூட தெய்வானை அறிய மாட்டாள். மேலும் கீழுமசைந்த ஒரு பலகையைப் போன்ற அந்த மார்புக் கூடு அந்த ஒவ்வொரு இரவிலும் எந்தளவு பெரும் கவலையை அவளுக்குத் தந்தது?!

தனது பெற்றோரின் நெஞ்சில் தைலத்தைப் பூசத் தெரிந்திருந்த தீபாவுக்கு, ஃபராஸ் வலியில் முனகும்போது என்ன தேய்ப்பதென்று தெரியவில்லை. இரண்டு தினங்களுக்கு ஒரு தடவை வந்து போகும் மருத்துவர் கூறியிருந்த மாத்திரையைக் கொடுத்து அவனது தலையைத் தடவி விடுவாள். அவ்வாறான வேளைகளில் ஏதோ தவறிழைத்த குழந்தை போல அவன் அவளையே பார்த்துக் கொண்டிருப்பான். ஆனால், அதே விழிகளால்தான் அவன் பகல் முழுதும் அவளை முறைத்துப் பார்த்துக் கொண்டுமிருப்பான்.

சாமிமலை மலையிலிருந்து சுழன்றடித்த குளிர்க்காற்றும், இந்த நான்கு சுவர்களுக்குள்ளும் முட்டி மோதிக் கொண்டிருக்கும் குளிர்க்காற்றும் ஒன்று போல இருந்த போதிலும், கொழும்பின் அறுபதாம் தோட்ட குப்பத்திலிருந்த மாடி வீட்டு ஜன்னலைத் திறந்ததும் வரும் காற்று வித்தியாசமானதாக இருந்தது. அது

அவளது உடலில் மோதிய ஒவ்வொரு தடவையும் மனதையும் பதைபதைத்து நடுங்கச் செய்தது அதனால்தான்.

அந்தச் சிறிய அறைக்குள் தீபாவும், ராஜேஸ்வரியும் எத்தனை நாட்கள் அடைபட்டிருந்திருப்பார்கள்? அங்கு நாற்புறங்களிலும் வானைத் தொடுமளவுக்கு உயரமான சுவர்கள் மாத்திரமே இருந்தன. எந்த மாற்றமுமில்லாமல் கொடிய வெயில் எல்லாப் பக்கங்களிலும் படர்ந்திருந்தது. அது தாங்க முடியாத உஷ்ணத்தைப் பகிர்ந்தளித்துக் கொண்டிருந்தது. விறாந்தையிலிருந்து அறைக்கும், அறையிலிருந்து விறாந்தைக்கும் அல்லாமல் வேறு எங்கும் செல்ல வழியிருக்கவில்லை.

இரவு பகல் எவ்வித மாற்றமுமில்லாமல் மறக்கவே முடியாமல் அவளது மனதுக்குள் அலையடித்துக் கொண்டிருக்கும் அந்த வாழ்க்கை...

07

அனைத்துப் பிரதேசங்களுக்கும் முன்பு மலையகத்திலிருந்து சூரியன் விடைபெற்றுக் கொள்கிறது. டர்பன்டைன் மரங்களில் மோதி, தேயிலைச் செடிகளின் மீது பயணிக்கும் சூரிய ஒளி மெதுமெதுவாக மலைகளைத் தொட்டுத் தொட்டு மறைந்து போகிறது. அதன் பிறகுதான் அந்தகாரம் கொஞ்சம் கொஞ்சமாக பெருக்கெடுத்துப் பாயத் தொடங்குகிறது. அனைத்து மரஞ்செடி கொடிகளும் குளிர்க்காற்றில் உத்வேகமுற்றது போல தாளத்துக்கேற்ப ரீங்கார இசையோடு ஆடத் தொடங்குகின்றன. அந்த அந்தகாரமும், குளிரும் முகாமைச் சூழ முன்பு சரோத் மன உளைச்சலுக்குள்ளானவன் போல முற்றத்தில் இறங்கினான். சிக்குண்ட நூற்பந்தொன்றின் சிக்கலை விடுவிப்பது அவ்வளவு இலகுவானதல்ல. அதுவும் ஒன்றல்ல, இரண்டு.

மழைநீர் பெருக்கெடுத்து வழிந்ததால் மண் பாதையின் இருமருங்கிலும் வடிகான்கள் தாமாகவே உருவாகியிருந்ததோடு, தேயிலைத் தோட்டத்துக்கு சமாந்தரமாக நடப்பட்டிருந்த டேலியாச் செடிகளின் பூக்கள் மாலை நேர மஞ்சள் வெயிலில் மயங்கியது போல அமைதியாக இருந்தன. குண்டும் குழியுமாக இருந்த மேட்டுப் பாதையில் ஜீப் வண்டி மெதுவாக முன்னால் நகர்ந்தது. சில சமயங்களில் இறங்கித் தள்ள வேண்டியிருக்குமோ என்று தோன்றிய போதிலும், சன்ன அனுபவம் வாய்ந்தவன் என்பதால், எவ்வாறேனும் வாகனத்தை நகர்த்தி விடுவான். அந்தப் பாதைகளைச் செப்பனிட வேண்டும் என்ற தேவை காலையும், மாலையும் கொழுந்து மூட்டைகளைச் சுமந்தே களைத்துப் போன அந்த ஜனங்களுக்கும் இருக்கவில்லை. சன்ன வாகனத்தை சந்தியில் திருப்பப் போராடிக் கொண்டிருந்ததால், 'ஜனங்களுக்கு எப்படியாவது பாடுபட்டு பணம் உழைப்பதுதான் தேவை' என்று சரோத் கூறியதை அவன் உணரவில்லை.

"சார், இந்த முகாமுல இருக்குறவங்களப் பத்தி தோட்டத்துச் சொந்தங்காரங்க தேடிப் பார்க்குறதில்லையா?"

சன்ன கேட்ட கேள்விக்கு, சரோத்திடம் பதிலிருக்கவில்லை. காரணம், அந்தத் தோட்டத்தின் உரிமையாளர், ஒரு பிரபல அமைச்சரின் மகன் என்பதை சன்ன அறியாதிருக்க வாய்ப்பில்லை. ஏனென்றால் கடந்த காலம் முழுவதும் தொலைக்காட்சிகளிலும், பத்திரிகைகளிலும் அந்த மலை மண் சரிவுக்குள்ளானது குறித்துத்தான் பேசப்பட்டுக் கொண்டிருந்தது.

"அந்த அமைச்சர் படு கஞ்சன். மகனும் அவரைப் போலத்தான் இருப்பார்."

அந்த டன்மோர் தோட்டம் அமைச்சர் பெருமாள் ரங்கநாதனின் இளைய மகனுக்குச் சொந்தமாக இருந்தது. ஆயிரக்கணக்கான தொழிலாளர்கள் அந்தத் தேயிலைத் தோட்டங்களில் வேலை செய்த போதிலும், எல்லா இடங்களிலும் சிக்கல்கள் இருப்பது பொதுவான விடயம் என்பதால், குறைந்த பட்சம் மண்சரிவுக்குள்ளான தோட்டத்தைப் பற்றி விசாரிக்க வேண்டுமே என்ற காரணத்தினால்தான் அமைச்சரவையால் இராணுவத்திடம் அந்தப் பணி ஒப்படைக்கப்பட்டிருந்தது. அந்த சமயத்தில் தனியான இடமொன்றைத் தேர்ந்தெடுத்து, ஐம்பது வீடுகளைக் கட்டிக் கொடுக்கும் திட்டமொன்று இருப்பதாகத் தெரிவிக்கப்பட்ட போதிலும், அந்த இடத்துக்கும், அவர்கள் கொழுந்து பறிக்கும் தேயிலைத் தோட்டத்துக்கும் கிட்டத்தட்ட ஐந்து கிலோமீற்றர்கள் நடந்து போக வேண்டியிருந்தது. அதனால் முகாமிலிருந்த ஜனங்கள் தாம் வசித்த மண் சரிவுக்குள்ளான இடத்துக்குப் போகவோ அல்லது முகாமிலேயே தங்கியிருக்கவோதான் விரும்பினார்கள்.

"முகாம் ஒரு நரகம் சார். ஒரு மனுஷனால அங்க இருக்க முடியுமா?"

சன்ன வழி நெடுகவும் புலம்பிக் கொண்டே வந்தான். அது நரகம்தான். லயனில் வாழ்க்கையைக் கழித்து வந்த ஜீவன்கள் கூடாரங்களுக்குள்ளும் ஒன்றாகவே முடங்க வேண்டி நிலைமை காணப்பட்டது. எல்லோரும் ஒன்றோடு ஒன்றாக இணைந்து வாழவே அவர்கள் பழகிப் போயிருந்தார்கள். சில கூடாரங்களுக்குள் இரண்டு, மூன்று குடும்பங்கள் ஒன்றாக வசித்தன. சில குடும்பங்களில், செத்துப் போனது யார் என்பதே நினைவில் தோன்றாத அளவுக்கு நிறைய உறுப்பினர்கள் இருந்தார்கள்.

அடிக்கடி பெய்து கொண்டிருந்த மழையானது, மைதானத்தை சகதிக் குட்டையாக ஆக்கியிருந்தது. அம்மணமாகத் திரிந்த சிறு குழந்தைகள் சகதிக் குட்டையில் விளையாடின.

“கடந்த காலங்கள்ல அவர்களுக்குக் கிடைத்த உதவி, உபகாரங்களுக்கு என்ன ஆச்சு?”

சரோத், லயனுக்குப் பொறுப்பாகவிருந்த கிராம சேவகரிடம் விசாரித்தான்.

“ஒதவிகள்னா நிறையக் கிடைச்சதுங்க, சார். சாப்பாடு, சாமான்கள் வேண்டிய மட்டும் இருந்துச்சுங்க. சில கூடாரங்களுக்குள்ள அரிசி, பருப்பெல்லாம் மூட்டைக் கணக்குல எடுத்து வச்சிருந்தாங்க. பாய், பெட்ஷீட், சட்டிப் பானையெல்லாம் நிறையக் கிடைச்சதுங்க. அவங்க அவ்வளவு சாமான்களை அதுவரைக்கும் கண்டிருக்கக் கூட மாட்டாங்க. ஒரு வீட்டுக்கு ரெண்டு, மூணு காஸ் அடுப்புகள் கிடைச்சதுங்க. எல்லாம் ரெண்டு கிழமைக்குத்தான். பொறகு அந்தச் சாமான்களெல்லாம் கொழுந்து கொண்டு போற ட்ரக்டர்கள்ல சாமிமலை டவுன் கடைகளுக்குப் போகத் தொடங்கிச்சு. ராத்திரிகள்ல கடை முதலாளிகள் பதுங்கி வந்து கொஞ்சக் காசுக்கு எல்லாத்தையும் வாங்கினானுங்க. இங்கிருக்குற ஆம்பளைங்க சாராயமும், பீடியும் குடிக்க பொம்பளைங்களுக்குத் தெரியாம அரிசியைக் கூட வித்தானுங்க. மாசக் கணக்குல வச்சு சாப்பிட முடியுமாயிருந்த பருப்பை வித்தானுங்க. இப்ப மாத்தி உடுக்கக் கூட உடுப்பில்லன்னு புலம்புறானுங்க. பக்கத்துத் தோட்டங்கள்ல இருக்குறவங்க கூட அவங்களால முடியுமான விதத்துல இவங்களைப் பார்த்துக்குறாங்க. பொணங்களைப் புதைக்குறதுக்கும் அவங்கதானே முன்வந்தாங்க. இவங்க, செத்துப் போனவங்களுக்காக ரெண்டு, மூணு கிழமை அழுது பொலம்பினாங்க. அவ்வளவுதான். ஒபகாரமாச் சேர்ந்த சாமானெல்லாம் முடிஞ்ச பிறகுதான் பாதிப்பேர் வேலைக்கே போகத் தொடங்கியிருக்காங்க. இன்னும் கொஞ்சம் பேர் வேலைக்குப் போகாம அங்கங்க குந்திட்டிருக்காங்க. அவங்க வீடுகள்ல இன்னும் அரிசியிருக்கும். கொழும்புலருந்து சார்மாரும், மேடம்களும் கொண்டு வந்து கொடுத்த உடுப்புகளையெல்லாம் புதுசு, பழசுன்னு பார்க்காம ராத்திரிகள்ல முதலாளிமார் வாங்கிட்டுப் போறானுங்க. அதையெல்லாம் கொண்டு போய் அடுத்தடுத்த தோட்டங்கள்ல அவனுங்க நல்ல விலைக்கு விக்குறானுங்க.

இவங்களுக்கு ஒருநாளும் முன்னேறணும்னு தோணுதேயில்ல. வெளிக்குப் போக காட்டுக்குள்ள போயிட்டிருந்தவங்களுக்கு கக்கூஸ் கட்டிக் கொடுத்ததுல ஒரு பிரயோசனமுமில்லன்னு இப்ப ஒங்களுக்குப் புரிஞ்சிருக்குமே சார். கக்கூஸைச் சுத்தி வர வெளியில பேண்டு வச்சிருக்காங்க. இங்க பத்துப் பதினஞ்சு சின்னப் பொம்புளைப் புள்ளைங்க அநாதையா இருக்காளுங்க. அம்மா, அப்பா மண்ணோடு மண்ணாப் போனவங்க. பசங்கன்னா எங்கயும் விழுந்து கிடப்பாங்க. சமூக சேவை நிலையங்களுக்காவது சொல்லி அந்தப் பொட்டைப் புள்ளைங்களுக்கு ஏதாவது வழி செஞ்சு கொடுக்கப் பாருங்க சார்."

கிராம சேவகரின் புலம்பலைத் தொந்தரவாக உணர்ந்த போதிலும், முகாமுக்குள் போன பிறகுதான் அவர் கூறியதுதான் உண்மை என்பது சரோத்துக்குப் புரிந்தது. ஆரம்ப வாரங்களில் சாமான்கள் நிறைந்திருந்த கூடாரங்களுக்குள், கந்தல்கள் மாத்திரமே எஞ்சியிருந்தன.

"அரிசி, பருப்பைச் சமைக்கக் கூட உப்பு, சரக்குன்னு இன்னும் என்னவெல்லாமோ தேவைப்படுதே ஐயா. ஆரம்பத்துல ஒண்ணு, ரெண்டு கிழமையா நெறைய சாப்பாடுகளைக் கொடுத்தாங்கதான்னாலும் அதுக்குப் பொறகு யாருமே எங்களை ஏறெடுத்துக் கூட பார்க்கலய்யா. ஈர வெறகை அடுப்புல வச்சு எரிக்கக் கூட கால் போத்தல் லாம்பெண்ணயாவது வேணும். தேங்காயில்லாததால, வெறும் கோதுமை மாவுக்குத் தண்ணி கலந்து பெசைஞ்சு சின்னப் புள்ளைங்களுக்கு ரொட்டி சுட்டுக் கொடுத்திட்டிருக்குறோமுங்க. அப்படித் தேவையானதுகளை வாங்க சில சாமான்களை சந்திக் கடை முதலாளிக்கு வித்தோம்தான். ஆனா, இவரு சொல்ற மாதிரி அந்தளவு சாமான்கள் எங்களுக்கு இங்க கிடைக்கவேயில்லங்க ஐயா."

கிராம சேவகரின் பேச்சைக் கேட்டு கோபம் மூண்டிருந்த அந்த லயனின் தலைவர் போல காணப்பட்ட ராமசாமி கூறினார். ராமசாமியின் பலத்த குரலைக் கேட்டு ஆங்காங்க குந்தியிருந்தவர்கள் கூட அங்கே சூழத் தொடங்கினார்கள்.

"நான் இந்தத் தோட்டத்துக்கு எழுபத்தேழுல வந்தேனுங்க, ஐயா. சிறிமாவோட ஆட்சியில தலவாக்கலைத் தோட்டத்துல ஒரு பகுதியைப் பிரிச்சு வேறாக்கினப்ப எனக்குப் பதினாறு வயசு. நான்

அம்மா, அப்பாக்குத் தெரியாம பார்வதி தேவியைக் கூட்டிக்கிட்டு இந்தத் தோட்டத்துக்கு வந்தேனுங்க. தோட்டத்துக்கு நான் வந்தப்ப அந்த மண் சரிஞ்ச லயன் காம்பராக்கள் மட்டும்தான் இருந்துச்சுங்க. இந்தத் தோட்டத்துல எங்களுக்குக் கிடைச்சது ஒண்ணுமில்லங்க ஐயா. நாலு காசு சம்பாதிக்க காலையிலிருந்து அந்தி வரைக்கும் இந்தத் தேயிலைச் செடிகளைச் சுத்தி அலைஞ்சதைத்தான் எங்க அம்மாப்பா செஞ்சாங்க. நாங்களும் அதைத்தான் செஞ்சுட்டிருக்கோமுங்க. எங்க புள்ளைங்களுக்கு அதைச் செய்யக் கிடைக்கலங்க. அதுங்க எல்லாமே மண்ணுக்குள்ள போயிடுச்சு. ஐயோ... இந்த மலைதானே நாள் முழுக்க நாங்க படுற பாட்டையெல்லாம் பார்த்துட்டிருந்துச்சு. அப்படிப் பார்த்தும் கூடத்தான் இது எங்களுக்கு இப்படியொரு அநியாயத்தைச் செஞ்சது."

ராமசாமி தலையில் கையாலடித்து கத்தியழுதார். அவரது மொத்தக் குடும்பமும் மண்ணுக்குள் அகப்பட்டு, அவர்கள் உடுத்திருந்த ஆடையின் ஒரு துண்டுத் துணியைக் கூட அவருக்குப் பார்க்கக் கிடைக்கவில்லை. ராமசாமியின் குடும்பம்தான் அந்த லயனின் ஒரு ஓரமாக, மலையடிவாரத்தோடு ஒட்டியிருந்தது. முகாமிலிருந்தவர்களில் சிலரைச் சந்தித்து விசாரித்த போது இதே விடயத்தைத்தான் அவர்களும் சொன்னார்கள். சிலர் எதுவுமே பேசவில்லை. பார்த்த இடத்தையே வெறித்துப் பார்த்துக் கொண்டிருந்தார்கள்.

"கூடிய சீக்கிரமா வீட்டு வேலைத்திட்டத்த முடிச்சுக் கொடுத்துடுறேன். அப்ப இந்தப் பிரச்சினைகள்ல பாதியாவது தீர்ந்துடும். அதுவரைக்கும் யாரும் தூரம்னு சொல்லிட்டு வேலைக்குப் போகாம இருந்துடாதீங்க."

கடைசியில் இவ்வாறுதான் தீர்மானமானது. இந்த முகாமை விரைவில் அகற்றப் போவதாக அதிபருக்குக் கொடுத்திருக்கும் வாக்குறுதியையும் சரோத் முகாமிலிருந்தவர்களுக்கு நினைவூட்டினான்.

அப்போது சரோத்தின் களையான முகத்தையே ராஜேஸ்வரி பார்த்துக் கொண்டிருந்தாள். அறுபது வருடங்களாக கவலைகளை மாத்திரமே அனுபவித்து வந்த வாழ்க்கையை விடவும், நரகம் போலிருக்கும் இந்த முகாமுக்குள் ஆறு மாத காலமாக கழித்துக்

கொண்டிருக்கும் ஜீவிதம் நீளமானது என்று அவளுக்குத் தோன்றியது. லயன் அறை ஒன்றும் சொர்க்க பூமியில்லை என்றாலும் அது தனக்குச் சொந்தமான இடம் என்ற எண்ணமே அவளுக்கு ஒரு தைரியத்தைத் தந்து கொண்டிருந்தது. இந்த முகாம் கூடாரத்துக்குள், அநாதரவான ஒரு பெண் பிள்ளையோடு வாழ்க்கையைக் கழிக்கும்போது ஒருபோதும் அது தன்னுடைய இடம் என்று அவளுக்குத் தோன்றவேயில்லை. முடிவேயில்லாத பிரச்சினைகளுக்குத் தீர்வைத் தராத வண்ணமே விடிந்தும், இரவாகிக் கொண்டுமிருந்தது. அச்சமயத்தில் கூடாரங்களிலிருந்த பையன்கள் பலரும் காணாமல் போயிருந்தார்கள். எங்கே போனார்கள், அவர்களுக்கு என்னவாயிற்று என்று எவருக்குமே தெரியவில்லை. ராஜேஸ்வரிக்கு, தீபாவைக் குறித்த அச்சமே மேலோங்கியிருந்தது. யாருமற்று அநாதரவாகியுள்ள அந்தப் பெண்பிள்ளைக்கு பாதுகாப்பையும், நல்ல எதிர்காலத்தையும் ஏற்படுத்திக் கொடுக்க வேண்டும் என்று அவள் உறுதிபூண்டது அதனால்தான்.

“ஐயா...”

ராஜேஸ்வரி சரோத்தின் முன்னால், நேர்த்தியாக நின்று கொண்டாள். மலைத்தொடரை ஊடறுத்து வீசிக் கொண்டிருந்த குளிர் தென்றல் அவளது ஒழுங்காக சீவப்படாத வெண்ணிறத் தலைமயிரை மேலும் குழப்பிக் கொண்டிருந்தது. ராஜேஸ்வரியின் வலது கையை இறுக்கமாகப் பற்றிப் பிடித்தவாறு தீபா நின்று கொண்டிருந்தாள். சரோத் ராஜேஸ்வரியினதும், தீபாவினதும் முகங்களை மாறி மாறிப் பார்த்தான். உடலை விடவும் பெரிதான கவுணொன்றை அணிந்திருந்த போதிலும், அவள் ஒரு சிறுமி என்பதை அவளது முகத்தைப் பார்த்துத்தான் உணர்ந்தான் அவன். ராஜேஸ்வரி அவனது கம்பீரமான, களையான முகத்தை மீண்டும் ஏறிட்டுப் பார்த்தாள்.

“ஐயா, இந்தப் புள்ள என்னோட புள்ளையில்லங்க. நானொரு தனிக்கட்டை. இந்தப் புள்ளையோட அம்மாப்பா, தம்பி, தங்கச்சி எல்லாருமே மண்ணுக்குள்ள அகப்பட்டாங்க ஐயா. இப்ப எங்களுக்கு இங்க யாருமில்ல. இந்த முகாமுலயும் நாங்க தனிச்சுப் போயிருக்கோமுங்க. இந்தப் புள்ளையைக் கைவிட என்னால முடியாதுங்கையா. இந்தப் புள்ளைய இங்க தனியா வுட்டுட்டு என்னால ஒரு வேலைக்கும் போக முடியாமக் கிடக்குதுங்க. இது

67 | சாமிமலை

லயன் காம்பராவப் போல இல்லங்க ஐயா. யார்னே தெரியாதவங்க எல்லாம் இந்தப் பக்கமா பகல்லயும் இங்க நடமாடிட்டிருக்காங்க. எதுக்கு வர்றானுங்கன்னு யாருக்குத் தெரியும்? என்ன கஷ்ட காலமோ தெரியல இது."

ராஜேஸ்வரி கன்னத்தில் கையை வைத்தவாறு தொடர்ந்தும் கூறிக் கொண்டிருந்தாள். அந்தத் துயரத்தைத் தாங்க இயலாமல் தீபா அடிக்கடி அவளது தோளைப் பிடித்து அழுத்தினாள். கண்ணீர்த் துளிகள் சிறைப்பட்டிருந்த தீபாவின் கண்களையே சரோத் பார்த்துக் கொண்டிருந்தான். அந்தக் கண்ணீர்த் துளிகள் கட்டுடைந்து கீழே சிதறும்போது அவனும் கீழே பார்த்தான். அந்தக் கண்ணீர்த் துளிகளின் குளிரைப் போலவே அதிலிருந்த வெப்பத்தையும் உணரத் தொடங்கினான் அவன். மறுபுறத்தில் வஜ்ரா நின்று எங்கோ பார்த்துக் கொண்டிருந்தாள். அவளது விழிகள் ஒரு கண்ணீர்த் துளி கூட இல்லாமல் வரண்டு போயிருந்தன. அவனால் தாங்கிக் கொள்ளவே முடியாத அளவுக்கு ஈரமே இல்லாத விழிகள் அவை.

தீபா சரோத்தின் முகத்தை எக்கணத்திலும் ஏறிட்டுக் கூடப் பார்க்கவில்லை. மரத்தில் படர்ந்திருந்த காய்ந்த கொடியொன்றைப் போல அவள் ராஜேஸ்வரியின் கையைப் பற்றியவாறு நின்று கொண்டிருந்தாள். வரண்டு போன கண்ணீரானது அவளது இரண்டு கன்னங்களிலும் வழிந்து சென்று காய்ந்த தடங்களைப் பதித்திருந்தன. அவன் அவளது பெயர் என்னவென்று கேட்டதும் அவள் தலையை உயர்த்தியதால்தான் அவன் அதனைக் கண்டான்.

"தீபா..."

சரோத் மீண்டும் மீண்டும் அந்தப் பெயரைத் தனக்குள் முணுமுணுத்தான். ராஜேஸ்வரி வாயில் அதக்கிக் கொண்டிருந்த வெற்றிலைச் சக்கையைக் குதப்பியவாறு மறுபுறம் திரும்பி எச்சிலைத் துப்பி விட்டு சேலைத் தலைப்பால் முகத்தைத் துடைத்துக் கொண்டாள். கோயிலில் இருந்த எழுந்த மந்திரங்களுக்குத் தாளம் தட்டுவது போல தீபாவின் செம்பட்டைக் கூந்தல் சுருள்கள் காற்றுக்கு அங்குமிங்கும் அசைந்தன. மாலை நேரமென்பதால் ஒரு நாயைக் கூட அந்த எல்லைக்குள் காண முடியவில்லை. தோட்டத்தின் சரி பாதி மலைக்குள் அகப்பட்டிருந்ததால் கொழுந்து பறிக்கும் வேலையும் அவ்வளவாக இருக்கவில்லை.

அதனால் அங்கிருந்த பலரும் சாமிமலை நகரத்துக்கும், நுவரெலிய காய்கறித் தோட்டங்களுக்கும் கூலி வேலைகளுக்குப் போகத் தொடங்கியிருந்தார்கள். ஆயிரமாயிரம் மனிதர்கள் நடமாடிய காட்மோர் மலை ஒரு வினாடியில் மண்மேடாகியிருந்தது. இன்று மனசாட்சியே இல்லாமல் அந்த மண் மேடானது மனித ஜீவிதங்களின் மீது படர்ந்து கிடக்கிறது.

“இந்தப் புள்ளையோட அம்மா, அப்பா, தம்பி, தங்கச்சி எல்லாரும் மண்ணுக்குள்ள அகப்பட்டுட்டாங்க ஐயா. மலை சரிஞ்ச நாள்லருந்து தோட்டத்துல எங்கேயும் வேலையும் கிடைக்கலங்க. நெறையப் பேரு கூலி வேலைகளுக்குப் போயிட்டிருக்காங்க. என்னால இந்தப் புள்ளையைக் கை வுட முடியாதைய்யா. இந்தப் புள்ளையைத் தனியா இந்தக் கூடாரத்துக்குள்ள விட்டுட்டு நான் எப்படி கூலி வேலைக்குப் போறதுங்க? இந்த சாமிமலைல எங்களுக்குன்னு எதுவுமேயில்லங்க ஐயா. எல்லாமே மண்ணுக்குள்ள போயாச்சுங்க. எங்க ரெண்டு பேருக்கும் இந்த நரகத்துலருந்து தப்பிச்சுப் போய் இருக்க ஒரு இடத்தைத் தேடித் தாங்க ஐயா.”

ராஜேஸ்வரியின் புலம்பல் பிள்ளையார் கோயிலின் மணியோசையை விடவும் சத்தமாக மலைத் தொடர்களைச் சூழ முட்டி மோதி எதிரொலித்துக் கொண்டேயிருந்தது. சில வார்த்தைகள் அவளது தொண்டைக்குழிக்குள் அடைபட்டு மூச்சு மாத்திரமே வெளியே வந்தன. அந்த ஈர மண்ணுக்கே பதப்பட்ட பெண் என்பதால் எந்தக் கவலையையும், சந்தோஷத்தையும் தாங்கிக் கொள்ளும் தைரியம் அவளுக்கு இருந்ததாலோ என்னவோ அவளது விழிகளில் ஒரு துளிக் கண்ணீராவது சுரக்காமலிருந்தது. இருள் சூழ்ந்த அந்தகார வானில் ஒரு நட்சத்திரத்தைக் கூட மிதக்க விடாத அளவுக்கு முழுவதுமாகப் பரந்திருந்தன மழை மேகங்கள். எந்த நேரத்திலும் பூமிக்கு உடைந்து விழக் கூடிய பனிக்குடத்தைத் தாங்கியிருந்த கருத்தரித்த மேகங்கள் மிதந்து மிதந்து எங்கும் சென்றிடாமல் ஓரிடத்திலேயே தரித்திருந்தது பிரசவ வேதனையாலாக இருக்கலாம்.

இவ்வாறுதான் ஏழு மாதக் கருவை வயிற்றில் சுமந்தவாறு மிகச் சிரமப்பட்டு நடமாடிக் கொண்டிருந்தாள் வஜ்ரா. அவளது முகம் பூரித்து இமைகளும் வீங்கிப் போயிருந்தன. நோயாளியைப் போல கால்களிரண்டும் சகிக்கவே முடியாத அளவுக்கு வீங்கியிருந்தன. தலைமகளைப் பிரசவிக்கக் காத்திருந்த போது கூட இந்தளவு

மாற்றங்கள் அவளது உடலில் ஏற்படவில்லை. பிறக்கப் போவது மகனாக இருக்கக் கூடும் என்று ஒரு நாள் சரோத் ஒரு அனுமானத்தில் கூறினான். வயிற்றிலிருப்பது ஆண் குழந்தையாக இருந்தால்தான் ஒரு பெண் கர்ப்ப காலத்தில் அதிகம் சிரமப்படுவாள் என்று அவன் எப்போதோ கேள்விப்பட்டிருந்தான்.

"பொண்ணாப் பொறந்தாத்தான் நல்லது. ரெண்டு பொண்ணுங்களும் எப்பவும் எல்லாத்தையும் பொறுமையா சகிச்சுக்கிட்டு வாழ்ந்துடுவாங்க."

"எல்லாத்தையும் பொறுமையா சகிச்சுட்டு வாழ்ந்தது அந்தக் காலத்துப் பொம்பளைங்க. நம்ம குழந்தைங்க வளர்றப்ப இதெல்லாம் தலைகீழா மாறியிருக்கும்."

"உலகமே தலைகீழா புரண்டாலும் பொம்பளைங்களோட வாழ்க்கை ஒருபோதும் மாறாது சரோத். அம்மம்மா, பல தடவை தாத்தாக்கிட்ட அடி வாங்குறதை நானே நேரடியாக் கண்டிருக்கேன். என்னோட அம்மாவை, அப்பா அடிக்கிறதை நான் ஒரு தடவை கூடக் கண்டதில்லன்னாலும், அப்பா குடிச்சிருக்குற சமயங்கள்ல அவர் அம்மாவைத் திட்டுறதையெல்லாம் காது கொடுத்துக் கேட்கவே முடியாம இருக்கும். ஒண்ணு, ரெண்டு அடிச்சாக் கூட இவ்வளவு வலியிருக்காதுன்னு அம்மாவே சில சமயங்கள்ல சொல்லுவா. என்ன தப்புக்கு அப்பா, அம்மாவைத் திட்டிட்டிருந்தார்னு எனக்கு இன்னிக்கும் புரியவேயில்லை. என்னோட வாழ்க்கையைப் பற்றி தனியாச் சொல்லணுமா என்ன? நம்ம பொண்ணுங்களும் இதே விஷயங்களுக்குத்தான் முகங்கொடுப்பாங்க. சில வேளை நம்ம கண் முன்னாடியே..."

வாழ்க்கையில் தன்னால் தாங்க முடியாத துயரங்களையெல்லாம் தான் அனுபவித்துக் கொண்டிருப்பதாக வஜ்ரா சொல்லாமல் சொன்னாள்.

சரோத் அமைதியாக, கருத்தரித்த இருண்ட மேகங்களிடையே நட்சத்திரங்களைத் தேடினான். ராஜேஸ்வரி ஒரு மூலையில் குவிக்கப்பட்டிருந்த சரளைக் கற்களின் மீது குந்தியமர்ந்திருந்தாள். சன்ன வாகனத்திலிருந்து கொண்டு வெளியே நடப்பதைப் பார்த்துக் கொண்டிருந்தான். பலரதும் உயிர்களைப் பலியெடுத்த மலையின் மீது தீபாவின் பார்வை நிலைத்திருந்தது.

"என்னோட பொஞ்சாதி கர்ப்பமா இருக்கா. அவளோட உதவிக்கு இந்தப் பிள்ளையைக் கூட்டிட்டுப் போக நான் விரும்புறேன்."

சரோத் இரண்டு தடவைகள் யோசிக்கவில்லை. சன்னதான் அதிர்ந்து போனான். தீபா எதையோ கூற முற்பட்டாள். ராஜேஸ்வரி உடனடியாக எழுந்து கொள்ள முற்பட்ட போது, தீபாதான் அவள் விழாமல் கைத்தாங்கலாகத் தாங்கிப் பிடித்துக் கொண்டாள்.

"புள்ளையைத் தனியா அனுப்ப முடியாதுங்க ஐயா. நானும் வாறேன். எனக்கும் எங்கேயாவது ஒரு வேலையைத் தேடிக் கொடுங்க. பொறந்த நாள்ல இருந்து எங்களுக்கு இந்தத் தேயிலை வாசம் மட்டும்தான் தெரியும். தீபாவளிக்கு ஏதாச்சும் வாங்கத்தான் ஹட்டன் டவுனுக்கே போயிருக்கோம். இந்தத் தேயிலைத் தோட்டத்துக்குன்னே எல்லாம் அழிஞ்சு போன பிறகு, இனியாவது நாங்க தெருவுல இறங்கித்தான் ஆகணுமுங்க. இனிமே எங்கக்கிட்ட இழக்குறதுக்கு எதுவுமேயில்லங்க ஐயா."

சன்ன, சரோத்தின் முகத்தையே வெறித்துப் பார்த்துக் கொண்டிருந்தான். அந்தப் பெண்களிருவரையும் கொழும்புக்குக் கூட்டிக் கொண்டு போனால் நடக்கக் கூடிய விபரீதங்களை அவன் உணர்ந்திருந்தான்.

"பொம்பளைங்க போற இடங்களெல்லாமே நாசம்தான். வேலில போற ஓணானை எடுத்துப் போட்டுக்கப் பார்க்குறீங்க சார்."

சன்ன முணுமுணுத்த போதிலும், சரோத் அவனைத் திரும்பிப் பார்க்கவேயில்லை. அவன், வாகனத்தின் ஹோர்ன் அடித்து சரோத்தின் கவனத்தைத் திசை திருப்ப முற்பட்ட வேளையில், "நாளைக்கு காலைல அஞ்சு மணிக்கு ரெண்டு, மூணு உடுப்புகளையும் எடுத்துக்கிட்டு தயாரா இதே இடத்துல நில்லுங்க" என்று சரோத் வாக்குறுதி அளித்திருந்தான்.

சன்ன கோபத்தோடு ரேகை விழுந்திருந்த தனது நெற்றியைத் தடவிக் கொடுத்தான்.

08

குளிர் காற்றுக்கு கூடாரத்தின் மெழுகுத்துணி சர சர ஓசையோடு ஒரு தொட்டிலைப் போல அங்குமிங்குமாக அசைந்து கொண்டிருந்தது. தூறல் மழை போல வெளியே பனி பொழிந்து கொண்டிருந்தது. நாட்புறங்களிலிருந்தும் கசிந்து கொண்டிருந்தது இருள். தரையிலும் மெழுகுத்துணியை விரித்திருந்த போதிலும் மெல்லிய குளிரானது கூடாரம் முழுவதும் பரந்திருந்தது. தீபாவும், ராஜேஸ்வரியும் மெழுகுத்துணியாலான கூரையை கண்கொட்டாமல் பார்த்தவாறு படுத்திருந்தார்கள். ஒரு பேச்சரவம் கூட இல்லாமல் அந்த இரவு முழுவதும் பெருமூச்சு விடும் ஓசைகளே கேட்டுக் கொண்டிருந்தன.

தீபா தான் போர்த்தியிருந்த துணியை அகற்றி விட்டு எழுந்தமர்ந்து ராஜேஸ்வரியின் முகத்தையே பார்த்துக் கொண்டிருந்தாள். அப்போதும் இருள் பிரியாமலே இருந்ததனால், அவளது முகம் தெளிவாகத் தென்படவில்லை. ஈயத்தைக் காய்ச்சி ஊற்றுவதைப் போல மலையிருந்த திசைகளிலிருந்து வந்து காதுகளை அடைத்துக் கொண்டன வெட்டுக்கிளிகளின் ரீங்காரம். ராஜேஸ்வரியும் எழுந்தமர்ந்து தனது நடுங்கும் விரல்களால் அவிழ்ந்திருந்த கூந்தலைச் சுருட்டி முடிச்சிட்டு கொண்டை கட்டினாள். சமூக சேவகர்கள் கொடுத்து விட்டுப் போயிருந்த சிறிய மின்சூளானது தலைக்கு வைத்துப் படுத்திருந்த துணி மூட்டையின் அடியிலிருந்து கொண்டு சிறிய வெளிச்சத்தைக் கக்கிய போதிலும், அந்தக் காரிருளை அகற்ற அந்த வெளிச்சம் போதுமானதாக இருக்கவில்லை.

“தீபா...”

ராஜேஸ்வரி மெதுவாக அழைத்தாள்.

தீபா மின்சூளைப் பார்த்துக் கொண்டிருந்தாள். அந்த வெளிச்சத்தைச் சூழவும் பனி சூழ்ந்து கொண்டிருந்தது.

“உனக்குப் பயமாக இல்லையா தீபா?”

மெழுகுத் துணியிலிருந்து வரும் சர சர ஓசை மீண்டும் கேட்டது. இன்னும் ஓரிரு மணித்தியாலங்களில் பனிப்படலங்களை நொறுக்கியவாறு அனைத்து இடங்களுக்கும் விடியல் வந்து விடும் என்ற எண்ணம் வந்ததுமே தீபா அமர்ந்திருந்த இடத்திலிருந்து தானாக எழுந்து விட்டிருந்தாள். அங்கிருந்த ஒரு கூடாரத்தினுள்ளும் வெளிச்சமிருக்கவில்லை. பகல் முழுவதும் தேயிலைத் தோட்டங்களில் பாடுபடும் மக்கள் இருள் சூழ்ந்ததுமே படுத்து நன்றாக உறங்கிப் போய் விடுவதில் வியக்க ஏதுமில்லை. தீபாவுக்கு அப்பாவின் நினைவு வந்தது. காய்ந்த சருகு போல மெலிந்திருந்த அவரது உடல் அவளுக்கு முன்பாக நின்று கொண்டிருப்பது போல அவளுக்குத் தோன்றியது. வெற்றிலையைச் சவைத்துச் சவைத்தே சுண்ணாம்புக்கும், புகையிலைக்கும் வெடித்திருந்த அவரது உதடுகளிரண்டும் நடுங்கிக் கொண்டிருந்தன. கைகளில் புடைத்திருந்த நரம்புகள் அவர் சுவாசிக்கும்போதெல்லாம் மேலும் கீழுமாக அசைந்து கொண்டிருந்தன.

ராஜேஸ்வரி தான் பாதுகாப்பாக வைத்திருந்த துணிப்பைக்குள் எதையெதையோ திணித்துக் கொண்டிருப்பதை தீபா பார்த்துக் கொண்டிருந்தாள். ஓரோர் வடிவத்தில் வெட்டப்பட்ட துணித் துண்டுகளைக் கொண்டு அந்தப் பை தைக்கப்பட்டிருந்தது. அந்த முக்கோண வடிவான துணித் துண்டுகளின் நடுவே மலைத்தொடரைப் போல பசிய நிற மரங்கள் காணப்பட்டன. கொழும்பிலிருந்து வந்த சமூக சேவகர்கள் அந்தப் பைகளை இலவசமாகப் பகிர்ந்து கொடுத்திருந்தார்கள். அனைவரும் முட்டி மோதியவாறு அவற்றைப் பெற்றுக் கொண்டிருந்த வேளையில், தீபாவையும் வரிசையில் போய் நிற்குமாறு ராஜேஸ்வரி அனுப்பி வைத்தாள். சில பெண்கள் இரண்டு, மூன்று பைகளைப் பெற்றுக் கொண்ட போது, தீபா அசையாமல் வரிசையில் கடைசியாக நின்று கொண்டிருந்தாள். ராஜேஸ்வரி அதற்குள் முட்டி மோதி ஒரு பையைப் பெற்றிருந்தாள். 'வா.. போலாம்... நீ எடுக்கப் போறதுக்குள்ள பைகள் முடிஞ்சிட்டுதாம்' என்றாள்.

ராஜேஸ்வரி தீபாவின் கையைப் பிடித்துக் கொண்டு வெளியே வந்தாள். அந்தக் கூடாரத்துக்குள் தரையில் படுக்க விரித்த கந்தல் துணிகள் மாத்திரமே எஞ்சியிருந்தன. சீதா அம்மன் கோயில் மணியோசை அடிப்பதற்கு முன்பே டன்மோர் தோட்டத்தின் எல்லையைக் கடந்து விட வேண்டும் என்று ராஜேஸ்வரி தீர்மானித்திருந்தாள்.

“விடியுறதுக்கு முன்னாடி போயிடணும் தீபா... நாங்க ரெண்டு பேருமே வேற வழியில்லாமத்தான் இந்தப் பயணத்தைப் போயிட்டிருக்கோம். இந்தக் கூடாரத்துக்குள்ள இருந்துக்கிட்டு என்னதான் செய்றது?”

தீபா ராஜேஸ்வரியின் வரண்ட கையை இறுக்கமாகப் பற்றிக் கொண்டாள். ராஜேஸ்வரி அந்தக் கையின் சூட்டை உணர்ந்தாள்.

பூமிக்கு ஒழுகிக் கொண்டிருந்த இருட்டினூடே மலையில் ஏறிய ராஜேஸ்வரி அதிலிருந்து இறங்கும் முன்பாக மீண்டும் திரும்பிப் பார்த்தாள். அப்போதும் காட்மோர் மலை அமைதியாகத்தான் இருந்தது. அந்த இருளில் மங்கிய எண்ணெய் வர்ண ஓவியம் போல மைதானத்தின் ஒரு ஓரமாக இருந்த கூடாரங்கள் தென்பட்டன. மழை நீருக்கு சரளைக் கற்கள் தோன்றியிருந்த பாதையின் இரு புறமும் அசைந்தவாறு வந்த ஜீப் வண்டி ராஜேஸ்வரியைக் கடந்து சென்று நின்றது. தீபா மீண்டும் ராஜேஸ்வரியை கையை இறுக்கமாகப் பற்றிக் கொண்டாள். ஜீப்பின் கதவு திறந்து கொண்டதும் அதில் முதலில் ராஜேஸ்வரி ஏறினாள். தீபா அந்த மலையைத் திரும்பிப் பார்க்க முன்பே கதவு மூடப்பட்ட போதிலும், மலையிலிருந்து வீசிய தென்றல், விட்டுப் போகாதே என்று கூறுவது போல அவளது உடலை முத்தமிட்டுச் சென்றது.

விதியில் எழுதப்பட்ட பயணத்தை எவராலும் தடுக்க முடியாது என்பதை அந்தத் தென்றல் அறியாதிருக்கக் கூடும்.

***

மரம் செடிகொடிகளின் நிழல்கள் கூட தென்படாத போதிலும், பார்க்கும் திசைகளிலெல்லாம் அடுக்கு மாடிக் கட்டடங்களே பரவலாகக் காணப்பட்டன. இருளுக்கு உரிமை கோரிய ஆகாயத்தில் ஆங்காங்கே மின்னிக் கொண்டிருந்த நட்சத்திரங்கள் கீழே வந்தது போல நாலாவிதமான மின்விளக்குகள் எங்கும் தென்பட்டன. அபுசாலி மாளிகையின் நான்காவது மாடிக்கு ஒதுக்கப்பட்டிருந்த மொட்டை மாடியின் அனைத்து இடங்களிலும் அந்த மின்விளக்குகளின் வெளிச்சமானது மெலிதாக ஓரொரு வடிவங்களைத் தந்து கொண்டிருந்தன. பகல் முழுவதும் கடும் வெப்பமாக இருந்த போதிலும், இரவில் வெப்பம் சற்று குறைந்திருந்தது. என்றாலும் உஷ்ணக் காற்று எல்லாக் கட்டடங்களையும் கடந்து வீசிக் கொண்டிருந்தது. அந்தக் காற்று

காட்மோர் மலையை முத்தமிட்டு, தேயிலைக் கொழுந்துகளிடையே விளையாடி, சாமிமலை லயன் வரிசையில் பரவிய காற்றை விடவும் மிகவும் வித்தியாசமானது. இந்தக் காற்றின் அருகில் கூட வைக்க முடியாத அளவுக்கு சாமிமலையின் காற்றுதான் தீபாவின் மனதில் பதிந்து போயிருந்தது.

உறக்கமேயில்லாத தார் வீதிகளில் நள்ளிரவிலும் வரிசையாகத் தொடர்ந்து கொண்டிருந்த வாகனங்களின் ஓசை இப்போது அவளுக்குப் பழகிப் போயிருந்தது. இருந்தாலும் அந்த ஓசையைக் கேட்கவோ, உஷ்ணக் காற்றை அனுபவிக்கவோ தனக்கு எப்போதாவதுதானே அனுமதி கிடைக்கிறது என்று தீபாவுக்கு எப்போதும் போல தோன்றியது. அபுசாலி மாளிகையின் நான்காவது மாடி கடந்த பல மாதங்களாக சிறை போலத் தோன்றிய போதிலும், ரியாத் நகரத்தின் பல இடங்களும் தென்படும் இந்த மொட்டை மாடி நள்ளிரவில் ஒரு சொர்க்கபுரி போலத்தான் அவளுக்குத் தெரிந்தது. ஃபராஸ் அடிக்கடி உறக்கத்திலிருந்து விழித்துக் கொள்வதால், இப்போதெல்லாம் நள்ளிரவு வரை விழித்திருப்பது என்பது தீபாவுக்கு புதியதொரு விடயமாக இருக்கவில்லை. இருந்தாலும், அபுசாலி மாளிகைக்கு வந்த புதிதில் அந்தி நேரத்தில, வண்ண வண்ண சரவிளக்குகளை எரியச் செய்யும்போதே அவளுக்கு சாமிமலையில் போல உறக்கம் வரத் தொடங்கும்.

மொத்த மலையகத்தையும் இருளுக்குள் தள்ளியபடி மலையிலிருந்து சூரியன் மறையத் தொடங்கும். எல்லோரும் மாலை ஐந்து மணியாகும்போதே குளிரில் நடுங்கியவாறு லயனுக்குப் போய் ரொட்டியைச் சுட்டுத் தின்று விட்டு சீக்கிரம் பாயில் முடங்கி விட வேண்டுமென்ற எதிர்பார்ப்போடுதான் வீடு திரும்புவார்கள். நாள் முழுவதும் மலைகளில் ஏறியிறங்கி மெலிந்து போன உடல்கள் வேதனை தரும்போது லயன் வரிசையிலிருந்த அனைத்துக் காம்பறாக்களிலிருந்தும் முனகல் ஓசைகளே கேட்கும். எப்போதாவதுதான் ஒரு வீட்டில் நள்ளிரவு வரை குப்பி விளக்கொன்றாவது எரியும்.

மண்ணெண்ணெய்யை சேமிப்பதற்காக நேர காலத்தோடு பாடசாலை வீட்டு வேலைகளைச் செய்து முடிக்க வேண்டும் என்று மாதவனுக்கு தீபாதான் சொல்லிக் கொடுத்திருந்தாள். தேயிலைத் தொழிற்சாலையில் ஏழு மணி சங்கூதும்போதே பாய்களில் முடங்கி விடும் மாதவனுக்கும், ராஜினிக்கும் நடுவே

சுருண்டு கொள்ள தீபாவுக்குத் தேவைப்படாத போதிலும் அந்தக் குளிர்ந்த, இருண்ட இரவில் செய்வதற்கு எதுவும் இல்லாததால், அவளும் படுத்துக் கொண்டு உறக்கம் வரும்வரைக்கும் தகரத்தின் ஓட்டைகள் வழியே தரையில் விழும் மெல்லிய வெளிச்சத்தைப் பார்த்திருக்கப் பழகியிருந்தாள். சில தினங்கள் ராஜினியும் அவளுடன் சேர்ந்து விழித்திருப்பாள். தீபாவை நெருங்கி அவளது காதுகளில் இரகசியமாகப் பாடல் பாடுவதில் ராஜினி திறமையானவள். யாருக்கும் கேட்காமல் தீபாவும் அவளுடன் சேர்ந்து கொண்டு அந்தப் பாடல்களைப் பாடத் தொடங்குவாள்.

வண்ண வண்ண மின்விளக்கு வெளிச்சங்களிடையே நள்ளிரவுகளில் அந்த மாடியின் மாடத்துக்கு நட்சத்திரங்களும் விழுந்து கொண்டிருந்தன.

"தீபா..."

ஃபராஸிடமிருந்து மெல்லிய முனகல் ஒலி கேட்டது.

மாடத்தையும், அறையையும் வேறுபடுத்திய கபில நிற திரைச்சீலையை தீபா ஒதுக்கியதும் வெளியேயிருந்து உள்ளே நுழைந்த மின்விளக்கின் வெளிச்சம் ஃபராஸின் முகத்தில் விழுந்தது. அவள் ஃபராஸின் கட்டிலருகே பதற்றத்தோடு முழந்தாளிட்டாள். முன்பு போல அல்ல. இப்போதெல்லாம் அவனது முகத்தில் அவளைக் காணும்போது புன்னகை தோன்றுகிறது.

"என்ன வேணும் பேபி?"

அவன் ஒரு வார்த்தை கூட பேசாமல் அவளின் பிரகாசமான விழிகளிரண்டையும் பார்த்துக் கொண்டேயிருந்தான். அவள் எழுந்து சென்று மாடத்தையும், அறையையும் பிரிக்கும் பெரிய கதவை மூடி விட்டு வந்து அவனது தேகம் முழுவதையும் போர்வையால் போர்த்தி விட்டாள். அறைக்குள்ளிருந்த மெல்லிய இரவு விளக்கின் வெளிச்சத்தில் அவளது கதைகளைப் பேசும் விழிகளின் ஓரத்தில் எப்போதும் கண்ணீர்த் துளிகள் திரண்டிருப்பதை அவன் அவதானித்துக் கொண்டுதானிருந்தான்.

கால்களிலிருந்து இடையிடையே வரும் வலியானது முழு தேகத்தையும் ஆக்கிரமித்த போதிலும், தீபாவின் ஒரே ஒரு பார்வையில் அந்த அனைத்து வலிகளும் மறந்து போவதாக அவனுக்குத் தோன்றியது. கடந்த ஆறு மாத காலங்களாக

அவனுடன் ஒரே அறையில் வசித்து வரும் அந்த இளம்பெண் தன்னுடன் பத்து வார்த்தைகளுக்கு மேல் கதைத்திருக்க மாட்டாள் என்று அவனுக்குத் தோன்றியது. ஆனாலும் கடந்து போன அனைத்து நாட்களிலும் விடிந்தது முதல் இரவாகும்வரை தனது உயிரைக் காக்க அவள் போராடிக் கொண்டிருப்பதுதான் அவனுக்கு வியப்பளித்தது.

வெண்பளிங்கு ஜாடியொன்றில் சீராக இட்டு அலங்கரிக்கப்பட்டிருந்த பியோனி மலர்களின் சுகந்தம், மெல்லிய தென்றலோடு கலந்து அறை முழுவதையும் பூஞ்சோலையாக மாற்றியிருந்தது. அவ்வப்போது அந்தப் பூவிதழ்களின் மீது அவள் தனது விரல்களால் மிகக் கவனமாக நீரள்ளித் தெளித்துக் கொண்டிருந்தாள்.

‘ஸ்ப்ரே ஒண்ணு வச்சுக்கலாமே’ என்று ஒரு நாள் அவன் இரண்டு விரல்களை நீட்டி மடக்கி அவளிடம் கூறியதும் அவள் விழிகளை விரித்துப் பார்த்தாள். மறுநாளிலிருந்து பியோனி மலர்களுக்கு ராக்கி வந்து ஸ்ப்ரே மூலம் தண்ணீர் தெளித்து வந்தாள். இரண்டு தினங்களுக்கு ஒரு தடவை மாற்றப்படும் இளஞ்சிவப்பு மற்றும் கடும் சிவப்பு நிற பியோனி மலர்களடங்கிய ஜாடிகள் அந்த அறையை அலங்கரித்த போதிலும், வேறொருத்தியின் கரங்களே அவற்றுக்கு நீர் தெளித்து வந்தன.

அவன் எவ்வித உணர்வுகளுமற்று தீபாவின் விழிகளையே பார்த்துக் கொண்டிருந்தான். அந்தப் பார்வையில் என்ன எழுதப்பட்டிருக்கிறது என்பதை அவளால் ஒருபோதும் யோசித்துப் பார்க்கக் கூட முடியவில்லை. தனது வாழ்க்கையை எரித்துச் சாம்பலாக்கியது இது போன்ற ஒரு பார்வைதான் என்ற எண்ணம் மாத்திரம் அவளுக்குள்ளிருந்து தொடர்ச்சியாகவும், சத்தமாகவும் எச்சரித்துக் கொண்டிருந்தது. அந்த எச்சரிக்கைக் குரலுக்குக் கட்டுப்பட்டு அவள் அவனது பார்வையிலிருந்தும் மீண்டாள். அந்த அறை முழுவதும் அவன் சுவாசிக்கும் ஓசைதான் கேட்டுக் கொண்டிருந்தது.

“எனக்கு தூக்கம் வரும்வரைக்கும் என்னோட தலையைத் தடவிக் கொடுக்க முடியுமா, தீபா?”

அவன் கண்களை மூடிக் கொண்டிருந்தான். அசைக்கக் கூட முடியாத அளவுக்கு கட்டிலில் கிடத்தப்பட்டிருந்த கால்களிரண்டும் தாங்கவே முடியாத அளவுக்கு வேதனையைத் தந்து கொண்டிருக்கக் கூடும்.

திடீரென்று அவனது முகம் வெளிறிப் போனதாலும், அசையாமல் படுத்திருந்த அவன் மிக வேகமாக மூச்சு வாங்கியதாலும் அவள் மிகவும் பயந்து போனாள். அந்த வேளையில் அபுசாலி மாளிகையில் எவருமே விழித்திருக்க மாட்டார்கள் என்பதை அறிந்திருந்தும் அவள் அபாய மணியை அழுத்தினாள். வெந்நீர் பாத்திரத்தில் புதியதொரு துவாயை நனைத்தெடுத்து அவனது முகத்தைத் துடைத்து விடும்போதுதான் இந்திரா ஓடோடி வந்தாள்.

"என்னாச்சு தீபா?"

தீபா வேகமாக மேலும் கீழுமாக அசைந்து கொண்டிருக்கும் அவனது நெஞ்சைத் தடவிக் கொடுத்தவாறு அவனது முகத்தைத் துடைத்தாள்.

"திடீர்னு மூச்சு வாங்குறது அதிகமாயிடுச்சு."

அவன் எதுவும் பேசவில்லை. அவளது வலது கையை இறுக்கமாகப் பற்றிக் கொண்டான். அவனது நீல நிற விழிகளிரண்டிலும் ஓரத்தில் விழிநீர்த் துளிகளிரண்டு தேங்கியிருந்தன. இந்திரா யாருடனோ தொலைபேசியில் உரையாடிக் கொண்டிருந்தாள். மருத்துவரோடு கதைப்பாளாக இருக்கும் என்று தீபாவுக்குத் தோன்றியது. அவ்வேளையில் தீபா கை வைத்திருந்த நெஞ்சிலிருந்து புறப்பட்ட இருமல் கட்டியான சளியோடு அவளின் உடல் முழுதும் விசிறப்பட்டதும் அவள் பயத்தில் அலறி விட்டாள்.

"ஐயோ ஃபராஸ் பேபி என்னாச்சு?"

இந்திரா ஓடி வந்து அவனை நிமிர்த்தி கட்டிலில் சாய வைத்தாள். அவனது சளி படிந்திருந்த முகத்தையும், வாயையும் ஈரத் துவாயால் இந்திரா துடைத்து விட்டாள். தீபா அவனது தோளைப் பிடித்தவாறு நின்று கொண்டிருந்தாள். அவளது ஆடை முழுவதும் சளி படிந்திருந்த போதிலும், அவளுக்கு அருவெறுப்பு தோன்றவேயில்லை. அவன் கண்களை இறுக்கி மூடிக் கொண்டு எதையோ முணுமுணுத்தான். அவ்வேளையில் அபுசாலியின் முதல் தாரத்தின் மகனும், மருத்துவரும், அபுசாலியும் அறைக்குள் நுழைந்தார்கள். தீபா மெதுவாக பின்னால் நகர்ந்தாள். அவளுக்கு ஆடையை மாற்றிக் கொள்ளக் கூட தோன்றவில்லை. வந்த அழுகையை அடக்க வாயைக் கைகளால் பொத்தியவாறு மருத்துவர் அவனைப் பரிசோதிப்பதை அவள் இமைக்காமல்

பார்த்துக் கொண்டிருந்தாள். யாரும், எதுவும் பேசவில்லை. அறைக்குள் பரவியிருந்த பியோனி மலர்களின் சுகந்தத்தை நெருங்கவே விடாமல் மருத்துவரின் பையிலிருந்து கிளம்பிய மருந்து வாசனைகளும், அவளது ஆடையிலிருந்து வெளிப்பட்ட அறுவெறுப்பான வாடையும் அறைக்குள் பரவியிருந்தன. அபுசாலி தனது தலைப்பாகையைக் கழற்றி விரல்களால் நெற்றியைத் தடவிக் கொண்டதும் தீபா மேலும் பயந்து போனாள். ஃபராஸின் அண்ணன் எதுவுமே பேசாமல் கைகளைக் கட்டிக் கொண்டு பார்த்துக் கொண்டிருந்தான். ஃபராஸ் அளவுக்கு அவன் சிவப்பாக இல்லை என்றாலும் எல்லோரும் திடகாத்திரமானவர்களாகவே இருந்தார்கள்.

"போய் உடுப்ப மாத்திக்கோ."

இந்திரா இரண்டாவது தடவையாகக் கூறியதும், அவளுக்கு மீண்டும் உத்தரவிட இடமளிக்காமல் தீபா கவலையோடு அங்கிருந்து வெளியேறினாள்.

ஃபராஸுக்கு எவ்விதப் பிரச்சினையுமில்லை என்பதுதான் இறுதியில் மருத்துவரின் தீரமானமாக இருந்தது. ஒரே இடத்தில் ஒரே விதமாகப் படுத்திருப்பதால் இவ்வாறு ஏற்பட்டிருக்கலாம் என்றுதான் மருத்துவர் கருதினார். கால்களிரண்டிலும் புண்கள் காய்ந்திருப்பதால் ஒரு நாளைக்கு ஒரு தடவையாவது அவனைக் குப்புறக் கிடத்தி விட வேண்டும் என்று அறிவுறுத்தினார். அபுசாலியும், இந்திராவும் தீபாவைப் பார்த்தார்கள். அவள் மிகுந்த விருப்பத்தோடு தலையசைத்து அதை ஏற்றுக் கொண்டாள்.

"நான் எப்பவாச்சும் இந்த நாட்டிலிருந்து போறதுக்கு முன்னாடி ஃபராஸ் பேபி எந்திரிச்சு நடமாடணும்."

தீபா பிள்ளையாரை மனதில் நினைத்து கை கூப்பி வேண்டினாள். இந்திராவுக்கு அது பழகிப் போயிருந்ததால் கண்டும் காணாதது போல இருந்தாள். வந்தவர்கள் சற்று நேரத்தில் கிளம்பிப் போனார்கள். கடைசியில் அவனின் அருகே தீபா மாத்திரம் எஞ்சியிருந்தாள். அவள் சளி தெறித்திருந்த அவனது ஆடையை மாற்றி விட்டாள். திடகாத்திரமான ஆணொருவனின் ஆடையற்ற தேகத்தின் முன்னிலையில் அவள் செய்வதறியாமல் தவிக்கும் நேரம் அது. கொழும்பு, மாளிகாவத்தையின் குப்பமொன்றில் காற்றுக் கூட படாத அறையொன்றுக்குள் ஒருவனின் பற்றியெரியச்

79 | சாமிமலை

செய்த விழிகளிரண்டின் முன்னிலையில் பொசுங்கிப் போன அவளது ஜீவிதம், ஆதரவு கோரும் ஃபராஸின் விழிகளின் முன்னாலும் எல்லா இரவுகளிலும் மண்டியிட்டது.

அவள் அவனது கலங்கிய விழிகள் தென்படாதிருக்க கண்களை மூடிக் கொண்டாள்.

வஜ்ரா விஜயந்தி திஸாநாயக்கவின் இரண்டாவது வாக்குமூலம்

பெரியாஸ்பத்திரியில் இரண்டு வாரங்களுக்கும் மேலாக தங்கியிருந்த அப்பாவை அவரது ஒரு காலை வெட்டியகற்றிய பிறகுதான் மீண்டும் வீட்டுக்குக் கூட்டிக் கொண்டு போக முடிந்தது. விஷம் உள்ளே புரையோடிப் போயிருந்தது என்றுதான் மருத்துவர்கள் அதற்குக் காரணம் சொன்னார்கள்ள. அந்தக் கணம் முதல்தான் எமது வாழ்க்கை மீண்டும் தரை மட்டத்துக்கே சரிந்து வீழ்ந்தது. இனி பட்டப்படிப்பு ஒரு கனவுதான் என்று எனக்குத் தோன்றியதால் அனைத்தையும் விட்டு விட்டு நானும் அவர்களோடு ஊருக்கே திரும்பிப் போய் விட்டேன். ஆனால், பல்கலைக்கழகத் தோழர்கள் தம்மால் முடிந்த உதவிகளைச் செய்வதாகவும் இந்தக் கடைசி வருடத்தையும் படித்து முடித்து விடுமாறும் என்னைத் தொடர்ந்தும் வற்புறுத்திக் கொண்டிருந்தார்கள். உருக்குலைந்து போயிருந்த அப்பாவைக் கண்டபோதெல்லாம் எனக்கு மீண்டும் படிக்கும் ஆசை தோன்றவேயில்லை. ஆடைத் தொழிற்சாலை பலவற்றுக்கும் நேர்முகத் தேர்வுக்காகப் போன போதிலும், என்னை வேலையில் சேர்த்துக் கொள்ள யாரும் விரும்பவில்லை. இடை நடுவில் வேறு நல்ல வேலை கிடைத்தால் இதை விட்டுப் போய் விடுவேன் என்று அவர்கள் பயந்தார்கள். அதிகம் படித்ததுதான் பிரச்சினையென்று எனக்கு அப்போது தோன்றியது. வேறு செய்ய ஏதும் வழியற்ற காரணத்தால் சேனைப் பயிர்ச்செய்கையில் ஈடுபடத் தொடங்கினேன். தங்கையும் சாதாரண தரப் பரீட்சை எழுதி விட்டு வீட்டிலிருந்தாள். அண்ணனும் குடும்பமாகி இருந்ததால், எம்மையும் பராமரிக்க அவருக்கு வழியிருக்கவில்லை

ஊருக்குப் போய், மழையே பெய்திராத அந்த வரண்ட மண்ணோடு ஒரு மாதமளவு போராடியிருப்பேன். ‘உனக்கு விருப்பமானதைச் செய் மகளே’ என்றுதான் அம்மாவும் கூறினாள். பெண்களால் முடியாது என்று சமூகம் ஒதுக்கி வைத்ததைச் செய்ய வேண்டும் என்ற எண்ணத்தோடும்தான் நான் சேனைப் பயிர்ச்செய்கையில் ஈடுபட்டிருந்தேன்.

அது கடும் கோடை காலம். ஒரு நாள் மத்தியான வேளையில் கடும் வெயிலில் அம்மா சேனைக்கு ஓடி வந்தாள். அம்மாவைப் பின் தொடர்ந்து வந்தவரைக் கண்டு நான் திகைத்துப் போனேன்.

அவர் சரோத்.

எனது கையிலிருந்த மண்வெட்டி தானாகவே வீழ்ந்தது. இடுப்பில் கவுனுக்கு மேலால் கட்டியிருந்த சீத்தைத் துணியை எடுத்து களைப்போடு நெற்றியில் வழிந்த வியர்வையைத் துடைத்துக் கொண்டேன். அம்மா, என்னவென்று தீர்மானிக்க முடியாமல், எங்களிருவரையும் மாறி மாறிப் பார்த்தாள்.

“கெம்பஸ்ல கூடப் படிக்கிற பிள்ளையோ?”

நான் ஆமென்று தலையசைத்ததும் ‘வீட்டுக்குக் கூட்டிக் கொண்டு வா’ என்று கூறி விட்டு அவள் வீட்டுக்குப் போய் விட்டாள். அந்தப் பெரும் சேனையில் சரோத் எனது கைகளைப் பற்றிக் கொண்டார். சருகுகளை உதிர்த்துக் கொண்டிருந்த மரங்களையே பிடுங்கியகற்றும் அளவுக்கு பெருங்காற்று வெடித்துப் பிளந்திருந்த மண்ணில் புழுதிகளைக் கிளப்பிக் கொண்டிருந்தது. பசுமையை அடுத்தடுத்த ஏழு அயல் கிராமங்களிலும் காண முடியாத அளவுக்கு மானாம்புற்கள் வளர்ந்து சருகாகிப் போயிருந்தன.

“வா... நாங்க கொழும்புக்குப் போவோம். படிப்பைப் பூர்த்தி செய். அதைக் கொண்டுதான் கஷ்டத்திலிருந்து மீள முடியும்” என்றவாறே, அணையொன்றைத் திறந்து விட்டது போல நிற்காமல் வழிந்து கொண்டிருந்த எனது கண்ணீரை சரோத் துடைத்து விட்டார். நான் அவரது பரந்த மார்பில் சாய்ந்தேன். அது ஒரு எரிமலை என்று அப்போது எனக்குத் தெரியவில்லை.

“நான் உன்னைக் காதலிக்கிறேன். நாளைக்கே வேணும்னாலும் உன்னைக் கல்யாணம் பண்ணிக்கத் தயாராக இருக்கேன்.”

அவ்வாறுதான் ஆள் நடமாட்டமேயில்லாத சேனையின் நடுவில் வைத்து சரோத் என்னிடம் தனது காதலைச் சொன்னார். அதுதான் விதி போலும். தற்செயலாகக் கண்டு, வழியில் கண்டடைந்த காதல்.

அந்த எரிமலையை நான் திருமணம் முடித்தேன்.

பட்டதாரியான போது இரண்டு மாத கர்ப்பிணி நான். அப்போது நாங்கள் ராஜகிரிய பிரதேசத்தில் ஒரு அறையில் வசித்து வந்தோம். எமது திருமண வைபவத்துக்கு சரோத்தின் வீட்டிலிருந்து யாருமே வரவில்லை. எனது வீட்டிலிருந்து சிலர் வந்து மிக எளிமையாக திருமணம் நடந்தது. அவரது பெற்றோர் பற்றி ஒரு நாள் நான் அவரிடம் விசாரித்தேன். அவரிடமிருந்து ஒழுங்கான பதில் கிடைக்கவில்லை. அவரது உறவினர்களென்று எவரது வீட்டுக்கும் என்னை ஒருபோதும் அவர் அழைத்துப் போனதுமில்லை. நான் விசாரிக்கும்போதெல்லாம் 'என்னை மாத்திரம்தானே திருமணம் முடித்தாய். நான் மட்டும் உனக்குப் போதும்' என்பார். அந்த சமயத்தில்தான் எனக்கு எனது முதலாவது ஆசிரியர் பணி ஊரில் கிடைத்தது. அந்தப் பணியை ஏற்றுக் கொண்ட போதிலும், அதை சரோத் அவ்வளவாக விரும்பவில்லை. அதற்காக நான் அவரிடம் சண்டை பிடிக்க வேண்டியிருந்தது. அப்போது மகளுக்கு மூன்று வயது. எனக்கு உதவியாக அம்மாவும் ராஜகிரியவுக்கு வந்திருந்தார். அதையும் சரோத் அவ்வளவாக விரும்பாத போதிலும், என்னால் எல்லா வேலைகளையும் தனியாகச் செய்ய முடியாதென்பதால் பொறுத்துக் கொண்டிருந்தார். சரோத் நள்ளிரவு கடந்து வீட்டுக்கு வந்ததுமே, நான் மிகுந்த மகிழ்ச்சியோடு வேலை கிடைத்திருக்கும் நியமனக் கடிதத்தை அவரிடம் கொடுத்தேன்.

"என்னதிது?"

அவர் கடிதத்தை மேலோட்டமாகப் பார்த்து விட்டு அதைக் கட்டிலின் மீது எறிந்தார். மகள் ரோஜாப் பூ போல கட்டிலில் சுருண்டு படுத்துக் கொண்டிருந்தாள். அவர் கண்ணிமைக்காமல் அவளையே பார்த்துக் கொண்டிருந்தார்.

"டீச்சரா என்னோட முதலாவது அரசாங்க வேலை இது. ஊர் ஸ்கூலுக்கே கிடைச்சிருக்கு... அடுத்த கிழமையே வந்து வேலையைப் பாரமெடுக்க சொல்லியிருக்காங்க."

நான் அன்பாக அவரின் தோளில் சாய்ந்து கொண்டேன். பல்கலைக்கழகத்தின் கடைசி வருடத்தில் அனைத்திற்கும் செலவழித்ததோடு ஒரு பட்டதாரியாக நான் ஆகுவதற்கு மிகுந்த ஊக்கமளித்தவர் அவர். ஒருபோதும் நழுவிப் போகாதவாறான பிணைப்போடு அந்த நன்றியும், கௌரவமும் எனது உள்ளம் முழுவதும் பரந்திருந்தது. ஆனால் அவை அனைத்தும் மறுகணமே சிதறிப் போனது. சரோத் தனது தோளில் சாய்ந்திருந்த எனது தலையைத் தட்டி விட்டு எழுந்து என் முன்னால் ஒரு இராணுவ அதிகாரியின் ஆவேசத்தோடு நேராக நின்றார்.

"நீ வேலைக்கொண்ணும் போகத் தேவையில்ல. வீட்டுல இருந்தாப் போதும்."

அவ்வாறான கடுமையான உத்தரவொன்றை நான் ஒருபோதும் சரோத்திடமிருந்து எதிர்பார்த்திருக்கவில்லை. நான் கொழும்புக்கே வராமல் சேனை விவசாயத்தில் ஈடுபட்டிருந்தால் நல்ல அறுவடையைக் கண்டிருக்க முடிந்திருக்கும். ஆனால் இவ்வாறான அனைத்து எதிர்பார்ப்புகளையும் என்னுள்ளே கட்டியெழுப்பிய அவரே அனைத்தையும் குழி தோண்டிப் புதைக்க முற்பட்டபோது என்னால் தாங்கிக் கொள்ள முடியாமல் போய் விட்டது. அன்றுதான் நான் முதன்முதலாக சரோத்திடமிருந்து அடி வாங்கினேன். அவர் அன்பாக முத்தமிட்ட அதே கன்னத்தில்தான் பலமாக அறைந்தார். விறாந்தையில் ஒரு பாயில் அம்மா உறங்கிக் கொண்டிருந்ததால், எனக்கு அழக் கூட தைரியமிருக்கவில்லை.

"நீ இந்த வீட்டை விட்டு ஒரு அடி கூட நகரக் கூடாது."

அதற்குப் பிறகு ஒரு வார்த்தை கூட கதைக்க எனக்கு அனுமதியிருக்கவில்லை. அவரது கோபப் பெருமூச்சுகளே நாற்புறங்களிலிருந்தும் எதிரொலித்துக் கொண்டிருந்தன.

மேலே ஏற உதவிய ஏணிலை எட்டி உதைக்க அன்று என்னால் முடியவில்லை.

09

மெல்லிய ஒளிக் கீற்றுகள் பூமியைத் தொடும் முன்பே மொத்த சூழலும் புதிய நிறமொன்றைச் சூடிக் கொண்டது. அது இந்த வர்ணம்தான் என்று குறிப்பிட்டுச் சொல்ல முடியாத ஒரு நிறம். காட்மோர் மலையுச்சியிலிருந்து ஆகாயம் முழுவதும் பரந்திருந்த அந்த விடியல் கீற்றுகள் பசுமையைச் சூடியிருந்த தேயிலைத் தோட்டங்களில் படிந்திருந்த பனித்துளிகளைக் காய வைத்தவாறு பூமியை மெதுமெதுவாக முத்தமிட்டன. வாகனத்தினுள்ளிருந்து மெல்லிய குரலோசைகளே கேட்டுக் கொண்டிருந்தன. அவை யாருடையவையென்பதை சரியாக அனுமானிக்க முடியாத நிலையில் சரோத் இருந்தான்.

ஜீப் வண்டியானது ஏதோ விருப்பமேயில்லாத பயணம் போவது போல பள்ளங்களில் ஏறியிறங்கி நகர்ந்தது. வளைவுகளில் திருப்பும்போது சரோத், சன்னவின் முகத்தை ஏறிட்டுப் பார்த்த போதிலும் சன்ன ஒரு வார்த்தை கூட பேசவில்லை. என்றாலும், ஏனைய நாட்களை விடவும் வேகமாக பள்ளங்களில் வண்டியை ஓட்டிக் கொண்டிருந்தான். பின் ஆசனத்தில் தீபாவும், ராஜேஸ்வரியும் அமர்ந்திருந்ததால் சரோத் எதுவும் பேசவில்லை. அவன் மெதுவாக கண்ணாடி வழியாக பின்புறம் பார்த்தான். தீபா ராஜேஸ்வரியின் அருகில் பட்டும்படாமல் அமர்ந்திருந்தாள். அந்த ஆசனத்தில் அவ்வளவு இடமிருந்தும் அவள் ராஜேஸ்வரியை நெருங்கி அமர்ந்திருந்தது வாகனத்தில் செல்லும் பழக்கம் இல்லாததாக இருக்கலாம். ராஜேஸ்வரி கூட எதுவும் பேசவில்லை. இருமருங்கிலும் கடந்து கொண்டிருந்த தேயிலைத் தோட்டங்களையே இமைக்காமல் பார்த்துக் கொண்டிருந்தாள். சிலவேளை இனிமேல் ஒருபோதும் தேயிலைக் கொழுந்தின் வாசனையை அனுபவிக்க முடியாமல் போகும் என்று அவளுக்குத் தோன்றியிருக்கக் கூடும். தனது அதுவரையான காலம் முழுவதையும் தேயிலைத் தோட்டங்களுக்காகவே பாடுபட்ட அவளால் எவ்வாறு அதனை மறந்து விட முடியும்?

சாமிமலையிலிருந்து கண்டியை நெருங்கிய போது, காலை ஒன்பது மணி கடந்திருந்தது. சரோத்துக்கு பசித்தது. அவன் சன்னவை இரண்டு, மூன்று தடவைகள் ஏறிட்டுப் பார்த்த போதிலும், அவனிடமிருந்து பதில் வராமல் போனது. வேறு நாட்களிலென்றால் இப்போதைக்கு பத்துத் தடவைகளாவது 'சாப்பிடுறீங்களா?' என்று கேட்டிருப்பான். அவன் ஏதோ ஒரு கோபத்தில் இருக்கிறான் என்பது சரோத்துக்கு புரிந்தது.

"சன்ன, நாங்க ஏதாவது சாப்பிட்டுட்டுப் போகலாம். இவங்களுக்கும் பசியாக இருக்கும்."

சரோத் பின்புறம் திரும்பி கூறியதும் தீபா சடுதியாக சரோத்தை ஏறிட்டுப் பார்த்தாள். அவ்வேளையில்தான் அவளது வதனம் மான்குட்டியொன்றினுடையதைப் போல அப்பாவித்தனமானது என்று அவனுக்குத் தோன்றியது. பூமிக்கு வந்திருந்த வெயில் ஜன்னல் கண்ணாடியை உடைத்துக் கொண்டு வருவது போல முட்டிமோதி தீபாவின் முகத்தில் படிந்திருந்தது. அவள் வெயிலிலிருந்து தன்னைப் பாதுகாத்துக் கொள்ள கழுத்தைச் சுற்றிப் போட்டிருந்த நிறம் மங்கிப் போயிருந்த தாவணியால் முகத்தை மறைத்துக் கொண்டாள்.

ஆள் நடமாட்டம் அவ்வளவாக இல்லாத இடமொன்றில் வாகனம் நின்றது. அடுத்ததாக என்ன செய்ய வேண்டும் என்று கேட்பது போல சன்ன, சரோத்தின் முகத்தையே பார்த்துக் கொண்டிருந்தான்.

"இறங்குங்க... உங்களுக்கு சாப்பிட என்ன வேணும்?"

சரோத், ராஜேஸ்வரியைப் பார்த்துக் கேட்டான். என்ன பதில் கூறுவதென்று தெரியாமல் அவள் தீபாவின் முகத்தைப் பார்த்தாள்.

"எங்களுக்கு ஒண்ணும் வேணாங்க ஐயா.. நீங்க சாப்பிட்டு வாங்க. நாங்க இங்க இருக்கோம்."

"பசியோட எப்படிப் பயணம் போவீங்க? இன்னும் நாலஞ்சு மணித்தியாலப் பயணம் இருக்கு."

"அப்படீன்னா ஐயா எங்களுக்கு ரெண்டு வடை மட்டும் கொண்டு வந்து கொடுங்க. நாங்க இங்கேயே சாப்பிட்டுக்குறோமுங்க."

ராஜேஸ்வரி மிகவும் தாழ்மையாகக் கூறியதைக் கேட்டதும் சன்னவிற்கு மிகுந்த கவலை தோன்றியது. தேயிலைத் தோட்டத்திலேயே கஷ்டப்பட்டு வளர்ந்து நலிந்து போயிருந்தாலும், தன்னுடைய அம்மாவின் வயதுதான் இருக்கும் என்று அவனுக்குத் தோன்றியது. தீபாவுக்கும், ராஜேஸ்வரிக்கும் உளுந்து வடைகளையும், பருப்பு வடைகளையும், தண்ணீர் போத்தலையும் அவன்தான் கொண்டு வந்து கொடுத்தான். இரு கைகளையும் நீட்டி நடுங்கும் விரல்களால் அவற்றை வாங்கிக் கொண்ட ராஜேஸ்வரி நன்றியோடு அவனைப் பார்த்தாள். தீபா அப்போதும் ராஜேஸ்வரி மீது சாய்ந்திருந்தாள். அந்த அழகை சன்ன திருட்டுத்தனமாக பார்த்து ரசித்தான்.

"இவங்க ரெண்டு பேரையும் யார்கிட்ட ஒப்படைக்கப் போறீங்க சார்?"

தாங்கவே முடியாத ஒரு கணத்தில் சன்ன, சரோத்திடம் கேட்ட போது கொழும்பைச் சென்றடைய ஒரு மணித்தியாலத்துக்கும் குறைவான நேரமே இருந்தது. அந்தி மஞ்சள் மாலை வெயில் பூமியை விட்டுச் செல்லத் தயாராகவிருந்தது. பெரு விருட்சங்களிலிருந்து கலைக்கப்பட்ட பறவைகளைப் போல பெருமளவு மனிதர்கள் பாதையின் இருமருங்குகளிலும் நடந்து போய்க் கொண்டிருந்தார்கள். சரோத் கண்ணாடி வழியே தீபா உறங்கிப் போயிருப்பதை அவதானித்தான். ராஜேஸ்வரியின் விழிகளும் இடையிடையே தாமாகவே மூடுண்டன. இருவரும் ஒருவரையொருவர் நெருங்கி அமர்ந்திருந்தார்கள். சரோத் வஜ்ராவைத் தொலைபேசியில் அழைத்தான்.

"நான் வந்துட்டிருக்கேன்."

"ம்ம்."

"ராத்திரி ஆகுறதுக்குள்ள வந்துட முடியும்னு நினைக்குறேன்."

"சாப்பிட ஏதாவது சமைச்சு வைக்கட்டுமா?"

"சரி... வஜ்ரா..."

அவன் சில நொடிகள் மௌனமாக இருந்தான்.

"என்ன?"

"எனக்கு அங்கிருந்து பொம்பளைங்க ரெண்டு பேர் கிடைச்சிருக்காங்க. நம்ம வீட்டுக்குக் கூட்டிட்டு வாறேன். உன்னோட வேலைகளுக்கும் உதவியா இருக்கும்."

அவனுக்கு அதைச் சொல்ல ஒரு நிமிடத்துக்கும் மேல் எடுத்தது. வஜ்ரா நீண்ட பெருமூச்சோடு தன்னை நிதானப்படுத்திக் கொண்டாள்.

"வேணாம் சரோத். எப்படியும் நான் எல்லா வேலைகளையும் தனியாவே செஞ்சுக்கப் பழகிட்டேன். நீங்கதானே அப்படிப் பழக்கினீங்க? இப்போ என்ன புதுசா வேலைக்கு ஆட்கள்?"

அவள் மூச்சே வாங்காமல் நேரடியாக சொல்லி முடித்தாள். அந்தக் குரல் எப்போதும் போல தெளிவாகவே இருந்தது.

எவ்வளவுதான் அதிகாரம் படைத்தவனாக இருந்த போதிலும், பெண்களின் சில தீர்மானங்களின் முன்னால் ஆண்கள் கையாலாகாது போகும் தருணங்களும் பல இருக்கின்றன. அவ்வாறான தீர்மானங்களை எவராலும் மாற்ற முடியாது.

"எங்கே இருக்குற எந்த மாதிரிப் பொம்பளைங்கன்னு யாருக்குத் தெரியும்?"

அவளது கடைசி வார்த்தைகள் அவனுக்குக் கனவில் போல கேட்டது. அதற்கு மேல் எதுவும் பேச அவனிடம் வார்த்தைகள் இருக்கவில்லை. அவனது விழிகள் கண்ணாடியில் தென்பட்ட தீபாவின் விழிகளில் நிலைத்தது. அந்த விழிகள் பேரச்சத்தோடு அவனையே பார்த்துக் கொண்டிருந்தன. சன்ன எதுவும் பேசவில்லை. எப்படியிருந்தாலும், மீண்டும் எவ்வாறு சாமிமலைக்குத் திரும்பிப் போக முடியும்?

பஹலவத்தகே சன்ன ப்ரியஷாந்தவின் இரண்டாவது வாக்குமூலம்

அன்று சரோத் ஐயா மிகவும் பதற்றத்தோடு காணப்பட்டார். விரல்களால் அவர் தனது நெற்றியைத் தேய்த்துக் கொள்வதை பல தடவைகள் நான் கண்டேன். வாகனத்தின் பின் ஆசனத்தில் அமர்ந்திருந்த பெண்கள் இருவரும் தாம் எங்கே செல்லப் போகிறோம் என்பதைக் குறித்து எதுவும் அறிந்திருக்கவில்லை. முகாம் எனும் அந்த நரகத்திலிருந்து தப்பித்துச் செல்ல வேண்டும் என்று அவர்கள் நினைத்திருப்பார்கள். எனக்கும் கவலையாக இருந்தது. அதை விடவும் அவர்கள் மீது கோபமும் இருந்தது. யாரென்றே தெரியாத ஆணொருவன் கூப்பிட்ட உடனேயே இப்படி பெண்கள் வருவது சரியா? அதுவும் சிறுமியொருத்தியையும் கூட்டிக் கொண்டு?!

"ஐயாவுக்கு நாங்க ஒரு தொந்தரவா ஆகிட்டோம்தானே?"

ராஜேஸ்வரி மெதுவாகக் கேட்ட போதிலும், சரோத் ஐயா எதுவும் பேசவில்லை. இன்னும் சில நிமிடங்களில் கொழும்பை அடைந்து விடுவோம் என்று கூறுவதற்காக நான் அவரது முகத்தைப் பார்த்தேன். மலையகம் குளிராக இருந்த போதிலும், கொழும்பு உஷ்ணமானது. புறுபுறுக்கும் கடும்வெயிலின் அலைகள் எங்கும் பரந்திருந்தன. பாதையின் இருமருங்கிலுமிருந்த கடைகளையும், வாகனங்களையும் கண்ட அந்தப் பெண்கள் அவைகளைச் சுட்டிக் காட்டி இரகசியமாக என்னவோ கதைத்துக் கொண்டிருந்தார்கள். அவை எதுவும் எங்களுக்குக் கேட்கவில்லை. களனிப் பாலத்தின் மேலாக ஜீப் செல்லும்போது அறுபதாம் தோட்ட குப்பத்துக்குப் போகச் சொல்லி சரோத் ஐயா கட்டளையிட்டதும் நான் அவரது முகத்தை ஏறிட்டுப்

பார்த்தேன். ஆனால், அந்த உத்தரவில் எவ்வித மாற்றங்களும் இருக்கவில்லை.

அறுபதாம் தோட்ட குப்பத்துக்கு நான் அதற்கு முன்பும் சரோத் ஐயாவுடன் போயிருந்த போதிலும், அது எதற்கு என்பதை நான் அறிந்திருக்கவில்லை. அங்கிருந்த வாயாடிப் பெண்ணான லலிதான் உடனடியாக எனது நினைவுக்கு வந்தாள். முழங்காலளவு காற்சட்டையும், கையில்லாத பனியனையொத்த மேற்சட்டையையும் அணிந்து கொண்டு பருத்த மார்புகளை முன்னால் தள்ளியவாறு நடமாடும் சிவந்த பெண்ணொருத்தி அவள். ஐயாவுடன் அவளுக்கு என்ன தொடர்பு என்பது குறித்து எனக்கு இப்போதும் தெரியவில்லை. இருந்தாலும், அவள் நல்லவள் என்றுதான் அவர் என்னிடம் பல தடவைகள் கூறியிருந்தார்.

குப்பத்தின் ஒடுங்கிய கொங்க்றீட் பாதையின் இருமருங்கிலுமிருந்த சிறுவர்களை அப்புறப்படுத்தியவாறு போய்க் கொண்டிருந்த போது, ஒரு வீட்டின் முன்புறத்தில் அமர்ந்திருந்த லலி, எம்மைக் கண்டு வாய் நிறையப் புன்னகையோடு எழுந்து நின்றாள். சரோத் ஐயாவோ சிலை போல அசையாமல் அமர்ந்திருந்தார். ஏனைய நாட்களில் இவ்விடத்தால் வரும்போது அவரும் கூட வாய் நிறைய புன்னகைத்தவாறுதான் இருப்பார். சாடியில் நடப்பட்டிருந்த வாடிப் போன ஓரிரு பூச்செடிகள் தவிர்த்து, வேறெந்த மரமோ, கொடியோ சுற்றி வர எங்கும் இருக்கவில்லை. வரிசையாகவிருந்த அனைத்து வீடுகளிலும் மேல் மாடிகளும் இருந்தன. அவற்றுக்கான இரும்புப் படிகள் தெருவோரமாகப் பொருத்தப்பட்டிருந்தன. அறுபதாம் தோட்டத்து குப்பத்து மக்களுக்கு ஜீப் என்பது புதியதொரு விடயமல்ல. ஆனால் வாகனத்துக்குள்ளிருந்த பெண்களிருவரையும் கண்ட குப்பத்திலிருந்த பெண்கள் மெதுமெதுவாக அவர்களைக் கூர்ந்து கவனிப்பதை நான் அவதானித்தேன்.

அங்கிருந்த வடிகானின் அழுக்கு நாற்றமும், புழுதி வாடையும் ஒன்றாகக் கலந்து தாங்க முடியாத துர்நாற்றத்தைத் தந்து கொண்டிருந்தது. சாமிமலையைப் போல மனதை சாந்தப்படுத்தும் எதுவும் இங்கில்லை என்று மனதில் நினைத்தவாறு நான் ஓரக் கண்ணால் தீபாவைப் பார்த்தேன். அவள் பயந்து போயிருந்தாள். வாகனத்திலிருந்து இறங்கிய சரோத் ஐயா, லலியுடன் தீவிரமாகக் கதைத்துக் கொண்டிருந்தார். அவளின் முகத்தில் முன்பிருந்த

சிரிப்பு இப்போது இருக்கவில்லை. என்னதான் நடக்கப் போகிறது என்று நானும் பார்த்துக் கொண்டிருந்தேன்.

தீபாவின் பார்வை கண்ணாடியில் பதிந்திருந்தது. நானும் பல தடவைகள் அவளை ஓரக் கண்ணால் பார்த்தேன். எனது பார்வையைச் சந்திக்கும் ஒவ்வொரு தடவையும் அவள் தலையைக் குனிந்து கொண்டாள். வெளியே கூற முடியாத ஏதோவொரு துயரம் அவளது ஒவ்வொரு பார்வையிலும் பதிந்திருந்தது. எனக்கு அந்த ஒவ்வொரு தடவையும் எனது தங்கைகள் நினைவுக்கு வந்தார்கள். 'யார் பெற்ற பிள்ளையோ இவ்வாறு அனாதரவாக இருக்கிறதே' என்று எனக்கு பல தடவைகள் தோன்றிக் கொண்டேயிருந்தது. எனது அப்பா இறந்த பிறகு, எத்தனையோ பேர் வந்து எனது தங்கைகளை வீட்டு வேலைகளுக்காகக் கேட்டார்கள். மூத்த தங்கையின் வயதைக் கூட்டிக் காட்டி, வெளிநாட்டுப் பணிப்பெண்ணாக அனுப்ப நான்காம் காலனியிலிருந்த பிரேமாக்கா எவ்வளவோ முயற்சித்தாள். இருந்தாலும், நான் எனது தங்கைகளை ஒரு இரவேனும் வெளியே செல்ல அனுமதிக்கவேயில்லை. ஒரு நாளைக்கு ஒரு வேளை சாப்பாடாவது சாப்பிட்டு, இந்தக் கஷ்டத்திலிருந்து எப்படியாவது மீளுவோம் என்று அவர்களிடம் கூறி, நானும் அவர்களும் சேர்ந்து அந்த வரண்ட நிலத்தோடு போராடினோம். குறை சொல்லக் கூடாது. தங்கைகளும் அந்தக் கஷ்டத்திலிருந்து மீள மிகவும் தைரியம் தந்தார்கள். கடுமையாகப் பாடுபட்டார்கள். சில சமயங்களில் மண்வெட்டி பிடித்து தோலுரிந்து போயிருந்த எமது உள்ளங்கைகளில் குருத்தோலையை எரித்த சாம்பலை மூத்த தங்கைதான் தடவி விடுவாள். அதன் எரிச்சலில் எனது கண்களிலிருந்து கண்ணீர் வழியும்போது தங்கைகளும் என்னை அணைத்துக் கொண்டு விம்மி விம்மி அழுவார்கள். 'பட்டினியில் செத்துப் போனாலும், உங்களை நான் யாருக்கும் கொடுக்க மாட்டேன்' என்று அம்மா எமது தலைகளில் கை வைத்து ஒரு நாள் சத்தியம் செய்தாள்.

"பெண்பிள்ளைகளை ஒருபோதும் கை விடக் கூடாது மகனே. அது மிகப் பெரிய பாவம். எனக்கு ஏலாத காலத்திலும் நீதான் தங்கச்சிமாரைப் பார்த்துக் கொள்ளணும்."

அம்மாவின் ஒரே வேண்டுகோள் அதுவாகத்தான் இருந்தது. இன்றும் கூட அவளது வேண்டுகோளை நான் நிறைவேற்றி

வருகிறேன். தீபா குறித்தும் எனது மனதில் அவ்வாறான ஒரு வலியே இருந்தது.

"சன்ன."

சரோத் ஐயா கூப்பிட்ட போதுதான் நான் அந்த எண்ணத்திலிருந்து விடுபட்டேன்.

"வாகனத்துல இருக்குற அவங்களோட பையை எடுத்துட்டு வாங்க."

வாகனத்திலிருந்து இறங்கிய தீபாவும், ராஜேஸ்வரியும் செய்வதறியாமல் சுற்றி வரப் பார்த்தார்கள். அனைவரும் எதுவும் பேசாமல் லலியைப் பின் தொடர்ந்தார்கள். அவளின் பின்னால் அவர்கள் அங்கிருந்த இரும்புப் படிகளில் ஏற முற்பட்ட போது,

"ஆஹ்... லலியக்கா... புதிய சரக்கா?" என்று கேட்டவாறு கைகளில் பச்சை குத்தி, கூந்தல் வளர்த்திருந்த ஒருவன் அவர்களைக் கடந்து போனான்.

"போடா பொறம்போக்கு நாயே... இப்பவே துணிய அவுத்துப் பார்க்க வந்துட்டான்..."

லலியின் வாயிலிருந்து பச்சை பச்சையாகக் கெட்ட வார்த்தைகள் வெளிவந்தன. தீபாவும், ராஜேஸ்வரியும் மாத்திரமல்லாமல், சரோத் ஐயாவும் சிலையாகச் சமைந்து நின்றார்கள். அவர் தேவையில்லாத பொறுப்புகளைத் தலையில் தூக்கிப் போட்டுக் கொண்டதற்கு இதுவும் வேண்டும், இன்னமும் வேண்டும் என்றுதான் எனக்குத் தோன்றியது.

லலி, மேல் மாடியின் அறைக் கதவைத் திறந்து அவர்களை உள்ளே அழைத்துப் போனாள்.

"இதுதான் ரூம். முடியாதுன்னு சொல்ல முடியாததால, இவங்களை இங்க தங்க வைக்குறேன். இல்லேன்னா இந்த மாதிரி விஷயங்களை நான் பொறுப்பெடுக்குறதில்ல. ஒரு ஒண்ணு, ரெண்டு கிழமை இங்க இருக்கட்டும். எனக்குத் தெரிஞ்ச ரெண்டு மூணு வீடுகளிருக்கு. காலைல போய் அந்தியாகி வர்ற மாதிரி ஏதாவது வேலையைத் தேடிக்கலாம். இந்தப் பொண்ணுக்குன்னா சம்பாதிக்குறதுக்கு காமண்ட்களை விட வேற நல்ல நல்ல இடங்கள் இருக்கு."

லலி அவ்வாறு கூறியதும் சரோத் ஐயா அவளை முறைத்துப் பார்த்தார். அவள் மூதாட்டிகளையும் கூட நல்ல விலைக்கு விற்று விடக் கூடியவள் என்று எனக்கு அப்போது தோன்றியது. அந்த அறைக்குள் ஒரு கட்டில் மாத்திரமே இருந்தது. கழிப்பறைக்கு ஒரு திரைச்சீலை தொங்கவிடப்பட்டிருந்தது. ஜன்னலைத் திறந்ததும் வானுயர நின்றிருந்த கட்டடங்களே சுற்றி வரத் தென்பட்டன.

“கொஞ்ச நாட்களுக்கு இவங்க ரெண்டு பேருக்கும் சாப்பிட ஏதாவது செஞ்சு கொடு லலி. நான் இன்னும் ரெண்டு, மூணு நாள்ல இதுக்கு ஏதாவது ஒரு வழி பண்ணிடுறேன்.”

சரோத் ஐயா, லலியின் கையில் கொஞ்சம் பணத்தை வைத்து அழுத்தினார்.

“நாங்க சாப்பிடுறதைத்தான் இதுங்களுக்கும் கொடுக்க முடியும். தெருவோரத்துல இருக்குற குழாய்லதான் குளிக்கணும். அவசரத்துக்கு ஏதாவது கழுவிக்குறதுன்னா, டாய்லட்ல இருக்குற குழாய்ல கழுவிக்கலாம். லயனுல இருந்த ரெண்டு பேர்தானே... இதுங்களுக்கு இதுவே போதும்.”

லலி பணத்தை தனது சட்டைக்குள் திணித்துக் கொண்டாள். என்ன சொல்வதென்று தெரியாமல் தீபாவும், ராஜேஸ்வரியும் ஒருவரையொருவர் பார்த்துக் கொண்டார்கள்.

“ரெண்டு, மூணு நாளைக்கு இங்க இருங்க. நான் நல்லொரு இடம் தேடித் தாறேன். ஏதாவது தேவைன்னா இந்த லலிக்கிட்ட சொல்லுங்க.”

சரோத் ஐயா, தீபாவின் முகத்தைப் பார்த்துக் கூறினார். தீபா சரோத் ஐயாவின் காலைத் தொட்டுக் கும்பிட்டது எனக்கு வியப்பளித்தது. ராஜேஸ்வரியும் கைகளைக் கூப்பி அவரை வணங்கினாள். சில வேளை, சாமிமலை கூடாரத்தை விடவும் அந்த இடம் அவர்களுக்கு ஒரு மாளிகை போல தோன்றியிருக்கக் கூடும்.

லலி எங்களைத் திரும்பிப் பார்க்காமலே மெதுவாக படிக்கட்டில் இறங்கினாள்.

10

சவூதி அரேபியாவுக்கு வசந்த காலம் உதித்திருந்த போதிலும், பூக்கள் பூத்துச் சொரியும், கனிகள் நிறைந்திருக்கும் மரஞ்செடி கொடிகள் எங்கும் தென்படவில்லை. முடிவேயில்லாமல் நீண்ட தெருவின் இருமருங்கிலும் வரிசையாக வீற்றிருந்த பேரீச்சை மரங்களின் அடியில் சுற்றி வர வண்ண வண்ணக் கற்கள் பதிக்கப்பட்டிருந்தன. அவற்றினிடையே ஆங்காங்கே நடப்பட்டிருந்த பல்வேறு வகையான கள்ளிச் செடிகளில் பூக்கள் பூத்திருந்தன. சாமிமலையில் டர்பன்டைன் மரங்களிடையே நுழைந்து வந்து தரையில் ஓரோர் வடிவங்களை வரைந்த அதே இதமான சூரியன், அரேபிய மண்ணின் மீது கருணையே இல்லாமல் உஷ்ணமாக எங்கும் பரந்திருந்தது. வானுயர எழுந்திருந்த கட்டடங்கள்தான் தரைக்கு சற்றேனும் நிழலை வழங்கிக் கொண்டிருந்தன.

சலாம் வீதியில் அமைந்திருந்த சலாம் பார்க்கின் ஒரு மூலையில் பொருத்தப்பட்டிருந்த சிறியதொரு நிழல் கூடாரத்துக்குள் ஒரு வாங்கின் மீது தீபா அமர்ந்திருந்தாள். அதே கூடாரத்துக்குள் சக்கர நாற்காலியில் அமர்ந்திருந்த ஃபராஸ் தொலைவில் விளையாடிக் கொண்டிருந்த அவனது வயதையொத்த இளைஞர்களை கண்கொட்டாமல் பார்த்துக் கொண்டிருந்தான். அவள் அபுசாலி மாளிகையிலிருந்து முதன்முதலாக வெளியே வந்த நாள் அதுதான். அதுவும் ஃபராஸின் வேண்டுகோளுக்கிணங்கவே நடந்தது. அவனது கால்களை மெதுவாக மடித்து விரிக்க முடியுமானதும் அவனுக்கு சக்கர நாற்காலியில் சுற்றி வர மருத்துவ ஆலோசனை வழங்கப்பட்டது. என்றாலும், காலிலோ, தலையிலோ இருந்த கட்டுகள் இன்னும் முழுமையாக அகற்றப்படவில்லை. அபுசாலி மாளிகையின் அறைக்குள்ளும் மாடத்துக்குள்ளும் மாத்திரம் அங்குமிங்கும் நகர்ந்தே சலிப்படைந்து போயிருந்த அவன்தான் தன்னை வெளியே கூட்டிப் போகச் சொல்லி கேட்டுக் கொண்டான். வீட்டிலிருந்த யாரும் அதை விரும்பாத போதிலும், அவனின் முடிவை மாற்ற யாராலும் முடியவேயில்லை.

“வெளியே போகலாம்னு இவள்தான் சொல்லியிருக்கணும். இவளுக்கு வெளியே போய் நல்லா ஆட்டம் போடலாம்தானே? இவளுங்களாலதான் அறபிகளை நல்லா ஆட்டுவிக்க முடியும்.”

ராக்கி நேரடியாகவே தீபாவை குற்றஞ்சாட்டினாள். அவளைக் கவனமாகக் கூட்டிக் கொண்டு போய் வருமாறுதான் இந்திரா கூறினாள்.

“வர்றப்ப கிழிஞ்சதையெல்லாம் உடுத்துக்கிட்டு எப்படி வந்தவள் இவள்... இப்ப பாருங்க... இவளை இங்கேயே வச்சிருந்தோம்னா அபுசாலியோட எண்ணெய்க் கம்பெனியையே எழுதி வாங்கிடுவாள்.”

அந்தப் புதிய ஆடைகளை தீபாவுக்கு வாங்கிக் கொடுத்தவன் ஃபராஸ்தான் என்பதை ராக்கி அறிந்திருக்கவில்லை என்றாலும் தீபாவுக்கு அந்தளவு நல்ல ஆடை எங்கிருந்து கிடைத்திருக்கும் என்று அவள் யோசித்திருக்கக் கூடும். தீபாவின் இரண்டு, மூன்று பழைய ஆடைகளைக் கண்டு கண்டே அலுத்துப் போன அவன்தான் இணையம் வழியாக பணம் செலுத்தி அந்த ஆடைகளை வீட்டுக்கே வரவழைத்துக் கொடுத்திருந்தான். அந்தப் பொதியை மேலே எடுத்து வந்தவள் இந்திரா. அதில் அவனது பெயர் இருந்ததால், வேறு யாரும் பொதியைப் பிரித்துப் பார்க்காதது நல்லதாகப் போயிற்று என்று அவ்வேளையில் தீபாவுக்குத் தோன்றியது. ஓரோர் நிறத்தில் அந்த ஆடைகளைக் கண்டதுமே அவளின் விழிகள் நிறைந்தன. அப்போது அவள் உடுத்திருந்ததுவும் கூட அன்பளிப்பாகக் கிடைத்த ஒரு ஆடைதான். அது அறுபதாம் தோட்டத்து குப்பத்து அறையில் அவள் வசித்த காலத்தில் கிடைத்தது. அதை ஒரு பரிசாகக் கருத முடியாது. அவளது உடலைப் பலவந்தமாக ஆட்கொண்டவனொருவன் கொடுத்த அது, ஒருபோதும் பரிசாக இருக்க முடியாது.

தீபாவளியை நெருங்குகையில் அம்மாவோடும், அப்பாவோடும் ஹட்டன் நகரத்துக்குப் போகும்போது நடைபாதையோரமாக தொங்கவிடப்பட்டிருக்கும் வண்ண வண்ண சல்வார்களில் ஆகவும் விலை குறைந்ததைத்தான் அவளுக்கு அப்பா எப்போதும் வாங்கிக் கொடுப்பார். ராஜினிக்கும், மாதவனுக்கும் கூட அவ்வாறானவைதான் கிடைக்கும். அந்த ஆடையையை வாங்கக் கூட அவர்கள் எவ்வளவு கஷ்டப்படுகிறார்கள் என்பதை அவள்

அறிந்திருந்ததால், 'எனக்கு இதுதான் வேண்டும்' என்று ஒருபோதும் அடம் பிடித்ததில்லை. புத்தாடை என்று அவளுக்கு வருடத்துக்கு ஒரு தடவை அதுதான் கிடைக்கும். அம்மா கூட மாதத்துக்கு ஒரு தடவை தோட்டத்துக்கு வந்து போகும் பழைய ஆடை வியாபாரியிடம் வாங்கும் பழைய சேலையைத்தான் அணிவாள். அந்த ஆடைகள் யாராலோ எப்போதோ அணியப்பட்ட பழைய ஆடைகள் என்பதை எல்லோரும் அறிவார்கள். அறுபதாம் தோட்டத்து குப்பத்திலும் அவ்வாறான வியாபாரிகள் துணி மூட்டைகளைச் சுமந்தவாறு நடமாடியதை அவள் கண்டிருக்கிறாள்.

அறுபதாம் தோட்டத்துக் குப்பமும், சாமிமலைத் தோட்டமும் வெளிப்பார்வைக்கு ஒன்றுபோலத் தோன்றிய போதிலும், அறுபதாம் தோட்டத்துக் குப்பமானது ஒரு விவகாரமான இடம் என்பது தீபாவுக்கு இரண்டு நாட்கள் அங்கு கழியும் முன்பே தெளிவானது. என்ன நடந்து கொண்டிருக்கிறது என்று யோசித்துக் கூடப் பார்க்க முடியாத நிலைமையில் ராஜேஸ்வரி இருந்தாள். சீமெந்துக் கற்களால் சுற்றிவரக் கட்டப்பட்டிருந்த அந்த அறையின் நான்கு சுவர்களில் இரண்டு மாத்திரமே சீராக செப்பனிடப்பட்டிருந்தன. ஒரு சுவரின் அரைவாசி இடத்தைப் பிடிக்கும் விதத்தில் தொங்கவிடப்பட்டிருந்த பெண்ணொருத்தியின் நிர்வாணப் படமொன்றை தீபா இரண்டாம் நாளே கழற்றியெடுத்து மெத்தைக்குக் கீழே மறைத்து வைத்தாள். ஒற்றை ஜன்னல் வழியாக அவ்வப்போது வந்த தென்றல் மாத்திரமே வெக்கையைத் தணித்தது. இரவு பகலாக தொடர்ச்சியாக கேட்டுக் கொண்டிருந்த வாகனங்களின் இரைச்சலும், மனிதர்களின் கூச்சலும் பதற்றத்தை ஏற்படுத்திய போதிலும் அவை அனைத்தையும் பொறுத்துக் கொண்டுதான் ஆக வேண்டும் என்று தீபாவுக்குத் தோன்றியது.

"நாங்க இந்தப் பயணம் வந்திருக்கவே கூடாதோ புள்ள? ஐயா எங்களைப் பார்க்க வரவேயில்லையே..."

ராஜேஸ்வரி கண்களில் துளிர்த்திருந்த கண்ணீரை சேலைத் தலைப்பால் துடைத்துக் கொண்டாள். தீபா கட்டிலின் ஒரு ஓரமாக சாய்ந்து படுத்தவாறு ஜன்னல் வழியே தெரிந்த ஆகாயத்தை வெறித்துப் பார்த்துக் கொண்டிருந்தாள். யாரையோ சத்தமாகத் திட்டியவாறு லலி படிக்கட்டில் ஏறி வருவதை ராஜேஸ்வரி கண்டாள்.

“அவ வாறான்னு நினைக்குறேன்.”

ராஜேஸ்வரி கூறியது காதில் விழாதது போல தீபா இருந்தாள். கண்களிலிருந்தும் தீ வெளிக்கிளம்பும் அளவுக்கு வியர்த்து வழிந்து கொண்டிருந்த போதுதான் அந்த உஷ்ண நிலத்தை விடவும் சாமிமலைக் குளிரின் அருமையை அவள் உணர்ந்தாள். மலையொன்றைப் போல வாசலில் நின்றுகொண்டிருந்த லலியின் பார்வையில் கட்டிலில் படுத்துக் கொண்டிருந்த தீபா தென்பட்டாள். நெஞ்சில் கை வைத்து மூச்சு வாங்கிக் கொண்டிருந்த அவள் சுவரோரமாக சாய்ந்து கொண்டதும் ராஜேஸ்வரி உடனடியாக எழுந்து நின்றாள்.

“இவள் இன்னும் தூங்கிட்டிருக்காளா? இப்போ பத்து மணியும் கடந்திருக்கும்.”

லலி வந்து கட்டிலின் ஒரு ஓரத்தில் அமர்ந்து கொண்ட போதிலும், அவளது பார்வை அறையை சோதனையிட்டுக் கொண்டிருந்தது.

“இதை இப்போ சாப்பிடுங்க. மத்தியானத்துக்கு சோற்றுப் பார்சலொண்ணு கொண்டு வந்து தாறேன்.”

அவள் ராஜேஸ்வரியிடம் நீட்டிய பொலிதீன் பையில் இரண்டு கறி ரொட்டிகள் மாத்திரமே இருந்தன.

“ரெண்டு பேரும் கீழ இறங்கிப் போய் குளிச்சிட்டு வாங்க. இந்தக் குப்பத்துல இருக்குற எல்லாருமே நல்லவங்க. ரெண்டு பேருக்கும் வேலை தேடித் தர்றதா ஐயாவும் சொல்லியிருக்கார்தானே...”

தீபா எதுவும் பேசாமல் முன்பிருந்தது போலவே கட்டிலில் சுருண்டு படுத்திருந்தாள். பொறுமையிழந்த லலி இடுப்பில் கை வைத்தவாறு எழுந்து நின்றவள் நெஞ்சைப் பிடித்துக் கொண்டு மூச்சிறைத்தாள்.

“மூச்சிறைக்குது. இந்தப் படியில அடிக்கடி ஏறியிறங்க என்னால முடியாது. இனிமே ஏதாவது தேவைன்னா ரெண்டு பேரும் கீழ இறங்கி வாங்க. இவளுக்கென்ன உடம்பு சரியில்லையா? எதுக்கு இன்னும் படுத்திட்டிருக்காள்?” என்று லலி, ராஜேஸ்வரியிடம் கேட்டாள்.

“இல்ல... புள்ள பயந்து போயிருக்குங்க. இந்த மாதிரி இடங்கள் பழக்கமில்லைதானே. ஐயாவும் வரவேயில்லையே...”

லலி மெலிதாகப் புன்னகைத்தாள். ராஜேஸ்வரி கையிலிருந்த பொலிதீன் பையை கட்டிலின் மீது வைத்தாள்.

“என்ன? விஷயம் கை மீறிப் போயிடுச்சோ?”

லலி ராஜேஸ்வரியை நெருங்கி இரகசியமாகக் கேட்ட போதிலும், அது தீபாவுக்கும் கேட்டது. அவள் கட்டிலில் எழுந்தமர்ந்து லலியையே பார்த்துக் கொண்டிருந்தாள். லலியின் தடித்த புருவங்கள் மேலும் கீழுமாக அசைந்தன.

“இல்லல்ல...அப்படியெல்லாம் எதுவுமில்லைங்க. எங்களுக்கு ஐயா மேல நம்பிக்கையிருக்கு” என்றாள் ராஜேஸ்வரி.

லலி மெதுவாக இரும்புக் குழாயைப் பிடித்தவாறு படிக்கட்டில் இறங்கும்போது மூச்சிறைப்பது அறைக்குள்ளும் கேட்டது. ராஜேஸ்வரி அதிர்ந்து போயிருந்தாள். அவள் பையிலிருந்த கறி ரொட்டியை தீபாவிடம் நீட்டினாள்.

“சாப்பிடு புள்ள... ஐயாவுக்கும் வேலை அதிகமா இருக்கும். அவர் வரும் வரைக்கும் பொறுமையா இருப்போம்.”

தீபாவுக்கு அழுகை வந்தது. ஒரு வேளை சாப்பிட்டாலும், எப்படியோ வாழ்க்கையைக் கொண்டு சென்ற சாமிமலை லயன் காம்பரா இவையனைத்தை விடவும் எவ்வளவோ அருமையானது என்று அவளுக்கு பல தடவைகள் தோன்றியது. மீண்டும் அந்தக் குளிர்த் தென்றலில் தனித்துப் போகவோ, தேயிலைக் கொழுந்துகளின் சுகந்தத்தை அனுபவிக்கவோ ஒருபோதும் வாய்ப்பு கிடைக்காது என்றும் தோன்றத் தொடங்கியது. கருணையேயில்லாமல் சரிந்த மலை, அனைவரது வாழ்க்கையிலும் சரிவை ஏற்படுத்தியிருந்தது. அவளது கன்னங்களில் வழிந்திருந்த கண்ணீரை ராஜேஸ்வரி துடைத்து விட்டாள். அவள் தனது கைகளில் திணிக்கப்பட்ட கறி ரொட்டியைப் பார்த்து பெருமூச்சு விட்டாள்.

“புள்ளையார் சாமிதான் எங்களை நல்லபடியாப் பார்த்துக்கணும்.”

அந்த முனகல் தீபாவுக்கு மாத்திரமே கேட்டது.

ஃபராஸ் வெகுநேரமாக தீபாவின் விழிகளையே பார்த்துக் கொண்டிருந்தான். அவளே அறியாமல் அவளது கண்களிலிருந்து ஊற்றுப் போல கண்ணீர் வழிந்து கொண்டிருந்தது. எவ்வளவு நேரம்தான் அப்படியே இருந்திருப்பார்கள் என்பது அவர்களுக்கே தெரியவில்லை.

"தீபா..."

அவனின் கம்பீரமான ஆண்மை மிக்க குரலைக் கேட்டதும் அவள் அதிர்ந்தாள். பதறிப் போனவள் தான் அமர்ந்திருந்த இடத்திலிருந்து எழுந்து நின்றாள். ரியாத் நகரம் இரவைச் சூடிக் கொள்ளத் தயாராகியிருந்தது. சலாம் பார்க்கின் பாதைகளின் இருமருங்கிலும் மின்விளக்குகள் ஒவ்வொன்றாக அழகாக எரியத் தொடங்கின. என்னதான் நகரை இருள் சூழத் தொடங்கியிருந்த போதிலும், தெருவில் வரிசையாக வேகமாகப் போய்க் கொண்டிருந்த வாகனங்கள் அந்த வெற்றுவெளியைத் தமது இரைச்சல்களால் ஆட்கொண்டிருந்தன,.

"இரவாகப் போகுது. போகலாம் ஃபராஸ் பேபி..."

அவள் சக்கர நாற்காலியை நெருங்கி அவனை சௌகரியமாக அமர்த்த முற்பட்டாள். அவனது வலது கை அவளது இரு கைகளையும் பற்றிக் கொண்டது. அவன் அவளை மீண்டும் அமர்ந்து கொள்ளுமாறு செய்கை செய்தான்.

ஒவ்வொரு கள்ளிப் பூக்களும் மாலை நேரத் தென்றலோடு போராடி வாடிப் போகும் நேரமது. எத்தனையோ முற்களுக்கு மத்தியில் பிறந்திருந்த போதிலும் அவற்றின் அழகில் எந்தக் குறையும் இருக்கவில்லை. மேகத் துண்டுகள் போல அங்குமிங்கும் அலைந்து கொண்டிருந்த நியோன் வெளிச்சம் அந்த சலாம் பார்க்கைச் சுற்றிக் கொண்டிருந்தது. அங்கு இரண்டு மனங்களும் நெருங்கவில்லையெனினும், தேகங்களிரண்டும் நெருங்கியிருந்தன. அவளைத் தொட்டு விடும் தூரத்தில் அவனது சக்கர நாற்காலி நெருங்கியிருந்தது. அவனிடமிருந்து வெளிப்பட்ட நறுமணம் அவளின் மீதும் படிந்திருந்தது. அது ஒரு கொடியைப் போல அவளது கழுத்தைச் சுற்றிப் படர்ந்தது. ஒவ்வொரு நரம்புகளிலும் கூட வெப்பத்தை உணரச் செய்தது.

இருள் கசிந்து கொண்டிருக்கையில் அவள் தனது நடுங்கும் உதடுகளை இறுக்கமாக மூடிக் கொண்டாள்.

"ஏன் தீபா கவலையோடிருக்கிறாய்?"

அவனது குரல் முரட்டுத்தனமாக இருந்த போதிலும், அந்தத் தொனியில் அன்பு நிறைந்திருந்தது. அது சில மாதங்களுக்கு முன்பு ஒரு வார்த்தை கூட பேசாமல் கட்டிலில் கிடந்த ஃபராஸ் அல்ல.

"உன்னோட பராமரிப்பாலதான் நான் இப்போ இப்படியாவது நடமாடிட்டிருக்கேன். என்னோட குடும்பத்தாருக்கு என்னைக் கவனிக்க நேரமேயில்ல."

அவன் தொடர்ச்சியாகப் பேசிக் கொண்டேயிருந்தான். அவனது கை அவளது மடியிலிருந்தது.

"நாங்க போகலாம் ஃபராஸ் பேபி. இரவாகிடுச்சு."

"அரேபியாவுக்கு இரவே வராது தீபா. இங்கல்லாம் ராத்திரிலதான் ஆட்கள் தெருவுல நடமாடத் தொடங்குவாங்க. பகல்ல வெயில் கடுமையாயிருக்கும் என்றதால ஆட்கள் வெளியே வாறது குறைவு. இப்போ நம்மைச் சுற்றி எத்தனை பேர் நிறைஞ்சிருக்காங்க பாரு..."

"இருந்தாலும் ராத்திரியாகுறதுக்கு முன்னாடி வீட்டுக்கு வரணும்னு இந்திரா சொல்லியிருக்காங்க."

அவன் சிரித்தான்.

"உனக்குப் பயமா இருந்தாப் போகலாம். இருந்தாலும் எனக்கு ஒண்ணு தெரிஞ்சுக்கணும். உன்னோட காதலனை நினைச்சா நீ கவலையோடு இருக்கிறாய்?"

அவனது விழிகளின் முன்பு அவள் ஊமையாகிப் போனாள்.

காதலன்......

வாழ்க்கையில் ஒருபோதும் சந்தித்திராத ஒருவனைக் குறித்து கனவு காண்பது எவ்வாறு? இருந்தாலும் அவள் உருக்குலைந்து விம்மி விம்மி, ஒப்பாரி வைத்து அழுது புலம்பியதும் சாபமிட்டதும் ஒருவனின் முன்பு மாத்திரம்தான்...

அவன்....

அந்த ஞாபகங்களை மறப்பது என்பது அந்தளவு எளிதானதல்ல.

***

கால நேரமில்லாமல் நாள் முழுவதும் குப்பைகளைக் கிளறிக் கொண்டிருக்கும் காகங்கள் மாலை வேளையில்தான் வரிசையாக வானத்தில் பறந்து கொண்டிருக்கும். தான் எங்கே இருக்கிறேன் என்பது உறுதியாகத் தெரியாததால் தீபா ஜன்னல் வழியே வெளியே பார்த்துக் கொண்டிருந்தாள். தெருக் குழாய் அருகே ஆட்கள் நடமாட்டம் குறையும்வரை காத்திருந்து பார்த்து, அது சாத்தியமில்லை என்பதை உணர்ந்து அவர்கள் குளிக்கப் போன போது ஐந்து மணியும் கடந்திருந்தது. அவ்வேளையிலும் நான்கைந்து பேர் குழாயருகே நின்று தண்ணீர் சேகரித்துக் கொண்டிருந்தார்கள். தீபா குளித்து முடியும்வரை ராஜேஸ்வரி பிளாஸ்டிக் போத்தல்களிரண்டில் தண்ணீரை சேகரித்து விட்டு அங்கேயே காத்துக் கொண்டிருந்தாள். இன்னும் ஆண்கள் யாரும் குழாயடிக்கு வராமலிருந்தது ஆறுதலைத் தந்தது. அவளது ஈரக் கூந்தலிலிருந்து சீமெந்து தரையில் தண்ணீர் சொட்டிக் கொண்டிருந்தது. பகல் முழுவதும் தீயாய்ப் பற்றியெரியச் செய்த சூரியன் ஆகாயத்தை முத்தமிடுவதற்காக அந்த அறுபதாம் தோட்டத்துக் குப்பத்துக்குத் தெரியாமல் திருட்டுத்தனமாக கட்டடங்களிடையே மறைந்து கொண்டிருந்தது. பௌர்ணமி வர இன்னும் நாட்கள் இருந்ததால் வெற்று வானத்தில் நட்சத்திரங்கள் நிறைந்திருந்தன. இருந்தாலும் நிலா அளவுக்கு பூமியோடு நெருக்கமாக ஆக நட்சத்திரங்களால் ஒருபோதும் முடியாமல் போயிருந்தது.

பகல் முழுதும் ஓரோர் இடங்களில் கூலி வேலைகளைச் செய்து விட்டு, அறுபதாம் தோட்டத்துக் குப்பத்துவாசிகளான ஆண்களும், பெண்களும் இரவான பின்னரே வீடு திரும்புவார்கள். அவர்கள் அனைவர்களது கைகளிலும் ஏதாவது பைகளிருக்கும். சில ஆண்கள் குடித்து விட்டு மதுபோதையில் தள்ளாடித் தள்ளாடி கொங்க்ரீட் பாதையில் வருவதைக் கண்டதுமே குழந்தைகள் ஓடிப் போய் அவர்களது கையிலிருக்கும் பைகளை வாங்கிக் கொள்வார்கள். அந்த வேளைகளில்தான் அறுபதாம் தோட்டத்துக் குப்பத்திலிருந்த வீடுகளுக்குள்ளும் சண்டைகள் ஆரம்பிக்கும். அன்றாடம் அந்த சண்டைகளுக்கு முடிவேயிருக்காது என்றாலும், ஓரிரு மணித்தியாலங்களுக்குள் சண்டையிட்டவர்களே அவற்றை மறந்து விட்டிருப்பார்கள்.

"யாருடி இப்ப கொஞ்ச நேரத்துக்கு முன்னாடி வீட்டுக்கு வந்துட்டுப் போனவன்? உன்னைக் கொன்னுட்டு இன்னும் பதினெட்டு வருஷம் நான் ஜெயிலுக்குப் போகப் போறேன்."

'தூள்' பிரேம் தனது வீட்டுக்குள்ளிருந்த மனைவியின் கூந்தலைப் பிடித்து இழுத்துக் கொண்டு வெளியே வந்தான். ராணி உள்பாவாடையை மாத்திரமே அணிந்திருந்தாள். ஒரு கையை இழந்திருந்த ப்ரேமின் மற்றக் கைக்குள் அகப்பட்டிருந்த தனது கூந்தலை விலக்கிக் கொள்ளத் தடுமாறிய அவள், எதுவுமே பேசாமல் பல்லைக் கடித்தாள். அந்த அறுபதாம் தோட்டத்துக் குப்பத்தின் ஒரு மூலையிலிருந்து மற்ற மூலை வரைக்கும் வரிசையாகவிருந்த வீடுகளுக்குள்ளிருந்த ஆண்களும், பெண்களும் என அனைவரும் அவர்களை எட்டிப் பார்த்துக் கொண்டிருந்தார்கள்.

"உன்னை அம்மணமாக்கி தெருவுல நடக்க விடப் போறேன் பாரு.... நடத்தை கெட்ட வேசை..."

அவளது கூந்தலை விட்ட அவனது வலது கை பளார் என்று அவளது கன்னத்தில் பதிந்தது. அந்த அதிர்ச்சியில் அவள் அலறியறியவாறே ஒரு சுற்றுச் சுற்றி வாழை மரமொன்று சரிவது போல தரையில் விழுந்தாள்.

அவளின் அலறல் கேட்டதும்தான் லலி வெளியே இறங்கி வந்தாள்.

"என்ன நாயே செய்றாய்? நீ நாள் முழுதும் தூள் அடிச்சிக்கிட்டுத் திரியாம ஒழுங்காத் தொழிலொண்ணுக்குப் போனாய்னா இவள் இப்படி வேறு ஆம்பளைகள வீட்டுக்குள்ள சேர்ப்பாளா? நான்தான் இவளுக்கு டீல் பேசிக் கொடுத்தேன். குழந்தைங்க எல்லாம் பட்டினியில கிடக்குறப்ப உனக்கு தூள் அடிக்கத் தர இவள்கிட்ட காசில்ல. நானும் சும்மாவெல்லாம் காசு கொடுக்க மாட்டேன். இவள் என்கிட்ட வந்து அழுததாலதான் எவ்வளவாவது தேடிக்கன்னு சொல்லி இன்னொருத்திக்கு செட் பண்ணியிருந்த கிழவனொருத்தனை உன்னோட பொஞ்சாதிக்குப் பேசிக் கொடுத்தேன். உனக்கு அது அவமானம்னு தோணுச்சுன்னா இங்கிருந்து தொலைஞ்சு போ... போய் பொண்டாட்டிக்கும், புள்ளைகளுக்கும் சாப்பிடத் தேவையானதெல்லாம் சம்பாதிச்சிட்டு வா."

பேய் பிடித்தவள் போல கத்தியவாறு லலி, அவனை இழுத்தெடுத்தாள்.

“இல்ல... வந்து.... லலி அக்கா... இவள்... இவள்...”

“போடா... போடா... தொலைஞ்சு போடா இங்கிருந்து... நீ ஒழுங்கா இருந்திருந்தா இவள் இப்படி நடத்தை கெட்டுப் போவாளா?”

அவன் அங்கிருந்து கிளம்பிப் போனதன் பிறகுதான் ராணி தனது உள்பாவாடையை சரி செய்தவாறு எழுந்து நின்றாள்.

“எவ்வளவாவது சம்பாதிச்சிக்கோன்னு உனக்கு ஒருத்தனை செட் பண்ணித் தந்தா நீயும் நாலாபக்கத்திலிருந்தும் ஆட்களை வீட்டுக்குள்ள சேத்துக்குறாய். இந்த ரெண்டு, மூணு மணித்தியாலங்களுக்குள்ள எத்தனை பேர் உன்னோட வீட்டுக்கு வந்துட்டுப் போனாங்கன்னு நானும் பார்த்துட்டுத்தானே இருந்தேன்.”

லலியின் முகத்தைக் கூட ஏறிட்டுப் பார்க்காத ராணி, அம்மணமாக முற்றத்தில் மணலை அளைந்து கொண்டிருந்த குழந்தையைத் தூக்கி இடுப்பில் வைத்துக் கொண்டு மெதுவாக வீட்டுக்குள் நுழைந்தாள்.

ராஜேஸ்வரியைத் தேடி கீழே இறங்கி வந்த தீபா இவையனைத்தையும் தற்செயலாகத்தான் காண நேர்ந்தது.

ராஜேஸ்வரி லலியுடன் கதைத்துக் கொண்டிருந்தாள். காலை போய் மாலை திரும்பி வரும்விதமாக இன்னும் ஒரு கிழமைக்குள் ஒரு வீட்டில் வேலையைத் தேடித் தருவதாக அவள் வாக்குறுதி அளித்திருந்தாள்.

“உனக்கும் என்னால ஒரு வேலையைத் தேடித் தர முடியும். அதுக்கு சரோத் ஐயாவோட சம்மதம் வேண்டியிருக்கே.”

லலி சத்தமாகக் கூறினாள்.

“நிறையத் தொழில்கள் இருக்கு... லட்சக்கணக்குல சம்பாதிக்கலாம். அதுக்கு நீயும் சம்மதிக்கணுமே.”

லலி மார்பை நிமிர்த்தி விழிகளை உருட்டியதைக் கண்டு தீபா அருவெறுப்பாக உணர்ந்தாள்.

‘சாமிமலைத் தோட்டத்தில் கொழுந்து பறிப்பதைப் போல அறுபதாம் தோட்டத்து குப்பத்து வாழ்க்கை இலேசானதில்லை பிள்ளையே’ என்றுதான் ராஜேஸ்வரி அங்கு கால் வைத்த நாள் தொடக்கம் எப்போதும் ஒரு மந்திரம் போல தீபாவிடம் கூறிக் கொண்டிருந்தாள். இரண்டு மூன்று நாட்கள் லலியுடன் அவள் கதைத்ததில், அந்தக் குப்பத்திலிருந்தவர்கள் அனைவரைப் பற்றியும் அறிந்து கொண்டிருந்தாள். எப்படியிருந்தாலும் சாமிமலை தோட்டத்தில் வசித்த காலத்திலும் அனைவரது சுக துக்கங்களிலும் தானாகவே ஓடியோடி பங்கெடுத்துக் கொண்டவள் அவள். லயனில் யாருக்காவது வயிற்று வலி ஏற்பட்டால் எங்கிருந்தாவது இஞ்சித் துண்டொன்றைத் தேடியெடுத்துக் கொண்டு ஓடி வருபவள். அனைவரது சுக துக்கங்களில் பங்கெடுத்துக் கொள்வது போலவே ஊர்வம்பு தேடுவதிலும் அவள் கெட்டிக்காரியாக இருந்தாள். அவள் நல்லவள் என்பதால் யாரும் அவளை எதுவும் குறை கூற மாட்டார்கள்.

“அந்தியில குளிச்சதால தலையிலிருந்து தண்ணி கொட்டிட்டேயிருக்கு. நல்லாத் துடைச்சுக்கோ தீபா.. இல்லேன்னா தலைவலி வரும்...”

சாமிமலையில் வசித்த காலத்தில் மதியம் இரண்டு மணிக்குப் பிறகு குளிப்பதை நினைத்துக் கூடப் பார்க்க முடியாது. தேயிலைச் செடிகள் அடர்ந்திருந்த மலைகளிலுள்ள இடைவெளிகளில் ஊற்றுப் போல வழிந்தோடிக் கொண்டேயிருக்கும் தண்ணீரானது இரண்டு மணிக்குப் பிறகு பனிக்கட்டி போல குளிர்ந்திருக்கும். ஆகவே மாலை ஆறு மணிக்குப் பிறகும் இந்த அறுபதாம் தோட்டத்துக் குப்பத்தின் குழாயில் வரும் சூடான நீர் ஒருபோதும் தாகத்தைத் தணிப்பதேயில்லை என்று தீபாவுக்கு பல தடவைகள் தோன்றியிருக்கிறது. சாமிமலையில் பெருவிருட்சங்களில் தரித்திருந்து அங்குமிங்கும் அலை பாயும் தென்றல் கொண்டு வரும் குளிர்மை மிகுந்த பனித் துளிகள் அவர்களது மொத்த வாழ்க்கையையும் சில்லிடச் செய்திருந்தன. சில சமயங்களில் தீபா எவ்வளவுதான் சத்தம் போட்டாலும் மாதவனும், ராஜினியும் உடம்பில் ஒரு பொட்டுத் துணியில்லாமல் அந்த ஊற்று நீரில் தலையை வைத்து விளையாடிக் கொண்டிருப்பார்கள். தண்ணீர் வழிந்தோடும் ஊற்றுகளின் இருமருங்கிலும் பூத்திருக்கும் லில்லி மலர்கள் அவர்கள் அனைவரோடும் சேர்ந்து சிரித்துக் கொண்டிருக்கும்.

ராஜேஸ்வரி பழைய துணித் துண்டொன்றைத் தேடி எடுத்துக் கொண்டு வந்து தீபாவின் ஈரக் கூந்தலோடு சேர்த்துச் சுற்றி கொண்டை கட்டி விட்டதுவும், சரோத் ஜீப்பிலிருந்து இறங்கி அறுபதாம் தோட்டத்துக் குப்பத்துக்குள் பிரவேசித்ததும் ஒரே கணத்தில் நடந்தன. வாகனத்தை தோட்டத்துக்குள் கொண்டு வராமல் சன்ன தெருவோரமாக அதை நிறுத்தி வைத்து காத்துக் கொண்டிருந்தான். அனைத்து வீடுகளின் முன்னாலும் பெண்கள் குந்தியமர்ந்திருந்த காரணத்தால், அவர்களுக்கு முன்னால் நடந்து போவதற்கு சங்கோஜமாக இருந்த போதிலும், அதை வெளிக்காட்டிக் கொள்ளாமல் தரையைப் பார்த்தவாறு சரோத் நடந்து வந்தான். அவனைக் கண்டதும் சில ஆண்கள் வாயில் வைத்திருந்த பீடித் துண்டை எடுத்து மறைத்துக் கொண்டார்கள். பகலிரவென்ற வேறுபாடு ஏதுமின்றி அனைத்துக் குழந்தைகளும் நிர்வாணமாக நாலாபக்கமும் சுற்றித் திரிந்தார்கள். எங்கோ ஒரு மூலையிலிருந்து வெளிப்பட்டாள் லலி.

“அடடே... ஜீப் சத்தத்தையே காணோமேன்னு பார்த்தேன்... வாங்க... வாங்க...”

அவளின் ஜாலம் காட்டும் விழிகளை அவன் தவிர்த்தான்.

“ஜீப் தெருவுல இருக்கு லலி.. அவங்க எப்படியிருக்காங்க?”

“அவங்களுக்கென்ன? சுகமா, சௌக்கியமா ஒரு குறையுமில்லாம இருக்காங்க. கேட்கணும்னே நெனச்சிட்டிருந்தேன்... அந்தப் பிள்ளையை எங்கிருந்து பிடிச்சீங்க...? குளிச்சு முடிச்சுப் பார்த்தா அவளோட அழகுல நடிகைகளே தோத்துப் போயிடுவாங்க போலிருக்கு...”

லலி கண்களை உருட்டி உருட்டிக் கூறியதும் நாணத்தோடு தலைகுனிந்தான் சரோத்.

“அவள் இன்னும் சின்னப் பிள்ளை லலி. ஏதாவது தொழிலொண்ணு தேடிக் கொடுக்கணும்.”

“தொழில்னா லேசாத் தேடிக் கொடுத்துடலாம். அந்தக் கிழவிக்கு ஒரு பங்களாவுல வேலை பார்த்திருக்கேன். நாளைல இருந்து அவள் அங்க போகலாம்.”

லலி படிக்கட்டின் அருகில் நின்று கொண்டதும் சரோத் கிடைத்த இடைவெளியில் படிக்கட்டில் ஏறினான்.

“இதுல என்னால ஏற முடியாது. மூச்சு வாங்கும். நீங்க கிளம்புறப்ப என்னைக் கூப்பிடுங்க.”

படிக்கட்டின் கீழிருந்த மற்றுமொரு வீட்டுக்குள் அவள் புகுந்து கொண்டாள். சரோத் அந்த அறைக்குள் நுழையும்போது அறுபதாம் தோட்டத்துக் குப்பத்துக்கு இரவாகியிருந்தது. மரமோ, செடியோ தென்படாத தெரு வழியே தொடர்ச்சியாக அங்குமிங்கும் போய்க் கொண்டிருந்த வாகனங்களின் விளக்கொளிகளும், நெருக்கமாகக் காணப்பட்ட வானுயர்ந்த கட்டடங்களிலிருந்து கசிந்த வெளிச்சங்களும் அந்த வெளியில் கலந்ததும் அது இரவா, பகலா என்று தீர்மானிப்பது கடினம். விடிந்ததிலிருந்து சூடாகிப் போயிருந்த பூமியைக் குளிர்விக்கப் பாடுபட்ட வரண்ட காற்று அந்த அறைச் சுவர்களுக்குள் முட்டி மோதி வெக்கையைக் கூட்டியது. அறுபதாம் தோட்டத்து குப்பம் தொடங்குவதிலிருந்து முடியும்வரைக்கும் ஆங்காங்கே எரிந்து கொண்டிருந்த மின்கம்பங்களின் மின்குமிழ்களை வெகுகாலத்திற்குப் பிறகு ஈசல்கள் சுற்றிக் கொண்டிருந்தன. அந்த ஈசல்கள் சிறகுதிர்த்தவாறு மின்கம்பங்களின் காலடியில் விழுவதை யாருமே கவனிக்கவில்லை.

சரோத் இரும்புக் கட்டிலின் மீது அமர்ந்து கொண்டதும் தீபா ஜன்னலோரமாகப் போய் நின்று கொண்டாள். ராஜேஸ்வரி கதவோரமாக நின்று கொண்டிருந்தாள். வெளியே மின்கம்பங்களைச் சுற்றிக் கொண்டிருந்த ஈசல்கள் ஒன்றிரண்டு வழி தவறி வந்தது போல மெல்லிய வெளிச்சம் கசிந்து கொண்டிருந்த அறை விளக்கைச் சுற்றிக் கொண்டிருந்தன. அவன் நீண்ட பெருமூச்சு விட்டவாறு தீபாவைப் பார்த்தான். அவள் தலையில் கட்டியிருந்த கொண்டையிலிருந்து அப்போதும் நீர் சொட்டிக் கொண்டிருந்தது.

“என்ன தீபா? இங்க நல்லாருக்கா?”

சரோத்தின் குரல் அந்த நான்கு சுவர்களுக்குள்ளும் எதிரொலித்தது. அதற்கு ராஜேஸ்வரி பதிலளிப்பாள் என்ற எதிர்பார்ப்போடு தீபா ராஜேஸ்வரியைப் பார்த்தாள். அவளது கூந்தல் முழுவதுமாக துணித் துண்டால் இறுகக் கட்டப்பட்டிருந்த போதிலும் பொட்டொன்று கூட இல்லாமல் வெறிச்சோடிப் போயிருந்த நெற்றியில் சில நீர் முத்துகள் படிந்திருந்தன. யாரும் எதுவும் பேசவில்லை. ஜன்னல்

வழியே தொலைவாகத் தெரிந்த இருண்ட வானத்தையே தீபா கண்ணிமைக்காமல் வெறித்துப் பார்த்துக் கொண்டிருந்தாள். அவன் கட்டிலிலிருந்து எழுந்து கொண்ட போது கட்டில் எழுப்பிய சத்தம் கேட்டுத்தான் அவள் திரும்பிப் பார்த்தாள்.

"சாப்பாடெல்லாம் ஒழுங்காக் கிடைக்குதா ராஜேஸ்வரி?"

"ம்ம்..."

"ஏன் லலி ஏதாவது சொன்னாளா?"

ராஜேஸ்வரி, அவனது கேள்வியில் அதிர்ந்து போனாள்.

"ஐயோ இல்லங்க ஐயா... அந்தம்மா ஒண்ணுமே சொல்லல. இருந்தாலும் எங்களால அந்தம்மாவுக்கும் தொந்தரவுங்க. ஐயாவால முடியும்னா ஒரு சின்ன மண்ணெண்ணெய் அடுப்பும், ஒண்ணு ரெண்டு சட்டிப் பானையும் வாங்கித் தர முடியுமா? நான் நாளைலருந்து பங்களாவொண்ணுக்கு வேலைக்குப் போகப் போறேனுங்க. வர்றப்ப சமைக்குறதுக்குத் தேவையான சில்லறை சாமான்களை நானே வாங்கிட்டு வந்துடலாமுங்க."

அவன் எதுவும் பேசவில்லை. தீபா சிலை போல அசையாமல் பார்த்துக் கொண்டிருந்து விட்டு ராஜேஸ்வரியை நெருங்கினாள்.

"தீபாவுக்கும் இன்னும் ரெண்டு மூணு கிழமைக்குள்ள ஏதாவது ஏற்பாடு பண்ணிடலாம். அதுவரைக்கும் இங்கதான் இருக்கணும்."

அது வேண்டுகோளா, கட்டளையா என்பது அவர்கள் இருவருக்குமே விளங்கவில்லை. தீபா, ராஜேஸ்வரியின் மெலிந்த கைகளை இறுகப் பற்றிக் கொண்டாள்.

"ரொம்ப நன்றிங்க ஐயா... ராஜேஸ்வரிம்மாவை எப்பவும் கஷ்டப்படுத்திட்டிருக்க என்னால முடியாதுங்க. எனக்கும் ஏதாவது ஒரு சின்ன வேலையாவது தேடித் தாங்க."

மெல்லிய விம்மலோடு, தீபாவின் விழிகளிலிருந்து கண்ணீர் வழிந்தது. அது அனைவரது உள்ளங்களையும் நனைத்தது. ராஜேஸ்வரி அவளை அன்பாக தனது தோளில் சாய்த்துக் கொண்டாள்.

"யாருமே இல்லாமப் போனாலும், உன்னைப் பார்த்துக்க எனக்கு இன்னும் தைரியமிருக்கு புள்ள. ஐயாவுக்கு நெறைய வேலைகளிலிருக்கும். எங்களுக்கு அவர் இவ்வளவு செஞ்சதே போதும். அந்த நரகத்துல கஷ்டப்படுறதுக்கு இது எவ்வளவோ மேல். இங்க தோட்டங்கள்தான் எதுவும் இல்லையே. மெதுமெதுவா ஏதாவது வேலையைத் தேடிக்குவோம்."

தீபா சரோத்தின் காலைத் தொட்டுக் கும்பிட்ட போது அவன் தனக்குள் எதையோ வித்தியாசமாக உணர்ந்தாண். மண் சரிவு நடைபெற்ற நாளில் அவன் சாமிமலைக்குப் போனது அவனது கடமையை நிறைவேற்றத்தான் என்றாலும், தனது கடமைக்கு மேலதிகமான பந்தமொன்றை உருவாக்கும் அளவுக்கு தீபாவும், ராகேஸ்வரியும் அவனது வாழ்க்கைக்குள் எப்படி நுழைந்தார்கள் என்று அவன் ஆயிரம் தடவைகளாவது யோசித்துப் பார்த்திருப்பான். அங்கிருந்த பல குடும்பங்களுக்கு மத்தியில் தீபாவும், ராஜேஸ்வரியும் மாத்திரம் அவனுக்குத் தனித்துத் தெரிந்தது ஜென்ம ஜென்மமாகத் தொடரும் ஒரு பந்தத்தினாலா? தீபாவின் வயதையொத்த சிறுமிகள் பலரும் அந்த முகாம் முழுவதும் நடமாடிக் கொண்டிருந்த போதிலும், அவர்கள் அனைவரையும் தாண்டி அவள் மாத்திரம் தனித்துத் தென்பட்டது அவளது அப்பாவித்தனத்தினாலா என்றும் அவன் யோசித்திருக்கிறான். அங்கிருந்தவர்களுக்கு பொருட்களைப் பங்கிட்டுக் கொடுத்த போதெல்லாம், எதையும் பெற்றுக் கொள்ள முண்டியடிக்காமல் அவள் தன்பாட்டில் ஒரு ஓரமாக அமர்ந்திருந்தாள். அவளுக்காக அனைத்தையும் செய்தவள் ராஜேஸ்வரி. ஆரம்ப நாட்களில் அவளை தீபாவின் தாய் என்று அவன் கருதியிருந்த போதிலும், பெயர்களைப் பதிவு செய்த நாளில்தான் அவள் தீபாவின் தாயில்லை என்பதை அறிந்து கொண்டான்.

"நான் தனியொருத்தி ஐயா" என்றுதான் அப்போது அனைவருக்கும் கேட்கும்விதமாக ராஜேஸ்வரி கூறியிருந்தாள்.

சரோத்தின் கனமான சப்பாத்துகள் இரும்புப் படிக்கட்டில் இறங்கிப் போகும் ஓசை தீபாவுக்குக் கேட்டது. அறுபதாம் தோட்டத்துக் குப்பம் ஒருபோதும் இரவுகளில் உறங்காது என்பதால் எல்லா வீடுகளிலிருந்தும் இரைச்சல்களே கேட்டுக் கொண்டிருந்தது. சோற்றுத் தட்டைக் கைகளில் ஏந்தியிருந்த ஆண்களும், பெண்களும் ஏதோ ராஜ்ஜியத்தைக் கைப்பற்றிய

சந்தோஷத்தோடு தலைவாசல்களில் குந்தியிருந்தார்கள். மின்விளக்குகளை வெகுநேரமாகச் சுற்றிக் கொண்டிருந்த ஈசல்கள் மின்கம்பத்தின் அடியில் விழுந்து ஓடி விளையாடிக் கொண்டிருந்த குழந்தைகளின் கால்களுக்கு மிதிபட்டுக் கொண்டிருந்தன. சரோத் பாதையின் முடிவில் ஒரு புள்ளியாக மறையும்வரைக்கும் தீபா பார்த்துக் கொண்டேயிருந்தாள்.

வஜ்ரா விஜயந்தி திஸாநாயக்கவின் மூன்றாவது வாக்குமூலம்

உறக்கம் வராமல் இரவு முழுவதும் விழித்திருந்த நான் நன்றாக யோசித்து என்னால் எடுக்க முடிந்த நல்லதொரு தீர்மானத்தை எடுத்தேன். எனது வாழ்க்கையில் அனைத்துமே தற்செயலாக நிகழ்ந்தவை என்பதால், இதுவும் அவ்வாறான ஒன்றாக இருக்கும் என்றுதான் எனக்குத் தோன்றியது. வருடக்கணக்காக பாடுபட்டுப் படித்த கல்வியை எவ்வாறு வீணாக விட்டெறிய முடியும்? ஒரு எழுத்தையாவது ஒரு பிள்ளைக்காவது கற்றுக் கொடுக்க வேண்டும் என்று எனதுள்ளம் எப்போதும் கூறிக் கொண்டேயிருந்தது. வண்ண வண்ணச் சேலையுடுத்து, நீண்ட கூந்தலை ஒற்றைப் பின்னலாகப் பின்னி ஊர்ப் பாடசாலையில் ஆசிரியையாகப் பணியாற்றுவேன் நான் என்று இப்போது நோயாளியாகப் படுக்கையில் வீழ்ந்திருக்கும் எனது அப்பாதான் எப்போதும் கனவு கண்டுகொண்டிருந்தார். அவரது கனவை ஒரு தடவையேனும் நிறைவேற்றாமல் விட்டால், அந்த சாபம் என்னை வழிவழியாகத் தொடர்ந்து வரும்.

ஆமாம்... ஒன்று கிடைப்பதுவும், கிடைக்காதிருப்பதுவும் வாழ்க்கையில் யாருக்கும் புதிய விடயமல்ல. ஆகவே நான் அந்தத் தீர்மானத்தை எடுத்தேன்.

“நீ என்ன வாழாவெட்டியாகப் போறியா? இப்ப குழந்தையொண்ணும் இருக்குன்றத ஞாபகம் வச்சுக்கோ. நம்ம வீட்டுல இன்னொருத்தி கல்யாணத்துக்காகக் காத்துட்டிருக்கா.”

ஆடைகளை பையில் அடுக்கி வைக்கும்போது அம்மா அருகில் வந்து முணுமுணுத்தாள்.

"கல்யாணம் பண்ணியிருந்தாலும், இல்லாததுபோலத்தான் என்னோட வாழ்க்கை கழிஞ்சிட்டிருக்குன்னு அம்மாவுக்குத் தோணலியா?"

"இதெல்லாமே உன்னோட விருப்பத்துக்கு நீயே தேடிக்கிட்டதுதானே?! இப்ப நீ குழந்தையோட வாழாவெட்டியா வீட்டுக்குப் போனா உன்னோட அப்பா இன்னும் நோயாளியாகிடுவார்."

நான் அம்மாவின் முகத்தை ஏறிட்டுப் பார்த்தேன். அந்த முகத்திலிருந்த அனைத்து ரேகைகளிலும் வெளியே கூற முடியாதளவு கையறு நிலையே படிந்திருந்தது. நான் அம்மாவின் கைகளைப் பற்றிக் கொண்டேன்.

"நீங்க பயப்படாதீங்கம்மா... கவலைப்படவும் வேணாம். காதல்னு நினைச்சு ஒரு தீக்கங்கைத்தான் கட்டியிருக்கேன். இருந்தாலும், அந்த நெருப்பு ஒரு நாள் அணைஞ்சிடும்மா. அன்னிக்கு எனக்குன்னு எஞ்சப் போறது சாம்பல் மாத்திரம்தான். இருந்தாலும் நான் அதுவரைக்கும் எல்லாத்தையும் பொறுத்துட்டிருப்பேன்."

சரோத்தின் குணநலன்கள் எப்படிப்பட்டவை என்பது குறித்து இன்றுவரைக்கும் எனக்கு விளங்கவேயில்லை. அவர் அனைத்தையும், எப்போதும் சந்தேகத்தோடுதான் பார்த்தார். எப்போதும் அவசர முடிவுகளையே எடுத்து வந்தார். அந்த முடிவுகளால் யாருக்கு நல்லது நடக்கும், நடக்காது என்றெல்லாம் அவர் யோசித்துப் பார்க்கவேயில்லை. அவர் என்னிடம் அன்பாக இருக்கவேயில்லை என்று சொல்ல மாட்டேன். இருந்தாலும், அந்த அன்பு அவரிடம் எப்போதும் இருக்கவில்லை. ஒரு பெண்ணால் தாங்கிக் கொள்ளவே முடியாத ஒரு தருணம் அதுதான்.

நான் அம்மாவையும், மகளையும் கூட்டிக் கொண்டு ஊருக்குப் போனேன். ஊர்ப் பாடசாலையில் கிடைத்த ஆசிரியை பணியை ஏற்றுக் கொண்டேன். சரோத் விருப்பத்தோடு எங்களை ஊருக்கு அனுப்பி வைத்திருக்கிறார் என்றுதான் அப்பா நினைத்தார். இரண்டு மாதங்கள் கழிந்தும் சரோத் ஒரு நாள் கூட எங்களைப் பார்க்க வராமல் இருந்தபோதுதான் அண்ணன் கூட என்ன நடந்ததென்று என்னிடம் விசாரித்தார். அந்தக் காலகட்டத்தில் ஒரு தடவையாவது சரோத் என்னை தொலைபேசியில் கூட அழைக்கவில்லை. அவரைத் தொலைபேசியில் அழைத்துப் பேசுமாறு அம்மாதான் எப்போதும் என்னை நச்சரித்துக்

கொண்டேயிருந்தாள். நான் சரோத் குறித்த எதிர்பார்ப்பைக் கை விட்டிருந்தேன். இருந்தாலும் அவரது ஞாபகத்தின் வாசனைகளை மறந்து விட என்னால் முடியவில்லை. சரோத்தின் விழிகளையொத்த விழிகளே குழந்தைக்கும் வாய்த்திருந்தன. குழந்தையின் அருகிலிருந்த போதெல்லாம் எனக்கு சரோத்தான் நினைவுக்கு வந்தார். நான் தவறு செய்து விட்டேன் என்று எனது ஆழ் மனது கூறிய போதிலும், அது தவறல்ல என்றுதான் நான் வெளியில் எப்போதும் நினைக்கப் பழகியிருந்தேன்.

"உன்னோட குழந்தைக்கு அப்பாவை இல்லாமலாக்காதே."

அம்மா மந்திரம் போல எப்போதும் அதையே கூறிக் கொண்டிருந்தாள். குழந்தைக்கு ஒருபோதும் அப்பா இல்லாமல் போக மாட்டார். ஒரு பெண்ணின் எண்ணங்களையும், எதிர்பார்ப்புகளையும் ஆண் புரிந்து கொள்ள வேண்டும். குழந்தைகளைப் பெற்றுப் போட்டுக் கொண்டு, காலை முதல் மாலை வரை உணவு சமைத்துக் கொடுத்துக் கொண்டு அமைதியாக இருக்கும் மனைவிகளைத்தான் அநேகமான கணவன்கள் விரும்புவார்கள். நான் அவையனைத்தையும் செய்திருக்கிறேன். அவ்வாறிருந்தும் எனக்கொரு வேலைவாய்ப்பு வரும்போது அதைச் செய்ய அனுமதிக்காத கணவன் எனக்கெதற்கு? அம்மாவும், அப்பாவும் பத்திரமாக இருக்க, செங்கற்களாலான சிறியதொரு வீட்டையாவது கட்டிக் கொடுக்க வேண்டும் என்றுதான் நான் விரும்பினேன். எனது அந்த இலட்சியத்தைக் குறித்து சரோத் அறியாதவரல்ல. அவ்வாறான எனது பொறுப்புகளை அவரின் மேல் சுமத்தவும் முடியாது. கணவன் சம்பாதித்துக் கொடுப்பதைக் கொண்டு நன்றாக சாப்பிட்டு, குழந்தைகளைப் பெற்றுப் போட்டவாறு எதுவும் பேசாமல் வீட்டுக்குள்ளே முடங்கியிருக்க திருமணமான அனைத்துப் பெண்களாலும் முடியும்தான். இருந்தாலும், பெரும்பாலான பெண்கள் அதை விரும்பாதது, அந்த சுகமான வாழ்க்கையை வெறுப்பதனால் அல்ல. தெருவிலிறங்கி நடமாட வேண்டும் என்ற ஆசையினாலும் அல்ல. கணவனுக்கும் பாரமாக இல்லாமல், தனது குடும்பத்துக்கும் ஏதாவது உதவிகளைச் செய்ய வேண்டும் என்ற ஆசையினால்தான் அவ்வாறு நடந்து கொள்கிறார்கள். அனேகமான ஆண்கள் அதைப் புரிந்து கொள்வதேயில்லை. சரோத் அதைப் புரிந்து கொள்ளும் நாளில் என்னிடம் திரும்பி வருவார் என்று எனக்கு பல தடவைகள் தோன்றிக் கொண்டேயிருந்தது.

ஒரு வெள்ளிக்கிழமை நாளில் நான் பாடசாலைக்குப் போய் விட்டுத் திரும்பி வரும்போதுதான் தெருவோரமாக ஒரு ஜீப் நின்றிருப்பதைக் கண்டேன். நான் பதறிப் போனேன். ஓரடி கூட முன்னால் எடுத்து வைக்க முடியாதளவு எனது உடல் மரத்துப் போயிருப்பதுபோல உணர்ந்தேன். வீட்டுத் திண்ணையில் போடப்பட்டிருந்த சாக்குக் கட்டிலில் சரோத் அமர்ந்திருப்பதையும், அவரது மடியில் குழந்தையிருப்பதையும் நான் கண்டேன். எனது விழிகளிலிருந்து கண்ணீர் பொங்கி வழிந்து கொண்டிருந்தது. நான் எதுவும் பேசாமல் வீட்டுக்குள் புகுந்து கொண்டேன். அம்மா என் பின்னாலேயே வந்தாள்.

"அவர் வந்து இப்ப ரெண்டு மணித்தியாலத்துக்கு மேல இருக்கும். போ... போய் அவரோட பேசு."

அம்மா முணுமுணுத்தாள். எனதுள்ளம் பதறிக் கொண்டிருந்தது. என்ன செய்வதென்றறியாமல் நான் அறைக்குள் கட்டிலில் அமர்ந்து தொலைவை வெறித்துப் பார்த்துக் கொண்டிருந்தேன்.

அவ்வேளையில்தான் சரோத் எனதருகில் வந்து ஒரு கடிதமொன்றை என்னிடம் நீட்டினார். என்னால் அவரது கண்களை ஏறிட்டுப் பார்க்க முடியாமலிருந்தது. என்னால் அந்தக் கடிதத்தை நம்ப முடியாமலும் இருந்தது. அவர் கல்வி அமைச்சோடு தொடர்பு கொண்டு எனக்கு கொழும்பு, ராஜகிரிய பாடசாலைக்கு இடமாற்றம் பெற்றிருந்தார். அதை அவர் எவ்வாறு செய்திருப்பார் என்று நான் இப்போதும் யோசித்துக் கொண்டிருக்கிறேன். இட மாற்றம் பெற, முதல் நியமனம் கிடைத்த பாடசாலையில் குறைந்தது ஐந்து வருடங்களாக கட்டாயம் பணியாற்ற வேண்டும் என்றுதான் எனது நியமனக் கடிதத்தில் குறிப்பிடப்பட்டிருந்தது. சரோத் அதை மாற்றியிருந்தார். அப்போதுதான் எனக்கு அவர் செய்து வரும் தொழிலின் ஆழ அகலம் புரிந்தது. இலங்கையில் அவ்வாறான சில பதவிகளால் பெண்களை ஆண்களாக மாற்ற மாத்திரமே முடியாதிருக்கும். மற்ற அனைத்தையும் செய்யக் கூடிய வல்லவர்கள் இருக்கிறார்கள். சரோத் அன்றே என்னைத் தன்னோடு அழைத்துச் செல்ல முற்பட்டார்.

"என்னால இனிமே மகள் இல்லாம இருக்க முடியாது வஜ்ரா. நாங்க போகலாம்."

அனைத்துத் தந்தைகளும் தமது பிள்ளைகளை மிகவும் நேசிக்கிறார்கள். ஆகவே என்னால் அவரது வேண்டுகோளைத் தவிர்க்க முடியவில்லை. என்ன செய்வதென்று தெரியாமலிருந்த போது, அண்ணன் தான் அவருடம் செல்லுமாறு வற்புறுத்தினார். திருமணம் முடித்து வாழாவெட்டியாகத் திரும்பி வந்த பெண்ணொருத்தியை அனைவரும் பாரமாகத்தானே கருதுவார்கள். எவ்வாறிருந்தாலும், ஒரு குழந்தைக்கு தந்தை இருப்பதுதான் பெரும் ஆதரவாக அமையும். அதனால்தான் நான் மீண்டும் அவருடன் கொழும்புக்கு வந்தேன்.

11

விபத்து நடந்து சரியாக ஒரு வடம் கழிந்த பிறகுதான், ஃபராஸால் தரையில் ஒரு அடி எடுத்து வைக்க முடிந்தது. என்றாலும், விபத்தில் கால்களிரண்டுமே பெருமளவு பாதிக்கப்பட்டிருந்ததால் நடக்க அவசரப்பட வேண்டாம் என்றுதான் மருத்துவர்கள் அறிவுறுத்தியிருந்தார்கள். மருந்துகளை விடவும் தீபாவின் பராமரிப்புதான் நோயாளியை விரைவாகக் குணப்படுத்திக் கொண்டிருக்கிறது என்று மருத்துவர்கள் பாராட்டும்போது அதை ராக்கி செவிமடுத்தால் என்ன கேடு விளைவிப்பாளோ என்றுதான் அவளுக்குப் பயம் தோன்றியது. அபுசாலி எப்போதும் தீபாவை நன்றியோடு பார்த்து வந்தார். பொதுவாக அறபிகளிடம் பார்க்க முடியாத ஒன்று அது. இரண்டு மாதங்களுக்கு ஒரு தடவை பாடுபட்டு ஃபராஸின் அறைக்கு வரும் அவனது தாய் ஃபர்ஸானா தீபாவின் கைகளிரண்டையும் பற்றியவாறு, தனது மகன் இந்தளவு குணமாகியிருப்பது அவளால்தான் என்று நன்றி பாராட்டி இறைவனைப் பிரார்த்திப்பாள்.

“அல்லாஹ் என்னோட பிள்ளைட உயிரைக் காப்பாத்திட்டான்.”

எந்தத் தாய்தான் தனது பிள்ளை மீது பாசமில்லாமல் இருப்பாள். அவளது பருத்த உடலை இந்திராதான் கைத்தாங்கலாகப் பிடித்துக் கொண்டிருப்பாள்.

“நீ ஒருநாளும் இந்த வீட்டை விட்டுப் போகக் கூடாது தீபா. நாங்க இந்திராவைப் போலவே உன்னையும் நல்லாப் பார்த்துக்குவோம்.”

ஃபர்ஸானா தீபாவிடம் கூறியதும் தீபாவின் பார்வை ஃபராஸின் கண்களில் நிலைத்தது. ஆயிரக்கணக்கான பெண்களைத் தனது ஒரு பார்வையில் கட்டிப் போடக் கூடிய வசீகரம் மிக்க விழிகள் அவை.

அறையை அலங்கரிப்பதற்காக வைக்கப்பட்டிருந்த இளஞ்சிவப்பு நிற பியோனி மலர்களிலிருந்து கமழ்ந்த நறுமணத்தை தீபா

ஆழமாக முகர்ந்தாள். ஜன்னல் கண்ணாடி வழியே வெளியே தெரிந்த ஆகாயமானது ஏனைய நாட்களை விடவும் பிரகாசமாக இருந்தது. எந்நாளும் தரையில் விழும் சூரிய ஒளிக் கீற்றுகள், கனத்த திரைச்சீலை வழியாக அறைக்குள் நுழையப் போராடிக் கொண்டிருந்தன.

"எனக்குக் குணமானதுமே நாங்க ஃபிரான்ஸுக்குப் போயிடுவோம். அங்க என்னால ஒரு பியோனி பூந்தோட்டத்தையே உனக்காக வாங்கித் தர முடியும்."

ஃபராஸ் தீபாவின் மடியில் தலை வைத்தவாறு தனது கனவுகளைக் கூறினான். தீபா அந்தக் கனவுகளை ஒவ்வொன்றாக எடுத்து தனது மனதின் ஒரு ஓரத்தில் பத்திரமாக சேமித்து வைத்தாள். அவனது பொன் நிறத் தலைமயிரை அவளது விரல்கள் மெலிதான பெருமூச்சோடு அலைந்து கொண்டிருந்தன.

"நமக்கு உன்னோட நாட்டுக்குக் கூட போகலாம்... நாங்க உன்னோட சாமிமலைக்குப் போவோம்."

அவன் கூறும்போது பாரிஸ் நகரத்தில் பியோனி மலர்த் தோட்டமொன்றில் ஓரோர் நிறப் பூக்களுக்கு மத்தியில் அவள் இருந்தாள். அவன் கூறியதைக் கேட்டு திடீரென சாமிமலை லயன் அறைகளுக்கும் அவளுக்குப் போகத் தோன்றியது. செம்மண் பாதையின் இருமருங்கிலும் பூத்துச் செழித்திருந்த அஸ்டோமேரியா பூக்கள் ஒரு லயத்தோடு காற்றில் அசைந்தன. நாற்புறங்களிலிருந்தும் தேயிலைக் கொழுந்தின் வாசனையே கமழ்ந்து கொண்டிருந்தது.

"தீபா."

பள்ளத்தில் இறங்கிக் கொண்டிருந்த தீபாவைக் கண்ட முனியாண்டி கத்தினார்.

"இந்த மூட்டையைத் தூக்கி என்னோட தலையில வச்சு விடேன்."

ஓரோர் கற்களின் மீதும் பாதம் பதித்தவாறு துள்ளிக் குதித்து வந்த தீபா முனியாண்டியின் தேயிலைச் சாக்கின் அருகில் நின்றாள். அந்தி மந்தார இருள் தரையிலிறங்க அந்தளவு நேரமிருக்கவில்லை.

"சின்னப் பொண்ணு போல துள்ளிக் குதிச்சிக்கிட்டு இந்த அந்தியில எங்க போற நீ?"

“கிருஷ்ணன்ட கடைக்குப் போறேனுங்கையா... அரை றாத்தல் பாண் வாங்கணும்...”

தீபா தூக்கி வைத்த தேயிலைச் சாக்கு முனியாண்டியின் தலை மீதிருந்தது. அவர் திரும்பி ஒரு சுற்றுச் சுற்றினால்தான் தீபாவைப் பார்க்க முடியும். ஆகவே அவரால் தீபாவின் முகத்தைத் தெளிவாகப் பார்க்க முடியவில்லை.

“இந்த நேரத்துல நீ எதுக்குப் போறே? மாதவனை அனுப்பியிருக்கலாமே?”

“அவனுக்கு கடனுக்கு ஒண்ணும் கொடுக்க மாட்டாங்கையா.”

“நீ போனா மட்டும் கொடுப்பானாம்... நல்லாப் போச்சு போ. அந்தக் கிருஷ்ணன் ஒரு மாதிரியான ஆளு. நீ தனியாப் போகாதே புள்ள... இரு நானும் கூட வாறேன்.”

அவளுக்கு மெலிதாக சிரிப்பு வந்தது. அன்று அவள் அரை இறாத்தல் பாணை வாங்கிக் கொண்டு வரும்வரைக்கும் அவர் கடை முன்னால் காவல் காத்துக் கொண்டிருந்தது அவளுக்கு நினைவு வந்தது. அனைத்துக் கஷ்டங்களையும், துயரங்களையும் தாங்கிக் கொண்ட லயன்கள் என்பதுவும் அவளது வாழ்க்கையின் ஒரு பகுதிதான். அம்மா, அப்பா, மாதவன், ராஜினியைத் தனிமைக்குள்ளாக்காமல் அவர்களோடு ஒன்றாக மண்ணுக்குள் புதைந்து போன ஊர்மக்கள் அனைவரையும் புதைத்த இடத்தை மீண்டும் ஒரு தடவையேனும் தரிசித்து விளக்கொன்றையாவது ஏற்றி வைக்க முடிந்தால் எவ்வளவு நன்றாக இருக்கும் என்றும் சுவையான உணவொன்றைக் காணும் ஒவ்வொரு தடவையும் மனதின் ஓரத்தில் வந்து நிற்கும் மாதவனுக்காகவும், ராஜினிக்காகவும் அதே வயதுள்ள பிள்ளைகளுக்கு ஒரு வேளை உணவையாவது கொடுக்க முடிந்தால் எவ்வளவு நன்றாகவிருக்கும் என்றும் அவளுக்கு பல தடவைகள் தோன்றியிருக்கிறது.

“என்ன யோசிக்கிறாய் தீபா?”

அவன் அவளது முகத்தை உற்றுப் பார்த்தான்.

“என்னை சாமிமலைக்குக் கூட்டிட்டுப் போக உங்களால முடியுமா?”

ஃபராஸ் அதைப் புரிந்து கொண்டானோ இல்லையோ அவளைப் பார்த்து மெலிதாகப் புன்னகைத்தான்.

வாழ்க்கையில் அவள் அனுபவித்த மலை போன்ற பெருந் துயரங்களை ஒளித்து வைத்து விட்டு வந்த இடம் இப்போதும் பத்திரமாக இருக்கக் கூடும். இதே வேண்டுகோளை அறுபதாம் தோட்டத்து குப்பத்தில் வைத்து அவனிடம் முன்வைத்த வேளையில் அவளால் தாங்கிக் கொள்ளவே முடியாத உதையொன்றுதான் பதிலாகக் கிடைத்தது.

அவள் வலியில் கதறினாள். அடிவயிற்றை அழுத்திப் பிடித்துக் கொண்டு கட்டில் விளிம்பைப் பற்றிக் கொண்ட போது இரும்புப் படிகளில் அவன் இறங்கிச் செல்லும் ஓசை மாத்திரமே கேட்டது. சூரியன் நெருப்பாகக் கொதித்துக் கொண்டிருந்த அந்த மத்தியான வேளை, எவரது பார்வைக்கும் தென்படாமல் அறுபதாம் தோட்டத்தை மேலும் எரித்துக் கொண்டிருந்தது.

***

ராஜேஸ்வரி கொலன்னாவையிலுள்ள பங்களாவொன்றுக்கு வேலைக்குப் போகத் தொடங்கி சரியாக ஒரு கிழமையிருக்கும். அருகிலுள்ள கடையொன்றிலாவது தீபாவுக்கு வேலையொன்றைத் தேடித் தருவதாக லலி அடிக்கடி கூறிக் கொண்டிருந்தாள்.

ராஜேஸ்வரி இல்லாத எல்லா நாட்களிலும் மதிய வேளைகளில் லலி கீழேயிருந்து கூப்பிடும் போதெல்லாம் தீபா எதுவும் பதிலளிக்காமலேயிருப்பாள். ராஜேஸ்வரி வேலை விட்டு வரும்போது ஏதாவது உணவை சமைத்து வைக்க தீபா பழகியிருந்தாள். சரோத் கொண்டு வந்து கொடுத்த மண்ணெண்ணெய் அடுப்பு, இரண்டு சட்டிப் பானைகளுக்கு மேலதிகமாக ராஜேஸ்வரி வேலை செய்த பங்களாவில் ஒதுக்கிய சமையல் சாதனங்களையும் அவள் அங்கு கொண்டு வந்து வைத்திருந்தாள்.

"அந்த மேடம் ரொம்ப நல்லவங்க புள்ள. என்னை அங்கேயே தங்கிக்கச் சொல்றாங்க. நான் உன்னைப் பற்றியும் அவகிட்ட சொல்லியிருக்கேன்."

தீபா கண்ணிமைக்காமல் ராஜேஸ்வரியையே பார்த்துக் கொண்டிருந்தாள்.

"ராஜேஸ்வரியம்மாவுக்கு நான் இப்போ பாரமாகிட்டேனா?"

"பைத்தியம் மாதிரி பேசாதே... எனக்கு நீ என்ன பாரம்? உன்னைத் தனியா விட்டுட்டுப் போகத்தான் எனக்கு பயமாயிருக்கு புள்ள."

ஒவ்வொரு நாள் இரவும் ராஜேஸ்வரியின் பங்களாக் கதைகளோடு கழிந்த போதிலும், தீபா பகல்வேளைகளை தனிமையில்தான் கழிக்க வேண்டியிருந்தது. மேகமொன்று கூட இல்லாமல் அம்மணமாகவிருந்த ஆகாயம், ஏறிட்டு பார்க்கவே முடியாத அளவுக்கு வெப்பத்தை வழங்கிக் கொண்டிருந்தது. என்றாலும், அவ்வப்போது ஜன்னல் வழியே வந்த தென்றல் காற்று சுவரில் தொங்கவிடப்பட்டிருந்த பழைய காலண்டரின் பக்கங்களைப் புரட்டிப் பார்க்கும் ஓசைதான் அவளது மனதிலிருந்த தனிமையைப் போக்கிக் கொண்டிருந்தது. அவ்வாறு அவள் தனிமையிலிருந்த ஒரு மதிய வேளையில்தான் அவன், அவளைப் பார்க்க அறுபதாம் தோட்டத்துக் குப்பத்துக்கு வந்தான்.

தெருவோரமாக வாகனத்தை நிறுத்தி விட்டு, இரும்புப் படிகளிலேறி அவன் வரும்வரைக்கும் அவள் அந்த வருகையை எதிர்பார்த்திருக்கவேயில்லை. வாசலில் சற்று நேரம் நின்றிருந்தவன், அழைப்பில்லாமலே நேராக உள்ளே வந்து கட்டிலின் ஒரு ஓரத்தில் உட்கார்ந்து அவளையே பார்த்துக் கொண்டிருந்தான். பாதி திறந்திருந்த ஜன்னலை முழுவதுமாகத் திறந்து விட்டவள், அதற்கு முதுகு காட்டியவாறு கூந்தலிலிருந்து சீமெந்துத் தரையில் நீர் சொட்டச் சொட்ட நின்றுகொண்டிருந்தாள்.

"ராஜேஸ்வரி வேலைக்குப் போயாச்சா?"

அவன் அமைதியைக் குலைத்தான். அவளுக்கு பதிலளிக்க நேரமெடுத்தது.

"ம்ம்."

"உனக்கும் நாளைக்கு, நாளன்னைக்கு இங்க பக்கத்துல ஒரு கடைல வேலைக்குப் போக முடியுமாயிருக்கும், தீபா."

அவள் எதுவும் பேசவில்லை. அவனது உடலிலிருந்து கிளம்பிய மெல்லிய ஓடிகொலோன் வாசனை அறையில் பரவியிருந்தது. அவளது நீர் சொட்டும் கூந்தல் கற்றைகளிடையே ஊடுருவ வழி தேடியவாறு அவன் இருந்தான்.

"இருங்க... தேத்தண்ணி ஊத்துறேன்..."

புதிய கோப்பைகள் எதுவுமில்லை என்பது அவளுக்கு திடீரென நினைவுக்கு வந்தது. மண்ணெண்ணெய் அடுப்பின் மீது தண்ணீர்ப் பானையைக் கொதிக்க வைத்து விட்டு அவள் கீழேயிறங்கிச் செல்ல முற்பட்டாள்.

"லலியக்காக்கிட்டப் போய் கோப்பையொண்ணு வாங்கிக்கிட்டு வாறேனுங்க."

அவன் எதுவும் பேசவில்லை. இப்போது அறைக்குள் மண்ணெண்ணெய் வாசனை பரவியிருந்தது. கூரை வெப்பத்தில் கொதித்துக் கொண்டிருந்ததால் அறைக்குள் அனலடித்துக் கொண்டிருந்தது. கடும் வெக்கையாகவிருந்ததால் அவன் மேற்சட்டையின் பொத்தான்களைக் கழற்றி விட்டிருந்தான். தேநீர்க் கோப்பையில் சீனியிட்டுக் கலக்கும் ஓசை மாத்திரம்தான் அறைக்குள் கேட்டது. கட்டிலில் அமர்ந்திருந்தவன் திடீரென்று எழுந்து சென்று அவளின் முன்னால் நின்றான். சூடான தேநீர்க் கோப்பை அவனது சப்பாத்துகளின் மீது சிதறுண்ட வேளையில் அறைக்குள் நுழைந்த தீச் சுவாலைக் காற்று அலுமினியக் கதவை சுவரில் மோதச் செய்து பேரோசையை எழுப்பியது. அவளின் நீண்ட கூந்தல் கற்றைகளின் ஈர நீர்த் துளிகள் கட்டில் முனை வழியாக கீழே சொட்டியதுமே பேராவலோடு தரை அதை உறிஞ்சிக் கொண்டது.

பஹலவத்தகே சன்ன ப்ரியஷாந்தவின் மூன்றாவது வாக்குமூலம்

அந்தக் காலகட்டத்தில் யுத்தம் முடிவடைந்திருந்ததால், இராணுவ முகாமில் அந்தளவு வேலைகள் இருக்கவில்லை. முன்பென்றால் உத்தரவு வரும்போதெல்லாம் ஜீப்பை எடுத்துக் கொண்டு பறக்க வேண்டியிருந்தது. அதற்கு இரவு, பகலென்று பேதமிருக்கவில்லை. சரோத் ஐயாவுக்குக் கூட முகாமிலிருந்து வெளியே போக வேண்டிய தேவை பெரிதாக இருக்கவில்லை. ஆரம்பத்தில் பிள்ளையை மொண்டசூரியிலிருந்து கூட்டிக் கொண்டு வரவென்று மதியவேளையில் வெளியே போய் வந்தார். பிறகு பிள்ளையை வேறொரு வாகனத்தில் அனுப்புவதாகக் கூறி அதுவும் நின்று போனது. ஆகவே எனக்கு அன்றைய தினம் மிக நன்றாக நினைவிருக்கிறது. சரோத் ஐயா திடீரென்று என்னுடன் அறுபதாம் தோட்டத்துக் குப்பத்துக்குப் போனார். அப்போது பகல் பன்னிரண்டு மணியிருக்கும். அந்தப் பெண்ணும், சிறுமியும் வேறு எங்காவது போயிருப்பார்கள் என்றுதான் நான் அதுவரையில் நினைத்திருந்தேன். என்றாலும், அது நடந்திருக்கவில்லை.

தெருவிலிருந்து அறுபதாம் தோட்டத்துக்குத் திரும்பும் இடத்தில் ஜீப்பை நிறுத்தி வைத்திருக்கச் சொல்லி விட்டு, அவர் எஞ்சிய தூரத்தை நடந்து போனார். காலை, மாலை நேரங்களைப் போல அந்த வேளையில் அந்தத் தெருவிலோ, அந்த இடத்திலோ அவ்வளவாக ஆள் நடமாட்டம் இருக்கவில்லை. அங்கிருந்த அனைத்து வீடுகளிலும் பெரியவர்கள் ஏதாவது வேலைகளுக்குப் போயிருந்தார்கள். பாடசாலைக்குப் போகாத சிறுவர்கள் சிலரும், போதைப் பொருளுக்கு அடிமையானவர்கள் சிலரும் பாதையின் இருமருங்கிலுமிருந்த விளக்குக்

கம்பங்களின் கீழேயிருந்தார்கள். எவரேனும் எமது வாகனத்தின் பாகங்களைப் பிடுங்கிக் கொண்டு ஓடி விடுவார்களோ என்ற எண்ணத்தில் நான் அவதானத்தோடு இருந்தேன். அவ்வாறானவர்கள்தான் அந்த அறுபதாம் தோட்டத்துக் குப்பத்தில் பெரும்பாலும் இருந்தார்கள்.

கிராமங்களைப் போல அல்ல. கொழும்பில் வாகனமொன்றை நிறுத்தி வைத்து விட்டு, ஐந்து நிமிடம் கூட அங்கிங்கு நகர முடியாது. அதுவே கிராமமென்றால், தெருவோரமாக வாகனத்தை ஒரு மாதம் நிறுத்தி வைத்தால் கூட யாரும் ஏறெடுத்தும் பார்க்க மாட்டார்கள். நேரம் செல்லச் செல்ல எனக்கு பயமாகவும் இருந்தது. ஒரு மணித்தியாலம் கடந்தும் சரோத் ஐயா திரும்பி வரவில்லை. அன்று நான் ஜீப்பில் கண்ணாடி வழியாகப் பார்த்த தீபாவின் முகம், எனது நெஞ்சை அதிரச் செய்திருந்தது. அவ்வளவு காலமும் பெண்பிள்ளையொன்றை ஏறெடுத்தும் பார்த்திருக்காத எனக்கு தீபாவின் பார்வை மின்சாரம் தாக்கியது போன்றதோர் அதிர்வைத் தந்திருந்தது. அந்த அழகிய விழிகளில் சரோத் ஐயா கூட விழுந்திருக்கக் கூடும்.

வெகுநேரம் ஜீப்பைத் தெருவோரமாக நிறுத்தி வைத்திருக்க முடியாத காரணத்தால் நான் வாகனத்திலிருந்து இறங்கி குப்பத்துக்குள் மெதுவாக முன்னால் நடந்து சென்றேன். பாதையின் இருபுறமும் வீடுகளின் முன்னால் வடிகான்களில் தண்ணீர் வழிந்து போகாமல் தேங்கி நின்றதால் தாங்க முடியாத நாற்றம் அந்தக் குப்பத்தில் பரவியிருந்தது. இராணுவத்தைச் சேர்ந்த ஒருவன் திடீரென குப்பத்துக்குள் நுழைந்தால் ஆட்கள் பயப்படுவார்கள் என்பதால் நான் ஓரிடத்தில் நின்றேன். தொலைவில் சரோத் ஐயா வந்து கொண்டிருப்பதை அப்போதுதான் கண்டேன். என்னைக் கண்டதும் அவர் கையிலிருந்த தொப்பியைத் தலையில் இட்ட போதிலும் அது ஒழுங்காக தலையில் நிற்கவில்லை. அவரது ஆடையும் கசங்கியிருப்பதை நான் கவனித்தேன். பதற்றத்தோடு என்னருகே வந்த அவர் 'போகலாம் சன்ன' என்று அவசரமாகக் கூறினார்.

ஜீப்பில் போகும்போது என்னுடன் அவர் ஒரு வார்த்தை கூட கதைக்கவில்லை என்றபோதிலும், இருபது முப்பது தடவைகளாவது கண்ணாடி வழியே அவர் என்னைப் பார்ப்பதை நான் உணர்ந்தேன். அவர் அந்தளவு பதற்றத்தோடு இருந்ததை அதற்கு முன்னர் நான்

ஒருபோதும் கண்டதில்லை. தனது நெற்றியில் வழிந்த வியர்வையை அடிக்கடி துடைத்துக் கொண்டிருந்தார்.

'சீக்கிரமாகப் போகலாம்' என்று அவர் பல தடவைகள் கூறிய போதிலும், அவ்வேளையில் சீக்கிரமாகப் போவது சிரமம் என்பதை அவரிடம் கூற எனக்குத் தோன்றவில்லை. அது பாடசாலை விட்ட நேரம் என்பதால் அனைத்துத் திக்குகளிலும் வாகன நெருக்கடியிருந்தது. சில இடங்களில் வாகனத்தை ஐந்து நிமிடங்களுக்கும் மேலாக நிறுத்தி வைத்திருக்க வேண்டியிருந்தது. அவ்வேளைகளில் அவரது முகம் கடுங்கோபத்தில் இருண்டு போவதை நான் அவதானித்தேன். இவ்வளவு அவசரமென்றால், அந்தக் குப்பத்துக்குள் இவ்வளவு நேரம் என்னதான் செய்து கொண்டிருந்தார் என்று எனக்குத் தோன்றியது. அதை அவரிடம் கேட்க வேண்டும் போல இருந்தது.

சில சமயங்களில் என்னுடன் அவரது வீட்டுக்குப் போன நேரங்களில் கூட அவர் இந்தளவு தாமதித்ததில்லை. நிச்சயமாக அந்தச் சிறுமியிடம் மயங்கியிருப்பார் என்பது எனக்குப் புரிந்தது. எனக்கு அப்போது வஜ்ரா மேடத்தின் முகம் மனதில் தோன்றியது. கிராமமொன்றிலிருந்து கொழும்புக்கு வந்திருந்த அப்பாவிப் பெண் அவர். நான் பிள்ளையை மொண்டசூரியிலிருந்து கூட்டிக் கொண்டு போன நாட்களில் என்னுடன் மனதார புன்னகைப்பார்.

அன்றைக்குப் பிறகு, சரோத் ஐயா மாதத்துக்கு பத்து, பதினைந்து தடவைகளாவது இவ்வாறான பயணத்தைப் போகத் தொடங்கியிருந்தார். அவர் என்ன ஆட்டத்தை வேண்டுமானாலும் ஆடித் தீர்க்கட்டும் என்று நான் பேசாமல் இருந்தேன். பகல் என்றால் பரவாயில்லை. சில நாட்களில் இரவுகளிலும் போகத் தொடங்கினார். விடியும்வரைக்கும் அறுபதாம் தோட்டத்துக் குப்பத்துக்குத் திரும்பும் சந்தியில் ஜீப்பை நிறுத்தி வைத்து விட்டு, எஃப்.எம் அலைவரிசைகளில் போகும் பாடல்களைக் கேட்டுக் கொண்டிருப்பதை நான் செய்தேன். அதுவும் பெருந் தொந்தரவாக இருந்தது. நள்ளிரவிலும் பெண்கள் அழுது புலம்பியவாறு காதல் தோல்விப் பாடல்களை ஒலிபரப்புமாறு அறிவிப்பாளரைக் கேட்டுக் கொண்டிருந்தார்கள். அவ்வாறான நாட்களில் நான் ஆசனத்தை விரித்து அதிலேயே படுத்து கண்களை மூடிக் கொள்வேன். ஒவ்வொரு தடவையும் கண்ணாடியில் தட்டி என்னை சரோத் ஐயாதான் எழுப்பி விடுவார். என்ன செய்வது? சூடு என்பதால்

குடிக்கவும் முடியாது, பால் என்பதால் வீசவும் முடியாது என்ற நிலைமையில் நான் இருந்தேன்.

நாட்டில் யுத்தம் இருந்ததோ, இல்லையோ நான் உறக்கம் தொலைக்க வேண்டியிருந்தது.

12

“தீபா.....”

ராஜேஸ்வரி தீபாவை அழைத்தாள். அன்று ஞாயிற்றுக் கிழமையென்பதால் ராஜேஸ்வரிக்கு பங்களாவில் வேலையிருக் கவில்லை. இருந்த அழுக்குத் துணிகளைக் கழுவித் தோய்த்துக் காய வைத்து விட்டு, ஓய்வாக இருக்க வேண்டிய நாள் அது என்றாலும், அவளின் மனது பற்றியெரிந்து கொண்டிருந்தது. ஒரு நாள் விட்டு ஒருநாள் வரும் சரோத்தின் வல்லுறவினால் ஏற்பட்ட அசதியின் காரணமாகவோ என்னவோ அந்த இரும்புக் கட்டிலின் ஒரு ஓரமாக தீபா சுருண்டு படுத்துக் கிடந்தாள். அவளைத் தொடும்போதெல்லாம் திடகாத்திரமான ஆணுடலின் முன்னால் ஒரு எலிக் குஞ்சு போல அவள் சுருண்டு போவதாக அவனுக்குத் தோன்றாமலில்லை. அதனால்தானோ என்னவோ அவளது அப்பாவித்தனத்தால், வெகுவிரைவிலேயே அவள் அவனது வாழ்வில் இன்றியமையாதவளாக மாறிப் போயிருந்தாள்.

“நான் உன்னைக் காதலிக்கிறேன், தீபா. வாழ்க்கையில் எப்போதும் நான் உன்னைப் பாதுகாப்பேன்.”

வஜ்ராவிடம் அவனால் கண்டடைய முடியாமல் போன காதலை, வாழ்க்கையின் பாரதூரத்தை இன்னும் அறியாமலிருந்த ஒரு அப்பாவிச் சிறுமியிடம் யாசிக்கும் அளவுக்கு அவன் தன் மீது மோகம் கொண்டிருக்கிறான் என்பதை தீபாவே அறிந்திருக்கவில்லை.

“ராஜேஸ்வரியை பங்களாவிலேயே தங்கிக்கச் சொல்லலாம். நான் இதை விட வேற ஒரு நல்ல இடம் பார்த்து உன்னைத் தங்க வச்சுக்குறேன்.”

அவளுடன் இருக்கும்போது அவன் மோகத்தில் உளறினான். அவள் எதுவும் பேசவில்லை. அனலடித்துக் கொண்டிருந்த கூரையையே அமைதியாகப் பார்த்துக் கொண்டிருந்தாள்.

அவளுக்குத் தெரிந்த நாள் முதல் அவர்களது வாழ்க்கையில் எல்லா உதவிகளையும் செய்தவாறு, ஒரு தூண் போல கூடவே இருப்பவள் ராஜேஸ்வரி. எதுவும் செய்ய முடியாமல், அம்மா படுக்கையில் வீழ்ந்த நாளிலிருந்து சாமிமலைத் தோட்டத்தின் அனைத்து இடங்களிலும் அவளுக்கு எவ்வித ஆபத்துகளும் ஏற்படாத வண்ணம் ஒரு துணையாகவும், பாதுகாப்பாகவும் அவளுடன் கூடவே இருந்தவள். முகாமில் வசித்த காலத்தில் கூடாரத்தைச் சுற்றி நள்ளிரவுகளில் ஓரோர் விதமான ஓசைகள் கேட்கும்போது உறங்காமல் விடியும்வரை அவளுக்குக் காவலாக இருந்தவள். அவ்வாறெல்லாம் பாதுகாக்கப்பட்ட தான், ராஜேஸ்வரிக்கே தெரியாமல் இந்த அறுபதாம் தோட்டத்துக் குப்பத்துக்குள் கசக்கிப் போடப்பட்டிருக்கிறேன் என்று அவளுக்குத் தோன்றியது. அவனது உடலிலிருந்து வழிந்த வியர்வை அவளது உடல் முழுவதும் படிந்து அறுவெறுப்பூட்டிக் கொண்டிருந்தது.

“நான் எப்படி.... ராஜேஸ்வரியம்மாவுக்குப் போக சொல்ல முடியும் ஐயா?”

அவள் அந்த ஓரிரு வார்த்தைகளைச் சொல்லவே வெகுநேரம் எடுத்துக் கொண்டாள். அவன் அவளைக் கையால் தள்ளி விட்டு கோபத்தோடு எழுந்து நின்றான். கீழே விழுந்து கிடந்த படுக்கை விரிப்பை எடுத்துத் தனது தேகத்தைப் போர்த்தியவாறு அவள் அவனது முகத்தையே திகைப்போடு பார்த்துக் கொண்டிருந்தாள்.

“அந்தப் பொம்பளைக்கு நீதான் இங்கிருந்து போகச் சொல்லணும். உன்னோட வாழ்க்கைக்கு இனி நான்தான் பொறுப்பு. உன்னால முடியலன்னா நான் ஒரு சின்ன விஷயத்தைத்தான் செய்வேன். அப்புறம் ராஜேஸ்வரின்னு ஒருத்தியே சாமிமலைல இருந்து இங்க வரலைன்னு ஆகிடும். அவ்வளவுதான் சொல்வேன்.”

அவள் அப்போதுதான் பொறுமையிழந்து போனாள். அவனால் ராஜேஸ்வரி கொல்லப்படக் கூடும் என்ற பயம் அவளது மனதை ஆட்கொண்டு அவளை நிலைகுலையச் செய்தது. உயிர்களைக் கொல்வது ஒரு பெரிய விஷயமேயல்ல என்று கருதும் ஆட்களிடம் அன்பான உள்ளம் ஒருபோதும் இருக்க வாய்ப்பேயில்லை என்று தோன்றியது.

“கொன்னுடுங்க... எங்க ரெண்டு பேரையுமே கொன்னுடுங்க...”

அவள் அவனது கையைப் பிடித்தவாறே அந்தக் குப்பம் முழுவதும் கேட்கப் போல அலறினாள். அவளுக்குள் அந்தளவு தைரியம் இருக்கக் கூடும் என்று அவன் நினைத்துக் கூடப் பார்த்திருக்கவில்லை. சாமிமலைத் தோட்டத்தில் வைத்து அவனிடம் ஒரு வார்த்தை கூட கதைக்காத சிறுமி. அவன் அவளது கையைத் தட்டி விட்டு, அவளைக் கட்டிலில் தள்ளி விட்டான்.

"வேசை நாயே.... உனக்கும் அறுபதாம் தோட்டத்து தைரியம் வந்துடுச்சோ?"

அவளின் நிர்வாண உடலின் மீது கீழே கிடந்த துணியை அள்ளி எறிந்தவன் தனது கனமான கால் சுவடுகளைப் பதித்தவாறு இரும்புப் படிகளில் கீழே இறங்கினான். அவளது கண்களில் இனியும் அழுவதற்கு ஒரு துளிக் கண்ணீர் கூட மீதமில்லாத போதிலும், மனதுக்குள் அடைபட்டிருந்த கோப மூச்சுகள் அந்த அறையை நிறைத்திருந்தன.

எரித்துச் சாம்பலாக்கி விடுமளவுக்கு ஆழமான பெருமூச்சு விட்ட ராஜேஸ்வரி, சுருண்டு படுத்திருந்த தீபாவின் அருகில் நின்றிருந்தாள். சாமிமலைத் தோட்டத்திலிருந்து புறப்பட்ட போது மனதில் உருவான பயமும், பதற்றமும் இப்போதும் எஞ்சியிருந்தது. அவளது குழி விழுந்த கன்னங்களில் வழிந்து கொண்டிருந்த கண்ணீருக்கு முடிவேதும் இருக்கவில்லை.

"உனக்கு என்னாலதான் இப்படியாச்சு தீபா... என்னைத் திட்டு புள்ள..."

அவளது அழுகை சற்று நேரத்தில் விம்மலாக மாறியது. தீபா மௌனமாக இருந்தாள். ராஜேஸ்வரியின் முகத்தை ஏறிட்டுப் பார்க்க முடியாமல், அடி வயிற்றில் தோன்றிய வலியை மறப்பதற்குப் போல அவள் அழுக்குத் தலையணையின் மீது தலையைப் புதைத்துக் கொண்டிருந்தாள்.

அறுபதாம் தோட்டத்துக் குப்பத்தின் இருளினூடாகவே ராஜேஸ்வரி அவ்விடத்திலிருந்து போய் விட்டிருந்தாள். தீபா இறுதியாக அவளை அணைத்துக் கொண்டு கண்ணீர் சிந்தி அழுத போது, அவள் அழவேயில்லை. என்றாலும், தனது முழு தேகமும் பற்றியெரிவது போல உணர்ந்தாள். அந்தக குப்பத்தின் மூலையிலிருந்து தெரு விளக்குகள் ஒவ்வொன்றாக எரியத்

தொடங்கியிருந்த போதிலும், அவளும் தீபாவும் மாதக் கணக்கில் முடங்கிக் கிடந்த அறை அப்போதும் இருளாகவே இருந்தது. அந்த அந்தகாரத்தை திரும்பவும் ஒருபோதும் எந்த விளக்காலும் அகற்றவே முடியாதிருக்கும்.

"இனிமே உன்கிட்ட இழக்குறதுக்கு ஒண்ணுமேயில்ல தீபா... அதுல எனக்கும் பங்கிருக்கு... ஐயா உன்னை வேணாம்னு சொல்ற நாள்ல நான் உன்னைத் தேடிக்கிட்டு வருவேன் புள்ள. என்னை நம்பு..."

கொலன்னாவை பங்களாவில் கொடுத்திருந்த பழைய தோல் பையைத் தோளில் தொங்கவிட்டவாறு அவள் படியிறங்கிப் போனாள். பெரிதாக எதுவும் எடுத்துக் கொண்டு வரவில்லை என்பதால், திரும்ப எடுத்துக் கொண்டு போவதற்கும் அவளிடம் எதுவும் இருக்கவில்லை. தீபா வாசலருகே அமர்ந்து ஆகாயத்தை வெறித்துப் பார்த்து நட்சத்திரங்களைத் தேடினாள். அவள் படியிறங்குவதை இடுப்பில் கைகளை வைத்தவாறு லலி, உளவு பார்ப்பது போல பார்த்துக் கொண்டிருந்தாள். அவள், லலியின் கைகளைப் பற்றிக் கொண்டாள் என்றாலும், எதுவும் பேசவில்லை. லலியின் மனதும் உருகாமலில்லை. என்றாலும், அது மேலிடத்திலிருந்து வந்த கட்டளையாகவிருந்தது.

"என்னோட புள்ள.... எல்லாத்தையும் இழந்துட்டாள்..."

ராஜேஸ்வரி முனகினாள்.

"அவள் பிழைச்சுக்குவாள்... பெரிய பெரிய சார்மாரெல்லாம் ரெண்டு, மூணு பொண்ணுங்களை வச்சுக்குறதொண்ணும் புதுசில்லையே... அவங்களுக்கு இதெல்லாம் ஒரு விஷயமேயில்ல. நீ இனிமே இந்தக் குப்பத்துல காலடியே வைக்காதே... அவங்களைப் பத்தித் தெரியும்தானே உனக்கு? சுட்டுப் போட்டுட்டுப் போயிட்டேயிருப்பாங்க..."

லலியின் தீர்க்கமான குரல் ராஜேஸ்வரிக்கு மாத்திரமே கேட்டது.

"போ... தாமதிக்காதே... அவர் எப்ப வேணும்னாலும் வரலாம். இவள்கிட்ட மயங்கிப் போயிருக்கார். இவளோட பாதுகாப்புக்கு நான் பொறுப்பு. எத்தனையோ பெரிய பெரிய சார்மாரெல்லாம் இந்தக் குப்பத்துலருந்து தெனமும் எத்தனையோ சின்னப் பொண்ணுங்களைக் கூட்டிட்டுப் போறாங்க... இவளுக்கு புதையல் கிடைச்சிருக்குன்னு நினைச்சுக்கோ. இவள்தான் நல்லாப்

பழகி தேவையானதெல்லாம் நல்லா சுரண்டிக்கணும். அவர் ஒரு வீட்டைக் கூட இவளுக்குன்னு வாங்கிக் கொடுப்பார்னு நினைக்குறேன்..."

லலியின் வார்த்தைகள் ஒவ்வொன்றும் வாளின் கூர்முனையை ஒத்திருந்தன. ராஜேஸ்வரிக்கு அதற்கு மேல் ஓர் அடி கூட எடுத்து வைக்க சக்தியிருக்கவில்லை.

"சாமிமலை தோட்டத்துல லயின் காம்பராக்குள்ளயும், முகாம் கூடாரத்துலயும் ஒருத்தனோட பார்வை கூட படாம நான் பாதுகாத்த புள்ள... கடைசில ஊர் பேர் தெரியாத இடத்துல, யாரோ ஒருத்தனுக்கு இரையாகிட்டாள் காப்பாத்த யாருமேயில்லாம..."

அறுபதாம் தோட்டத்து குப்பத்தை இருள் விழுங்கி விட்டிருந்தது. அந்த இருளை தெருவோரமாக எரிந்து கொண்டிருந்த நியோன் வெளிச்சங்களே ஓரளவேனும் போக்கிக் கொண்டிருந்தன. அந்த நிழல்களுக்கு மத்தியில் ராஜேஸ்வரி பெருந்துயரத்தை மனதில் தேக்கியவாறு நடந்து போனாள். அன்று மண் சரிவுக்குள்ளான போது எஞ்சியிருந்த உயிர்கள் பின்பொரு காலத்தில் எதிர்பாரா இடங்களில் சரிவுக்குள்ளாகியிருந்தன. அன்று ஊரிலிருந்து காணாமல் போயிருந்த எத்தனை எத்தனை இளைஞர்களும், இளம்பெண்களும் இவ்வாறு இந்த இனம் தெரியாத கொழும்பு நகரத்தில் வழி தவறிப் போயிருப்பார்கள்?

ராஜேஸ்வரி போனதுமே அவசரம் அவசரமாக லலி மூச்சு வாங்கியவாறே இரும்புப் படிகளில் மேலே ஏறி வந்தாள். தீபா கூந்தலை விரித்துப் போட்டவாறு வாசலில் அமர்ந்திருந்தாள். லலிக்கு அவள் மீது அனுதாபம் தோன்றியது. எங்கிருந்து, எப்படி வந்திருந்தாலும் இவள் இன்னும் சின்னப் பிள்ளைதானே என்றும் தோன்றியது. யாருமேயில்லாமல் அநாதராவாகிப் போகும்போது தோன்றும் கவலையும், தனிமையும் லலிக்குப் புதிதில்லையே.

"எழுந்திரு. ஐயா உன்னைத் தவறா நடத்த மாட்டார். நல்லாப் பாத்துப்பார். இந்த மாதிரி பெரிய பெரிய ஆட்களெல்லாம் ரெண்டு மூணு பொண்ணுங்களை வச்சுக்குறது சர்வ சாதாரணம்..."

தீபா எதுவும் பேசாமல், கலைந்திருந்த கூந்தலை ஒரு கொண்டையாகக் கட்டியவாறே எழுந்து நின்றாள். மின்விசிறி சுழலும் ஓசை மாத்திரமே அறைக்குள் கேட்டுக் கொண்டிருந்தது.

லலி இரும்புக் கட்டிலில் அமர்ந்த ஓசையும், அந்த ஓசையோடு இணைந்து கொண்டது.

"பொம்பளைங்க நாங்கதான் எங்களைப் பாதுகாக்கத் தெரிஞ்சிருக்கணும். ஆம்பளைங்களுக்கு இதொண்ணும் புரியாதே..."

லலி தீபாவின் கைகளைப் பிடித்து கட்டிலில் அமரச் செய்தாள். வாரக் கணக்காக கழுவப்படாதிருந்த அழுக்கடைந்த படுக்கை விரிப்பின் கிழிந்த இடங்கள் வழியே வெளியே தெரிந்த தும்பு மெத்தையின் ஓட்டையை அலைந்த தீபாவின் விரல்கள் ஒவ்வொரு தும்பாக எடுத்து தரையில் போட்டுக் கொண்டிருந்தன.

"நல்லாக் குளிச்சு, இருக்குற நல்ல உடுப்புல ஒண்ணை உடுத்துக்கோ... ஒரு பொண்ணைப் பார்த்த உடனே அவளோட உடம்பைப் பார்க்க விரும்புறது மாதிரி நாம இருந்தாத்தான் டாக்டர் கூட பரிசோதிச்சுப் பார்க்க விரும்புவார். உனக்கு இப்போதானே ரெண்டு மாசமாகுது. ஒண்ணும் பிரச்சினையாகிடாது."

லலிக்கு எங்கிருந்துதான் வாயில் தொடர்ச்சியாக வார்த்தைகள் வருகின்றனவோ? என்ன நடக்கப் போகிறது என்பது புரியாமல் தீபா ஜன்னலருகே போய் ஒரு சிலை போல நின்று கொண்டாள்.

சாமிமலை லயன் தொடரின் ஒரு மூலையிலிருந்த காம்பராவில் வசித்து வந்த சாந்தினி கர்ப்பமாகியிருப்பது குறித்த தகவல் ராஜேஸ்வரி மூலமாகத்தான் நாற்திசைகளிலும் பரவியிருந்தன. அன்று அந்தத் தகவல் அவள் மூலமாகத்தான் தீபாவின் காதுகளுக்கும் எட்டியது.

"கொஞ்ச காலத்துக்கு முன்னாடி சுபிரின்டனோட ரூமுக்கு வேலைக்கு வந்திருந்த பொடியனோட நல்ல ஆட்டம் போட்டிருக்குறா போல..."

வெளித்தள்ளியிருந்த வயிற்றையும், பல்லாயிரம் அவதூறுகளையும் சகித்துக் கொண்டிருந்த சாந்தினி ஒரு நாள் வீட்டின் முன்னால் இரத்த வெள்ளத்துக்கு மத்தியில் வீழ்ந்து கிடந்தாள். அந்தக் குறைப்பிரசவத்தை பெண்கள் அனைவரும் கன்னத்தில் கைகளை வைத்தவாறு பார்த்துக் கொண்டிருந்தார்கள். சாமிமலை மருத்துவமனையிலிருந்து ஆம்பூலன்ஸ் வரும்வரைக்கும் யாரும் அவளை நெருங்கவில்லை. சாந்தினியின் அம்மா மீனாட்சியும், தங்கைமாரும், தம்பிமாரும் ஒன்று கூடி அந்த காட்மோர் மலையே

அதிரும் விதமாக அழுது புலம்பிய போதிலும், மருத்துவமனைக்கு அவளது சடலத்தைத்தான் கொண்டு போக நேர்ந்தது என்றுதான் பலரும் கதைத்துக் கொண்டார்கள்.

"கருவைக் கலைக்கன்னு அந்த மனுஷன் கொண்டு வந்து கொடுத்த எதையோ குடிச்சிட்டாளாம்" என்று யாரோ ஒருத்தி சொன்னது தீபாவின் காதிலும் விழுந்திருந்தது.

தீபாவின் நடுங்கும் விரல்கள் இனி பெரிதாகப் போகும் வயிற்றை மெதுவாகத் தடவிக் கொடுத்தன. ஒரு கருவின் சூட்டை அவள் ஒருபோதும் எதிர்பார்த்திருக்கவில்லை.

"என்னால அதைச் செய்ய முடியாது லலியக்கா..."

அவள் கூறியதுதான் தாமதம், ஒரு இராட்சசி போல லலி எழுந்து நின்றாள்.

"உன்னால ஒரு குழந்தையைப் பெத்து வளர்க்க முடியுமா இந்தச் சின்ன வயசுல? என்கிட்ட வாங்கிக் கட்டிக்காம தயாராகு... எனக்கு செய்யச் சொன்னதைத்தான் நான் இப்ப செய்யப் போறேன்."

அந்த அறை முழுவதும் நிரம்பி வழியும்விதமாக லலி கத்தினாள். அன்று சரோத்தும் அவ்வாறுதான் கத்தினான். அவள் கட்டிலின் மீது தலைகுப்புற விழுந்தாள்.

"ரெண்டு மாசமாகியும் ஏன்டி சொல்லல?"

கட்டிலில் படுத்திருந்த தீபாவின் தோள்களைத் தனது முரட்டுக் கைகளால் பிடித்துத் திருப்பினான் அவன். அவளது விழிகளில் கண்ணீரின் தடயம் கூட இருக்கவில்லை.

"ஏன்டி சொல்லல? இப்பவே ரொம்பத் தாமதமாயிடுச்சு..."

அவன் மீண்டும் அவளை மிரட்டினான்.

"நீயென்ன சின்னப் பிள்ளையா இதொண்ணும் தெரியாம இருக்குறதுக்கு?"

அவன், அவளது முகத்தைத் தன்பக்கமாகத் திருப்பினான். இருவரது பார்வைகளும் மிக நெருக்கமாக ஒன்றோடொன்று கலந்திருந்த போதிலும், அதில் காதலிருக்கவில்லை. அவர்களது ஒவ்வொரு சுவாசமும் அந்த அறைக்குள்ளே சுற்றிச் சுழன்று கொண்டிருந்தது.

'இன்னும் சின்னப் பிள்ளைதான் நான்' என்று அவளுக்கு சொல்லத் தோன்றியபோதிலும் அதைச் சொல்ல முடியவில்லை.

"நாங்க இதைக் கலைச்சிடுவோம், தீபா. நீ இன்னும் சின்னப் பிள்ளை."

அவனது கரடுமுரடான கரங்கள் அவசரமாக அவளது கூந்தல் கற்றைகளுக்குள் நுழைந்தது. ஆணொருவனின் கரங்கள் பெண்ணொருத்தியின் தலையைத் தடவிக் கொடுக்கும்போது அந்த விரல்களினூடே பொங்கி வழிவது நிஜமான அன்புதானா, இல்லையா என்பதை எல்லாப் பெண்களின் உள்ளங்களும் அறிந்து கொள்ளும். என்றாலும், இந்தத் தடவலில் அன்பிருக்கவில்லை.

"நாளைக்கே நான் எல்லாத்தையும் தயார் பண்ணிடுறேன். லலி எல்லாத்தையும் பார்த்துக்குவாள்."

அவள் திகைத்துப் போய் சுய உணர்வுக்கு வந்தாள். அவனது வெற்று மார்பிலிருந்து வழிந்த வியர்வை பட்ட அவளது கைகள் பனிக்கட்டிப் பாத்திரமொன்றுக்குள் இட்டது போல நடுங்கிக் கொண்டிருந்தன.

"இல்ல சாமி... என்னை விட்டுடுங்கையா.. என்னால அதைச் செய்ய முடியாதுங்கையா... எனக்கு பயமாயிருக்கு... எனக்கு பயமாயிருக்கு சாமி..."

அவள் தரையோடு தரையாகப் படுத்துக் கொண்டு அவனது கால்களை இறுக்கமாகக் கட்டிக் கொண்டு அழுதாள். தடுமாறியவன் அவளது ஆக்கிரமிப்பிலிருந்து விடுபட உதைத்தது அவளது அடிவயிற்றில் பட்டது. அந்தக் கடுமையான வலியை இப்போதும் உணர்வது போல அவள் லலியின் முன்னால் அழத் தொடங்கினாள்.

"போலாம் தீபா... நகத்தால நறுக்கிப் போட முடிஞ்சது கோடரியால தரிக்கிற வரைக்கும் பெருசாகினா உனக்குத்தான் கஷ்டம்."

லலி இரும்புப் படிகளில் தனது கனமான அடிச்சுவடுகளை வைத்தவாறு இறங்கத் தொடங்கினாள். இனி அழுவதில் பயனில்லை என்று தோன்றியதால் பொம்மலாட்ட பொம்மை போல தீபாவும் அவளைத் தொடர்ந்து கீழே இறங்கினாள்.

13

சரியாக ஒன்றரை வருடங்கள் கழிந்த பிறகுதான் ஃபராஸால் கால்களிரண்டையும் தரையில் வைத்து நடக்க முடியுமாக இருந்தது. அன்று அவன் தீபாவைக் கைத்தாங்கலாகப் பிடிக்காமலேயே இரண்டு, மூன்று அடிகள் எடுத்து வைத்து நடந்தது தாயின் அணைப்பிலிருந்து விடுபட்டு தவழ்ந்து வந்து ஓரடி எடுத்து வைக்கும் குழந்தை போல இருந்தது. ஏதோ ராஜ்ஜியத்தைக் கைப்பற்றி விட்டது போல தீபாவும் மகிழ்ந்து போயிருந்தாள். சரியாக ஒன்றரை வருடங்களுக்கு முன்னர் சடலம் போல கொண்டு வரப்பட்டு படுக்கையில் கிடத்தப்பட்ட சரீரம் அவனுடையது. அப்போது சுவாசம் மாத்திரமே அவனிடமிருந்து வெளிப்பட்டுக் கொண்டிருந்தது. நள்ளிரவுகளிலும் விழித்திருந்து ஒழுங்காகத் தூங்காமல் பாடுபட்டுப் போராடி அந்தச் சடலத்துக்கு உயிரூட்டியவள் அவள். அதை அபுசாலி மாளிகையிலிருந்த அனைவரும் அறிவார்கள்.

“என்னால இனிமேல் எல்லா வேலைகளையும் செய்ய முடியும்.”

அவன் அவளது நடுங்கும் கைகளைக் கவனமாகப் பற்றிப் பிடித்துக் கொண்டான். அவள் அந்த விரல்களை ஒவ்வொன்றாக மெதுவாக அகற்றினாள்.

பறவையொன்றின் சிறகுகள் நீண்டதும், எல்லையில்லாமல் சுதந்திரமாகப் பறக்க அதற்கு இடமளிக்க வேண்டும்.

“இனிமேல் உங்களுக்குத் திரும்பவும் ஃபிரான்ஸுக்குப் போகலாம். இன்னும் ஒண்ணு, ரெண்டு மாசம் கடந்தா உங்களால நல்லா நடக்க முடியுமாகிடும்.”

“நான் திரும்பவும் போறதுன்னா உன்னையும் கூட்டிக்கிட்டுத்தான் போவேன் தீபா.”

அவன் மீண்டும் அவளது நடுங்கும் விரல்களைப் பற்றிப் பிடித்துக் கொண்டான். அவளது விரல்களின் சூட்டில் இருப்பது

உண்மையான காதல் என்பது அவளுக்குப் புரிந்தது. ஆனால், அதை எப்படி எடுத்துக் கொள்வது என்று அவளுக்கு விளங்கவில்லை.

"காதல்னா என்னன்னே எனக்குத் தெரியாது. நீங்க எப்படியோ எழுந்துட்டீங்க. எனக்கு அது போதும். நான் யாருக்கும் சொந்தமில்லாத ஒருத்தி."

"நான் ஃபிரான்ஸுக்குப் போனதுமே செய்யப் போற முதலாவது வேலை உன்னை அங்க எடுக்குறதுதான்."

அந்த வாக்குறுதியைக் கேட்டு அவள் அவனுடன் அழகாகப் புன்னகைத்தாள். அது, நிறைவேறாமலே போனாலும் கூட எவ்விதக் கபடமுமில்லாத ஒரு வாக்குறுதி. அவளது அதுவரையான வாழ்நாளில் அவளுக்கு அளிக்கப்பட்ட வாக்குறுதிகள் எதையும், எவரும் நிறைவேற்றியதேயில்லை. என்றாலும், ஒன்றை மாத்திரம் லலி நிறைவேற்றிக் கொடுத்தாள். அதுவும் அவளும் பெண்ணொருத்தி என்பதால் எழுந்த அனுதாபத்தினால்தான் நடந்தது.

"எழுந்திரு தீபா... என்கூட மருதானைக்குப் போயிட்டு வரலாம், வா."

மருதானை எங்கிருக்கிறது என்பது கூட அவளுக்குத் தெரியா விட்டாலும், அது லலியின் கட்டளை.

"எதுக்கு?"

தீபா அறையிலிருந்து கொண்டே கேட்டாள்.

"உன்னை இந்த நரகத்துலருந்து காப்பாத்தணும். சீக்கிரமாத் தயாராகு."

லலி மீண்டும் மூச்சு வாங்கியபடி படிகளில் இறங்கினாள். தீபா முகம் கழுவப் போகக் கூட படியிறங்கவில்லை. கழிவறைக் குழாயில் முகத்தைக் கழுவிக் கொண்டாள். நாளுக்கு நாள் வெளிறிக் கொண்டிருந்த முகத்தையும், உட்குழிந்த கண்களையும் சுவரில் தொங்கிக் கொண்டிருந்த கண்ணாடித் துண்டில் தற்செயலாகக் கண்டாள். அவை அனைத்திலும் வெளியே கூற முடியாதளவு கையறு நிலையே படிந்திருந்தது. நாளுக்கு நாள் தேய்ந்து மெலிந்து கொண்டிருந்த உடல் அவளுடையதாகவிருந்தது.

மருதானை சந்தியில் வைத்து முச்சக்கர வண்டியிலிருந்து இறங்கிக் கொண்ட லலி குறுக்குப் பாதையூடே முன்னால் நடந்தாள். வழி தவறாமலிருக்க தீபா அவளது கையை இறுக்கமாகப் பற்றிப் பிடித்திருந்தாள். அந்தத் தெருவின் இருமருங்கிலுமிருந்த பூஜைப் பொருட்களை விற்கும் கடைகளிலிருந்த பொருட்கள் அந்த மதிய நேர வெயில் பட்டு மஞ்சள் நிறத்தில் பிரகாசித்துக் கொண்டிருந்தன. உரையாடலில் மூழ்கியவாறே சில பெண்கள் தெரு முழுவதையும் அடைத்துக் கொண்டது போல அங்குமிங்குமாக நடமாடிக் கொண்டிருந்தார்கள். திடீரென தெருவைக் கடந்த உடல் பருத்த பெண்மணியொருத்தி லலியின் உடல் மீது மோதியதும் இரண்டு உருளைகள் மோதிக் கொண்டது போலிருந்தது.

லலி அந்தப் பெண்ணை முறைத்துப் பார்த்து விட்டு, நடையை வேகப்படுத்தினாள். தீபாவின் ஒல்லியான விரல்கள் லலியின் இடக்கரத்தை அழுத்தின.

“பயப்படாதே. நான் உன்னைக் கூட்டிட்டுப் போறது உன்னைக் கொல்றதுக்கோ, விக்குறதுக்கோ இல்ல. நானுமொரு பொம்பளை. உன்னால இனியும் இந்தக் கஷ்டத்தைத் தாங்க முடியாது. உன் உடம்பு தாங்காது. உனக்கு மூணாவது தடவையாகவும் கலைக்க வேண்டி வந்தா, நானும் உன்கூட செத்துப் போறதைத் தவிர வேற வழியிருக்காது.”

லலி தொடர்ந்தும் புலம்பிக் கொண்டிருந்தாள். இரண்டாவது தடவையாகவும் சரோத்தினால் அவள் கர்ப்பமானதைத் தொடர்ந்து தொடங்கிய புலம்பல் அது. அவளது அதன் பிறகான வாழ்வில் நல்லதோ, கெட்டதோ உதவிக்கு ஓடி வருபவள் லலி. சரோத் வரும்போதெல்லாம் மனசாட்சியே இல்லாதவன் போல, லலியிடம் பணத்தை வீசியெறிவான்.

“என்ன கருமாந்திரமோ என்னோட தோள்ல வந்து விழுந்திருக்கு... இந்தக் குத்தங்களுக்கெல்லாம் நானும் துணை போக வேண்டியிருக்கு. இந்தப் பாவங்களையெல்லாம் நான் எப்படித்தான் சுமக்கப் போறேனோ? இந்த ரெண்டு பொம்பிளைகளையும் நீங்க கூட்டிட்டு வந்தப்ப என்னால பாரமெடுக்க முடியாதுன்னு நான் சொல்லாம இருந்தது சின்ன வயசுலருந்து உங்களைத் தெரியும்ங்குறதால மட்டும்தான். இவ இன்னும் சின்னப் பொண்ணு... நீங்க

செய்றது பொறுக்கித்தனமான வேலைன்னாலும், மிருக்த்தனமா நடந்துக்காதீங்க."

லலி, சரோத்தின் முகத்துக்கு நேராகவே கத்திச் சீறினாள். அவன் எதுவும் பேசாமல், அவளது வரண்டு போன கண்களையே பார்த்துக் கொண்டிருந்தான். அவனது முகத்தில் ஏன் ஒரு துளி அனுதாபம் கூட இல்லை என்பது தீபாவுக்கு விளங்கவேயில்லை.

"நீயென்ன சின்னக் குழந்தையா லலி? உனக்கு இது ஒண்ணும் புதுசில்லையே... எனக்கு உன்னோட கடந்த காலம் தெரியாதா என்ன? என்னோட வாழ்க்கையை சீரழிச்சதே நீதானே... நீ இந்தக் குப்பத்துலயும், விடுதிலயும் போட்ட ஆட்டங்களோட ஒப்பிட்டுப் பார்த்தா இதெல்லாம் எவ்வளவு சின்ன விஷயம்? நான் இந்தப் பொண்ணைக் காதலிக்குறேன். தனியா ஒரு வீடு பார்த்திருக்கேன். வாற மாசம் வஜ்ராவுக்குக் குழந்தை பொறந்ததுமே இவளைக் கூட்டிட்டுப் போய் அந்த வீட்டுல வச்சுக்குவேன். அப்புறம் உன்கிட்ட இவளை விட்டு வைக்க மாட்டேன்."

அவனது குரல் மெதுவாக ஒலித்த போதிலும், அது மிரட்டும் தொனியாகவிருந்தது. தீபா வாயடைத்துப் போயிருந்தாள். அவ்வாறென்றால், திருமணம் முடித்த பெண்ணின் வயிற்றில் உருவாகும் குழந்தைகள் மாத்திரமா இந்த உலகைக் காண முடியும்? அதை எவ்வாறு விளங்கிக் கொள்வது என்று அவளுக்குப் புரியவேயில்லை.

ஆண்களுக்கு முகமூடியை மாற்றிக் கொள்ள அந்தளவு நேரமெடுப்பதில்லை.

ஏமாறுவதும் பெண்கள்தான். துயருறுவதும் பெண்கள்தான்.

"எனக்கு உன்னை நினைச்சா ரொம்பக் கவலையாயிருக்கு தீபா... நானும் வழி தவறிப் போனவள்தான். இப்போ நான் உன்னைக் கூட்டிட்டு வந்தது கூட உன்னைக் காப்பாத்தணும்னுதான். நீ இந்த நரகத்திலிருந்து தப்பிப் போயிடு. உனக்கு உதவி செய்யச் சொல்லி நான் அந்தக் காதரோட கால்ல விழுந்தாவது கெஞ்சிக் கேட்கப் போறேன்."

லலி ஒரு அடுக்குமாடி கடைத் தொகுதியின் அருகில் போய் நின்றாள். இரும்பினாலான வட்டப் படிகளினூடே மேலே செல்ல

வேண்டியிருந்தது. தீபாவுக்காக லலி அந்தப் படிக்கட்டில் மூச்சு வாங்கியவாறே மேலே ஏறினாள்.

சரோத் கருணையே இல்லாத ஒருவனாக எப்படி மாறினான் என்ற கவலை லலியின் மனதிலிருந்தது. கடந்த காலங்கள் குறித்த கதைகள் வெளியே வரும்போதுதான் யார் யாருடையதும் குப்பைகள் வெளித் தோன்றத் தொடங்கும். என்றாலும், கையறு நிலைக்குள்ளான சின்னப் பெண்ணொருத்தியைச் சாக விடக் கூடாது என்று லலி தனது மனதைத் தேற்றிக் கொண்டாள்.

இரும்புப் படிகளிலேறி, அந்தக் கட்டடத்தினுள்ளே இருண்ட நடைபாதை வழியே லலி, தீபாவை காதரின் வெளிநாட்டு வேலைவாய்ப்பு முகவர் அலுவலகத்துக்கு அழைத்துச் சென்றாள். அவர்களைக் கடந்து சென்ற இளைஞன் தானாக மூடிக் கொள்ளும் கண்ணாடிக் கதவை முழங்கையால் தள்ளித் திறந்தவாறு காதரின் அறைக்குள் நுழைந்தான். அவனுடனேயே தீபாவையும் இழுத்துக் கொண்டு லலி அந்த அறைக்குள் புகுந்து கொண்டாள். அதற்கிடையில் தான் வாங்கிக் கொண்டு வந்த பால் தேநீரையும், சிற்றுண்டிகளையும் அந்த இளைஞன் காதரின் முன்னால் வைத்து விட்டிருந்தான்.

"அடடா... ரொம்ப நாளைக்கப்புறம் லலி மேடம்..."

லலியைக் கண்டதுமே காதரின் வாய் முழுவதும் புன்னகையாக இருந்தது.

"இவங்களுக்கும் கூலா க்றீம் சோடா வாங்கிட்டு வா ஹுசைன்."

காதர் மேசை இழுப்பறையைத் திறந்து நூறு ரூபாயை எடுத்து அவனிடம் நீட்டினார்.

"கூலான க்றீம் சோடா லலி மேடத்துக்கு இப்பவும் பிடிக்கும்தானே..."

தீபாவின் விழிகள் அந்த அறையின் நாற்திசைகளிலும் அலைபாய்ந்து கொண்டிருந்தன. காதரின் தலைக்கு மேலாகப் பொருத்தப்பட்டிருந்த விமானமொன்றின் படத்தின் கீழே எழுதப்பட்டிருப்பதை அவள் வாசிக்க முற்பட்ட வேளையில்தான் அவரது கண்களை நேருக்கு நேராகப் பார்க்க நேரிட்டது. நீண்ட வெள்ளை தாடியினுள்ளிருந்த உதடுகளைப் பிதுக்கிய காதர்

லலியை அமருமாறு செய்கை செய்தார். என்றாலும், அவரது பார்வை தீபாவின் மேலே படிந்திருந்தது.

லலி தீபாவின் கையைப் பிடித்து மற்றக் கதிரையில் அமரச் செய்தாள்.

"இந்தப் பொண்ணைப் பற்றித்தான் நான் சொன்னேன் காதர். முடியுமானளவு சீக்கிரமா இவளை ஏதாவதொரு வெளிநாட்டுக்கு அனுப்பிடணும்."

காதர் நெற்றியைச் சுருக்கி லலியைக் கூர்ந்து பார்த்து விட்டு அவரது சுகமான இருக்கையில் சாய்ந்து கொண்டார்.

"இதெல்லாம் ஜெயிலுக்குப் போற காரியம் லலி மேடம். இந்தப் பொண்ணுக்கு பர்த் சர்டிஃபிகேட் இல்ல. ஐடென்ட்டி கார்ட் இல்ல. அதெல்லாத்தையும் கூட எப்படியாவது செஞ்சுக்கலாம்னு வச்சுக்குங்க. வெளிநாட்டுக்குப் போறதுக்கு வயசு வேணுமே. இப்ப முன்னப் போல இல்ல லலி மேடம். எல்லாத்தையும் தேடிப் பார்க்குறாங்க."

"உங்களுக்கு அதெல்லாம் ஒரு பெரிய விஷயமே இல்லையே காதர். இன்னிக்கு நேத்தா கள்ள சர்டிஃபிகேட் எல்லாம் செஞ்சுட்டிருக்கீங்க? இவளோட வயசைக் கொஞ்சம் கூட்டிப் போட்டு பாஸ்போர்ட் எடுத்து எப்படியாவது வெளிநாட்டுக்கு அனுப்பிடுங்க. நீங்க இதை முடியாதுன்னு சொல்லக் கூடாது. நான் உங்களால பதினாலு நாள் ஜெயில்ல இருந்திருக்கேன். உங்களைக் காட்டிக் கொடுத்தேனா? இல்லையே? இந்த லலி அப்படிப்பட்டவள். எனக்கு இந்த உதவியைச் செய்ய முடியாதுன்னு நீங்க சொல்லக் கூடாது."

"ஐயையோ லலி மேடம். நான் அதொண்ணையும் மறக்கல. நல்லவங்க நீங்க. இவளைப் பார்த்தா முடியாதுன்னும் சொல்ல முடியாது. ஆமா... இவள் எங்கிருந்து சிக்கினாள்?"

அவ்வேளையில்தான் ஹுசைன் க்றீம் சோடா போத்தலை எடுத்துக் கொண்டு அறைக்குள் நுழைந்தான். தான் சொல்ல வந்ததை மெதுவாக விழுங்கிக் கொண்டாள் லலி. இரண்டு கண்ணாடிக் குவளைகளை எடுத்த ஹுசைன், போத்தலின் மூடியகற்றி உள்ளிருந்த பானத்தை குவளைகளில் ஊற்றினான். லலி

ஒன்றை எடுத்துக் கொண்டதோடு, மற்றதை தீபாவின் பக்கமாக நகர்த்தினாள். காதர் தீபாவையே பார்த்துக் கொண்டிருந்தார்.

“ஹுசைன் நீ புறக்கோட்டைக் கடைக்குப் போ. துணிக்கடைல ஸரீனா தனியா இருப்பாள்.”

காதர் உத்தரவிட்டதும் தலையசைத்தவாறே வெற்று போத்தலையும் எடுத்துக் கொண்டு ஹுசைன் அந்த அறையிலிருந்து வெளியேறினான். தீபா அந்தக் கண்ணாடிக் குவளையைத் தொட்டுக் கூட பார்க்கவில்லை.

“குடிங்க பிள்ள... காசு கொடுத்து வாங்கியது...” என்று தீபாவிடம் கூறிய காதர் லலியின் பக்கம் திரும்பினார்.

“வேணும்னா இந்தப் பொண்ணுக்கு என்னோட துணிக்கடையில ஒரு வேலையைக் கொடுக்க என்னால முடியும். இந்த நாட்கள்ல வேலைக்கு ஆட்கள் கிடைக்குறதும் கஷ்டம்.”

“புடவைக் கடைலதான் ஒரு வேலை வேணும்னா நான் உங்கக்கிட்ட வந்திருக்க மாட்டேனே காதர். இந்த பொரளையிலயும், புறக்கோட்டையிலுமுள்ள எல்லாத் துணிக்கடைக்காரங்களுக்கும் என்னைத் தெரியுமே. எனக்கு இந்தப் பொண்ணை வெளிநாட்டுக்கு அனுப்பணும். உங்களால முடியாதுன்னா முடியாதுன்னு சொல்லுங்க. இந்த மருதானையிலயும், புஞ்சி பொரளையிலயும் இருக்குற எல்லா ஏஜென்சிக்காரர்களுக்கும் ஆள் புடிச்சுக் கொடுத்திருக்கேன். வா போலாம் தீபா...”

லலி கதிரையைப் பின்னால் தள்ளி எழுந்து கொண்ட வேகத்துக்கு, தீபாவால் எழுந்து கொள்ள முடியவில்லை. அவள் லலியின் சிவந்த கண்களையே பார்த்துக் கொண்டிருந்தாள்.

எதையும் செய்ய வழியற்ற நிலையில் காதர் இருந்தார்.

“அவசரப்படுறதால ஒண்ணும் ஆகப் போறதில்ல லலி மேடம். உட்காருங்களேன். இது கொஞ்சம் பாரதூரமான வேலை. அதனாலதான் நான் சொல்றேன். இப்ப முன்ன மாதிரியில்ல. அரசாங்கம் எல்லாத்தையும் கூர்ந்து கவனிச்சுட்டேயிருக்கு. கொஞ்சம் தவறினா நானும் ஜெயில்ல... நீங்களும் ஜெயில்ல. இல்லேன்னா உங்கக்கிட்ட முடியாதுன்னு சொல்லியிருக்க

மாட்டேன் மேடம்... பரவாயில்ல... நான் இதை எப்படியாவது செஞ்சு தாறேன்."

அதன் பிறகுதான் லலி மீண்டும் கதிரையில் அமர்ந்தாள்.

"அப்படி வழிக்கு வாங்க காதர். மாட்டிக்குற மாதிரியான மேட்டர்களை நான் ஒருநாளும் கொண்டு வாறதில்லன்னு உங்களுக்குத் தெரியும்தானே. நாங்க பணத்தால இல்லன்னாக் கூட உழைப்பாலயாவது இந்தக் கடனைத் தீர்த்துடுவோம். சீக்கிரமா வேலை நடக்கணும்.. அதான் வேணும்."

லலி கூறியதைக் கேட்டதும் காதரின் விழிகள் மீண்டும் தீபாவின் உடலை ஊடுருவின. அவர் கதிரையில் சாய்ந்தவாறே நரையோடிய நீண்ட தாடியைத் தனது வலது கையால் வருடிக் கொடுத்தார்.

"அப்போ இன்னிக்கே தேவையான ஃபோட்டோ எல்லாத்தையும் எடுத்து வேலையைத் தொடங்கிடுவோம். அந்த ரூமுக்குப் போய் பவுடர் பூசித் தயாராகு பிள்ள" என்று காதர் கூறியதும், லலியும் அவளை அந்த அறைக்குள் போகுமாறு சைகை செய்தாள்.

"இந்தத் துணியால தலையை மூடி ஃபோட்டோ எடுக்கச் சொல்லு. அப்போதான் வயசு தெரியாது..." என்று கண்ணாடிக் கதவைத் திறந்து கொண்டு அவள் வெளியே வரும்போது லலி கூறினாள்.

அந்த அறைக்குள் காதரின் நீண்ட தாடி தீபாவின் கழுத்தைத் தொட்ட வேளையில் அவள் கற்சிலை போல அசையாதிருந்தாள்.

வஜ்ரா விஜயந்தி திஸாநாயக்கவின் இறுதி வாக்குமூலம்

அது மிகவும் மோசமான காலமாகவிருந்தது. நாங்கள் ஒரே வீட்டில் தனித்தனி இருவராக வாழ்ந்து கொண்டிருந்தோம். யார் மீது குற்றம் என்பது யாருக்கும் தெரியவில்லை. அது அப்படித்தான் ஆயிற்று. ஒரு பெண், ஆணொருவனுடன் ஒரு கூரைக்குக் கீழே ஆயிரக்கணக்கான எதிர்பார்ப்புகளோடுதான் அடைக்கலமாவாள் என்றாலும், காலம் செல்லச் செல்ல அவளது ஒவ்வொரு எதிர்பார்ப்புகளும் கரைந்து போய் விடும் என்பதை நான் புரிந்து கொண்டேன்.

சரோத் என்னை ராஜகிரிய வீட்டுக்குக் கூட்டிக் கொண்டு வந்த நாள் தொடக்கம் என்னோடு தேவைக்கு மாத்திரமே கதைத்தார். நானும் அப்படித்தான் இருந்தேன். என்றாலும், ஒரு மனைவியாக நான் செய்ய வேண்டிய கடமைகளையெல்லாம் குறையேதுமில்லாமல் அவருக்கு செய்து கொடுத்தேன்.

என்னதான் இருந்தாலும் எனக்கு வாழ்க்கை கொடுத்தவர் அவர். அந்த உணர்வு இப்போதும் என்னுடைய மனதில் நல்லவிதமாகவே நிலைத்திருக்கிறது.

எப்போதும் சரோத் இரவில் தாமதமாகத்தான் வீட்டுக்கு வருவார் என்பதால், அது எனக்குப் புதிய விடயமாக இருக்கவில்லை. வீட்டுச் செலவுக்குத் தேவையான பணத்தை அவர் கொடுப்பதல்லாமல் ஏன் எதற்கென்றெல்லாம் விசாரிப்பதேயில்லை. நானும் அந்த வாழ்க்கைக்குத் தானாகவே பழகிப் போயிருந்தேன். என்றாலும் ஒரு நாள் எனக்கு சரோத்துடன் விரும்பியோ விரும்பாமலோ கதைக்க வேண்டிய தேவையிருந்தது.

சரோத் வீட்டுக்கு வரும்வரைக்கும் நான் காத்துக் கொண்டிருந்த நாள் அது. அந்தளவு விஷேட உணர்வு எனக்குள் ஏன் வந்தது என்று எனக்கே விளங்கவில்லை. இருந்தாலும், மனதின் ஒரு மூலையில் பெரும் பாரத்தைப் போலவே சற்று ஆறுதலையும் நான் உணர்ந்தேன். சிலது கிடைப்பதற்குக் காரணம் அதிர்ஷ்டம்தான் என்று எனக்குத் தோன்றியது. அன்றைய இரவில் சரோத் ஏனைய நாட்களை விடவும் வீட்டுக்கு வரத் தாமதித்த போதிலும், அதைக் குறித்து எந்த சலிப்புமில்லாமல் நான் உறங்காமல் விழித்திருந்தேன்.

ஆமாம்... அன்று நான் படுக்கையில் அவரின் அரவணைப்புக்குள்ளிருந்தேன்.

“நீங்க மீண்டும் அப்பாவாகப் போறீங்க.”

அவர் மெலிதாகப் புன்னகைத்தார். எனக்கு அதுவே போதுமாகவிருந்தது.

“இனிமே நீ வேலைக்குப் போறதை நிறுத்திடணும். வேலைக்கும் போயிக்கிட்டு, ரெண்டு பிள்ளைகளோட வேலைகளையும் செய்ய உனக்குத்தான் கஷ்டமா இருக்கும்” என்றார்.

அதனால்தானோ என்னவோ எனக்கு வேலைக்காரிகளைத் தேடித் தர அவர் முற்பட்டார். அதைக் குறித்து அன்று எனக்கு சிறியதாகக் கூட சந்தேகம் தோன்றவில்லை. இரண்டு குழந்தைகளையும் பார்த்துக் கொள்ள நான் மிகவும் சிரமப்பட்டுக் கொண்டிருந்தேன். அதனிடையே அவரும் என்னை வேண்டுமென்றே புறக்கணித்துக் கொண்டிருந்தார். எனது வேலையையும் நான் கை விட்ட பிறகு, வேறெவ்வித எதிர்பார்ப்புகளும் என்னிடம் இருக்கவில்லை. குழந்தைகளை நன்றாக வளர்த்தெடுக்க வேண்டும் என்ற எண்ணம் மாத்திரமே எப்போதும் எனக்குள் எஞ்சியிருந்தது.

எந்தப் பெண்ணும் சுய விருப்பத்தோடு தனது குடும்பத்தைக் கலைத்துப் போட நினைக்கக் கூட மாட்டாள். யாரும், கடைசித் தருணத்திலேனும் தமது குடும்பத்தைப் பாதுகாக்கத்தான் முற்படுவார்கள். நானும் அப்படித்தான். நாங்களிருவரும் ஒரு வார்த்தை கூட பேசிக் கொள்ளாமல் ஒரே கூரையின் கீழே வாழ்ந்த ஒவ்வொரு வினாடியும் எமது குடும்பத்தை எமது பிள்ளைகளுக்காக பெயரளவிலேனும் பாதுகாக்கவே நான் முற்பட்டேன். பெண்கள் அப்படித்தான். தாங்கவே முடியாத சில சமயங்களில் வாய் விட்டுக்

கதறியழுத போதிலும், அனைத்தையும் பொறுமையோடு தாங்கிக் கொள்ளப் பழகியவர்கள் அவர்கள்.

அநேகமான பெண்கள் திருமணம் முடித்து, குழந்தைகளும் பெற்றுக் கொண்ட பிறகு, வேலை பார்த்தார்களோ இல்லையோ தமது ஜீவிதத்துக்குள் தனித்துப் போய் விடுவார்கள். அந்தத் தனிமை எனக்குப் புதிதில்லை. சில பெண்கள் பாடுபட்டேனும், பிள்ளைகளுக்காக குடும்ப வாழ்க்கையின் பிணைப்பில் தொங்கிக் கொண்டிருப்பார்கள். சில பெண்களோ தாங்கிக் கொள்ள முடியாத கணத்தில் அனைத்தையும் கை விட்டு விடுவார்கள். அதுவும் தாங்கிக் கொள்ளவே முடியாத கணத்தில்தான் நிகழும். சில பிணைப்புகளைக் கஷ்டப்பட்டேனும் பிடித்துத் தொங்கிக் கொண்டிருக்க வேண்டிய நிர்ப்பந்தம் உருவாகியிருக்கும்.

செடியிலிருக்கும் ஒரு காய்ந்த பூ கூட கடைசி நொடி வரைக்கும் காம்போடு சேர்ந்திருக்கத்தான் பார்க்கும். ஆனால், என்றாவது அதுவும் தரையில் வீழ்ந்து பலரதும் கால்களிலும் மிதிபடும்.

துன்பங்கள் ஒன்றும் எனக்குப் புதிதில்லை. நான் பிறந்ததிலிருந்தே கஷ்டங்களை மாத்திரம் அனுபவித்துக் கொண்டிருந்தமையால், சிலவேளை சந்தோஷம் என்றால் என்னவென்பதை சரியாக இனங்கண்டுகொள்ள எனக்கு முடியாமலிருந்திருக்கலாம் என்றும் எனக்கு பல தடவைகள் தோன்றியதுண்டு. அதற்காக, நான் என்னுடைய சந்தோஷம் எதில் இருக்கிறது என்று தேடவும் ஒரு கணமும் முயன்றதில்லை. சரோத் என்னுடன் ஒரு வார்த்தை கூட பேசாமலிருந்த போது, நானாக வலியப் பேசப் போய் எதற்காக வீணாகப் பிரச்சினைகளை ஏற்படுத்திக் கொள்ள வேண்டும் என்றுதான் நானும் பேசாமலே இருந்தேன்.

நான் எனது சுயத்தைக் கை விட்டு விட்டு அவருக்கு நான் ஒரு அடிமை தாசியைப் போல ஆகி விட்டிருந்தேன். ஒரே படுக்கையில் இரு புறமாக நாங்கள் படுத்துறங்கிய போதிலும் அவர் சத்தமாக மூச்சு விட்டால் கூட உடனே எழுந்து விடுவேன். என்னதான் இருந்தாலும் எனது பிள்ளைகளின் தந்தை அவர். ஒரு மனைவி கணவனை இழப்பது எப்படிப் போனாலும், ஒரு குழந்தைக்கு தந்தையை இழக்கச் செய்வது பெரும் பாவம் என்பதை ஊருக்குப் போயிருந்த வேளையில்தான் நான் உணர்ந்தேன். அன்று அவருடன் கொழும்புக்கு வரும்போதே இனிமேல் ஒருபோதும் அவரைக் கை

விட்டுப் போக மாட்டேன் என்று தீர்மானித்து விட்டிருந்தேன். அந்தத் தீர்மானத்தை நான் சாகும்வரைக்கும் காப்பாற்றுவேன் என்றும் உறுதிபூண்டிருந்தேன்.

ஒரு விடுதிக்கு வந்து போவதைப் போல தங்கிச் செல்லும் ஒரு கணவன் வாய்த்திருந்தாலும், ஒரு போதும் மனைவியின் கடமைகளில் குறைவிருக்காது.

ராஜகிரிய வீட்டின் சுவர்களுக்கு அப்பால் என்ன இருக்கிறது என்று கூட எனக்குத் தெரியாது. என்றாலும், எனது பிள்ளைகளின் தந்தை என்று சரோத்தின் பெயரை எப்போதும் பரம்பரை பரம்பரையாக நிலைநிறுத்த வேண்டியிருக்கிறது. அதனால், அந்தப் பெயருக்கு இழுக்கு ஏற்படுத்தும் விதமாக என்னால் ஒருபோதும் நடந்து கொள்ள முடியாது.

14

வருடத்தில் அதிகளவான காலம் உஷ்ணக் கொதிப்போடு நகரும் சவூதி அரேபியாவில், மழை பெய்வது எப்போதாவதுதான் நிகழும். அந்த மழைத் துளிகள் புழுதித் தரையில் விழும்போது அருமையான மண் வாசனை காற்றில் கலக்கும். அந்த வாசனையானது எப்போதும் மழை பெய்து கொண்டிருக்கும் சாமிமலையில் இருக்காது. அடியெடுத்து வைக்க முடியாத அளவுக்கு சாமிமலை தரையானது எப்போதும் ஈரலிப்பாகவே இருக்கும் என்றாலும், எவ்வளவு பெருமழை பெய்தாலும் அரேபியாவின் தரைகள் அந்த ஈரத்தை உணரவே உணராது. ஃபராஸின் அறை ஜன்னல் வழியாக தீபா அன்று பெய்த மழையைப் பார்த்துக் கொண்டிருந்தாள். அவளிருந்த ஜன்னலோரமாக சாரல் தெறிக்கவேயில்லை. ஆகாயம் மாத்திரம் கறுப்பைச் சூடிக் கொண்டிருந்தது. அவ்வப்போது பொன் நிற மின்விளக்கு வெளிச்சத்தின் மத்தியில், ஆகாயத்தைப் பிளப்பது போல மின்னல் வெட்டுவதைக் கண்ட போதிலும், இடியோசை அவ்வளவாகக் கேட்கவில்லை.

அந்த மழை பெய்யத் தொடங்கியதன் பிறகுதான், சாமிமலையில் தூறல் மழைக்கும் கூட தகரக் கூரையிலிருந்து எழும் வேதனை மிக்க ஓசையானது இன்றும் கூட தனது மனதின் ஒரு மூலையில் எஞ்சியிருப்பதை தீபா உணர்ந்தாள். தகரக் கூரையின் ஓட்டைகள் வழியாக ஒரு நூல் போல வீட்டினுள்ளே மழைநீர் வழிந்து கொண்டிருக்கும் இடங்களில் வைக்கப்படும் பாத்திரங்கள் நிரம்பும் போதெல்லாம் அதனை அகற்றும் ராஜினியின் பிஞ்சுக் கைகள் அவளுக்கு ஞாபகம் வந்தது. சரியாகச் சொன்னால் அது ஆகாயத்தில் வரைந்த ஒரு ஓவியம் போலத் தோன்றியது. ஒருபோதும் வர்ணம் தீட்ட முடியாத ஓவியம் அது.

மேலும், கீழும் நீண்டிருந்த உடலை விடப் பெரிதான மேற்சட்டையொன்றை அணிந்து கொண்டு, கைகளைத் தாண்டி நீளும் சட்டையின் கைகளை உயர்த்தி விட்டுக் கொண்டே தண்ணீர் நிறைந்த பாத்திரத்தைத் தூக்க முடியாமல் தூக்கிக்

கொண்டு போய் வாசலிலிருந்து முற்றத்துக்கு மழை நீரை எறிவாள் ராஜினி. பாத்திரத்திலிருந்து சொட்டும் நீர்த் துளிகள் வாசலருகே வீட்டினுள்ளே மண்தரையில் கோலங்களை வரைந்திருக்கும்.

இரண்டு, மூன்று தினங்களாக ரியாத்தில் தொடர்ந்து அடைமழை பெய்து கொண்டிருந்தது. தீபா தொடர்ந்தும் ஜன்னலருகேயிருந்து கொண்டு மழையையே கண்ணிமைக்காமல் பார்த்துக் கொண்டிருந்தாள். அன்றும் இதே போல நவம்பரில் ஒரு நாள். சூரியனையும் மறைத்தவாறு மழை மேகமொன்று அறுபதாம் தோட்டத்துக் குப்பத்துக்கு மேலால் மிதந்தவாறு தொலைவிலெங்கோ போய்க் கொண்டிருந்தது. அந்த அந்தி வேளையிலும் தீபாவைச் சந்திக்கவென லலியின் வீட்டுக்கு சரோத் வந்திருந்தான். இரும்புப் படிகளில் தனது கனத்த அடிகளை வைத்து நடந்து வந்தவனின் முரட்டுக் கைகள் ஜன்னல் வழியே ஆகாயத்தை வெறித்துக் கொண்டிருந்த தீபாவை பின்னாலிருந்து கட்டியணைத்துக் கொண்ட இடைவெளியில் மழையிருளும் அறைக்குள்ளே புகுந்து கொண்டது. அந்த அந்தகாரத்தோடு அறைக்குள் இருவரது மூச்சுகளும் ஒன்றாகக் கலந்தபோது, அவனது வாயிலிருந்து எழுந்த காரமான மதுபானத்தின் துர்வாடை அவளை முகம் சுழிக்க வைத்தது. அவனது அவசரமான விரல்கள் அவளது நலிந்த உடலில் பயணித்த வேளையில் பெருமழை பெய்யத் தொடங்கியிருந்தது. நாள் முழுதும் வெப்பமேறியிருந்த கூரையின் மீது, தான் விரும்பிய விதத்திலெல்லாம், ஆலங்கட்டி போல மழைத் துளிகள் விழுந்து கீழே குதித்துக் கொண்டிருந்தன.

“இன்னும் ரெண்டு, மூணு மாசத்துக்கு நீ கவனமா இருக்கணும் தீபா. ஆம்பளைங்களுக்கு இதெல்லாம் புரியாது. நீ திரும்பவும் வயித்துல வாங்கிட்டேன்னா உன்னால வெளிநாட்டுக்கெல்லாம் போக முடியாது.”

காதரின் வெளிநாட்டு வேலைவாய்ப்பு முகவர் நிலையத்துக்குப் போய் வந்த இரண்டாம் நாளிலிருந்து லலி எப்போதும் மந்திரம் போல அவளது காதுகளில் முணுமுணுக்கத் தொடங்கியிருந்தாள். தேவையான ஆவணங்கள் அனைத்தையும் தயாரித்தாயிற்று என்பதை காதரிடமிருந்து லலி அறிந்து கொண்டாள். என்னவொரு தீர்க்கமான மூளை லலியுடையது என்று தீபாவுக்குத் தோன்றியது. இந்தக் காரியத்துக்காக அவள் காதரிடமும் செல்லம் கொஞ்சுகிறாள். என்னதான் இருந்தாலும், தனது இக்கட்டான நிலைமையில்

அவள்தானே தனக்கு உதவி செய்தாள் என்றுதான் தீபாவின் உள்ளம் எப்போதும் கூறிக் கொண்டிருந்தது.

"காதர்கிட்டயும் நீ கவனமாத்தான் பழகணும். வெளிநாட்டுக்குப் போற வரைக்கும் லேசா அப்படி இப்படி நடந்துக்கிட்டாப் போதும். இதெல்லாம் உனக்கு நான் புதுசா சொல்லித் தரணுமா என்ன? நானும் பல வருஷமா ஒவ்வொரு ஆம்பளைகளோடயும் படுக்குறதைத்தான் செஞ்சிட்டு வாறேன். அது அறுபதாம் தோட்டத்துல எல்லோருக்கும் தெரியும். ஆனா, என் கூடப் படுக்குறவன் எந்த ஜாதி ஆம்பளையா இருந்தாலும், அவன் எனக்குத் தேவையான விதத்துலதான் நடந்துக்கணுமே தவிர நான் அவனுக்கு தேவையான விதத்துலயெல்லாம் நடந்துக்க இடம்கொடுக்க மாட்டேன். அப்படி இடம் கொடுத்திருந்தா நானும் கொஞ்ச நாள்லயே குழந்தை குட்டிகளோடு தெருவுல அந்தக் கலர் லைட்கிட்ட பிச்சைதான் எடுத்துட்டிருந்திருப்பேன்."

தீபா ஒரு வார்த்தை கூட பேசாமல், சரோத்தின் ஆக்கிரமிப்பிலிருந்து விடுபட முற்பட்டாள். அவன் கடும்போதையிலிருந்தான். அது மதுபானத்தால் ஏற்பட்டிருந்த போதையா என்று அவளுக்குத் தெரியவில்லை. அவனது கண்களிலிருந்த தீ, வெளியே பரவும் முன்பே, அவனது உடலுக்குள் வசப்பட்டு விடும் முன்பே அவள் அவனிடமிருந்து விடுபட்டிருந்தாள். அவனது கையிலிருந்து விடுபட்டதுமே அவள் ஓடி வந்து வேக வேகமாகப் படிகளிலிறங்கி அந்தப் பெருமழையிலேயே இலக்கில்லாமல் நடக்கத் தொடங்கினாள். அறுபதாம் தோட்டத்து குப்பத்து வீடுகளுக்குள் மின்விளக்குகள் அப்போதுதான் எரியத் தொடங்கியிருந்தன. இருந்தாலும், மழையிருட்டைத் துரத்த அந்த விளக்குகளால் முடியாமல் போயிருந்தது.

பிரதான பாதையில் அங்குமிங்குமாகப் போய்க் கொண்டிருந்த வாகனங்களின் ஓசையும், சரசரவென்ற மழை பூமியோடு மோதும் ஓசையும் ஒன்றாகக் கலந்து காதை அடைக்கச் செய்தது. அவ்வாறாக எவ்வளவு தூரம் நடந்திருப்பாள் என்பது தீபாவுக்கு உறுதியாகத் தெரியவில்லை. மழையிலிருந்து தப்பித்துக் கொள்ள குடைகளிடம் அடைக்கலமாகியிருந்த ஆண்களும், பெண்களும் அவளை ஒரு விநோத மிருகத்தைப் பார்ப்பது போல பார்த்தார்கள். எவ்வளவுதான் மழை பெய்து கொண்டிருந்த போதிலும், தெருவில் சென்று கொண்டிருந்த வாகனங்களில் குறைவிருக்கவில்லை.

அந்த ஒவ்வொரு வாகனமும் கடந்து செல்லும்போது சேற்று நீரைஅவளது உடல் முழுவதும் வாரி இறைத்தது.

சாமிமலை மழையானது அனைவரையும் அன்பாக அரவணைத்துக் கொண்ட போதிலும், கொழும்பு மழையிடம் அந்தக் காருண்யம் இருக்கவில்லை. அவளது உடலை ஊடறுத்துச் சென்ற ஒவ்வொரு மழைத் துளியும் வலியைத் தந்தது.

அவளைத் தொடர்ந்து வந்த ஜீப் அவளுக்கு முன்னால் வந்து நின்றது. சாரதி ஆசனத்தினருகேயிருந்த ஜன்னல் வழியே சரோத் எட்டிப் பார்த்தான்.

"பைத்தியமா பிடிச்சிருக்கு உனக்கு? ஏறுடி வாகனத்துல..."

அந்தத் தொனி ஏனைய நாட்களை விடவும் கடுமையாகவிருந்தது. உதடுகளிரண்டும் சடசடவென நடுங்க அவள் எதுவும் பேசாமல் ஜீப்பில் ஏறிக் கொண்டாள். ஈரக் கூந்தலிலிருந்து முகத்தில் வழிந்த நீர்த் துளிகளை குளிர்ந்த கைகளால் பல தடவைகள் வழித்தெறிந்தவள், அவன் அதைக் காணாதிருக்குமாறு பார்த்துக் கொண்டாள். சில நிமிடங்களுக்குப் பிறகு வாகனம் சடுதியாக ஒரு இடத்தில் நின்றதும் அவள் சுற்றிவரப் பார்த்த போதிலும், தான் எங்கிருக்கிறோம் என்பது அவளுக்குத் தெளிவாகப் புலப்படவில்லை. பின்புறமாகத் திரும்பிப் பார்க்காமலேயே அவன் 'இறங்குடி' என்று உரத்த குரலில் கட்டளையிட்டதும் அவள் நடுங்கிப் போனாள். அது அறுபதாம் தோட்டத்துக் குப்பத்துக்கு திரும்பும் சந்தி என்பதை அவள் மின்கம்பத்தின் மூலம் இனங்கண்டு கொண்டாள். அவள் கீழே இறங்கியதுமே ஜீப் வண்டி வேகமெடுத்துப் பறந்த போதிலும், அவள் சிலைபோல அவ்விடத்திலேயே நின்றிருந்தாள்.

"எங்கேடி போயிருந்தாய் இந்த மழையில? அந்தப் பொறுக்கி வேக வேகமா படியிறங்குறதக் கண்டதுமே என்னமோ நடந்திருக்குன்னு எனக்குத் தோணுச்சு... ஐயோ... எனக்குன்னு வந்திருக்குற தொந்தரவுகள்...."

எங்கோ ஒரு மூலையிலிருந்து கத்தியவாறே லலி வெளிப்பட்டாள். அவள் தனது கையிலிருந்த குடையை தீபாவின் தலைக்கு மேலால் பிடித்ததும் தீபா அவள் மீது சாய்ந்தாள். சுழன்றடித்த காற்றின் வேகத்துக்கு குடை பறந்து போய் மின்கம்பத்தினருகே விழுந்தது.

***

“நான் போய் இரண்டு கிழமைல உனக்கும் ஃபிரான்ஸுக்கு வந்துடலாம், தீபா.”

ஃபராஸ் தீபாவின் தோளில் தலை சாய்த்திருந்தான். அவள் பியோனி மலர்ச் சாடிக்கு தண்ணீர் தெளித்துக் கொண்டிருந்தாள். சில பூக்கள் உதிரத் தயாராக தமது இதழ்களில் கபில நிற வரிகளைக் கொண்டிருந்தன. ஒரு கிழமைக்கு மேலாக புதிய பியோனி மலர்கள் எதுவும் அறைக்கு வந்திருக்கவில்லை. அவள் உதிரத் தயாராகவிருந்த இதழ்களை ஒவ்வொன்றாக மெதுமெதுவாகப் பிடுங்கி அகற்றினாள்.

“இனிமே பூ எல்லாம் எதுக்கு? ஃபராஸ் பேபிதான் போகப் போறாரே...”

ராக்கி, இந்திராவிடம் கூறுவது தீபாவின் காதுகளிலும் விழுந்திருந்தது. அனைத்து வாசனைகளும் அவளுக்கு உரித்தில்லாமல் போய் விட்ட பிறகு, பூக்களின் வாசனைகள் மாத்திரம் இனிமேல் எதற்கு?

“நாள் முழுக்க, வாடிய இதழ்களை அகற்றிட்டேயிருந்தா கடைசியில காம்பு மட்டும்தான் எஞ்சியிருக்கும்” என்றான் அவன்.

“ம்ம்.... இதழ்களை விட காம்பு உறுதியானது.”

அவன் அந்தப் பூச்சாடியிலிருந்த பியோனி மலரொன்றை எடுத்து அவளது கன்னத்தில் காதலோடு தடவினான். அதிலிருந்து சில இதழ்கள் உதிர்ந்து அவளது காலடியில் விழுந்தன.

“எனக்கு வாழ்க்கை கொடுத்தவள் நீதான் தீபா... நான் அந்த நன்றிக்கடனை திரும்பச் செலுத்தணும்.”

“இது என்னோட தொழில். அதுக்கு மேல வேற எதுவுமில்ல. என்னதான் இருந்தாலும் நான் இப்ப ரொம்ப சந்தோஷமா இருக்கேன். நீங்க ஒவ்வொரு அடியா எடுத்து வச்சு நடக்குறப்ப, எனக்குத்தான் ரொம்ப சந்தோஷமா இருக்கு.”

“அது எனக்குத் தெரியும் தீபா... இந்த நாலு சுவத்துக்குள்ள எனக்குத் தேவையான எல்லாத்தையும் நீ கொடுத்திருக்கே. நான் அதுக்கெல்லாம் என்னோட நன்றிக்கடனைத் திரும்பச் செலுத்தத் தயாரா இருக்கேன். எப்பவும் நீ என்கூடவே இருக்கணும், தீபா...”

அவன் விடலைப் பருவக் காதலனொருவனைப் போல அவளைக் கட்டிக் கொண்டான்.

“நான் எல்லாத்தையும் தயார் பண்ணிட்டுத்தான் போறேன். நான் எங்க வீட்டுல கேட்டுக்கிட்டது ஒண்ணே ஒண்ணுதான். இன்னும் ரெண்டு கிழமைக்குள்ள உன்னையும் ஃபிரான்ஸுக்கு அனுப்பி வைக்கணும்ங்குறதுதான் அது. அதுக்கு அவங்களும் சம்மதிச்சுட்டாங்க. என்னால உன்னை இழக்க முடியாது. இதுதான் உண்மையான காதல், தீபா. நாமே எதிர்பார்த்திருக்காதப்பதான் அது நம்மைத் தேடி வரும். அப்படி வர்றப்ப அதை ஏத்துக்கத் தயாராக இருக்கணும்.”

அவன் அழகழகான அவனது வருங்காலக் கனவுகளை ஒவ்வொன்றாக எடுத்து அவளது காலடியில் பரப்பினான். அந்த ஒவ்வொரு கனவும் அன்பினால் நிறைந்து பூரித்திருந்த போதிலும், அவற்றுள் ஒரு கனவையாவது தன்னோடு எடுத்துக்கொள்ள அவளுக்கு தைரியம் இருக்கவில்லை.

“நாங்க சாமிமலைக்கும் போகலாம் தீபா.... எனக்கு உன்னோட காட்மோர் மலையில ஆகவும் உச்சிக்கு உன்னோட ஏறுறதுக்கு ஆசையாயிருக்கு... அந்தக் குளிர்ல நடுங்கி நடுங்கி நாங்க சிலோன் டீயும் குடிக்கலாம்.”

அஸ்ட்ரோமேரியா பூங்கொத்தொன்றைக் கையிலெடுத்துக் கொண்டு மலையிலிருந்து கீழேயிறங்கிக் கொண்டிருக்கிறாள் தீபா. டர்பன்டைன் மரக் கிளைகள் காற்றில் ஓசையெழுப்பியவாறு அசைந்து கொண்டிருக்கின்றன. அந்தக் கிளைகளினூடே கீழே விழுந்து கொண்டிருந்த சூரிய ஒளியானது பச்சை நிறத்தில் பிரகாசித்துக் கொண்டிருந்த தேயிலைச் செடிகள் மீது விழுந்து பொன் நிறத்தைப் பிரதிபலிக்கின்றன. பிள்ளையார் கோயிலிலிருந்து வரும் கற்பூரம், சந்தனத் திரிகளின் வாசனை நாசியைத் தொடும்போது அவள் ஓரோர் கற்களின் மீதும் தாவிக் குதித்து மலையடிவாரத்துக்குப் போய் விட்டிருக்கிறாள். தாவிக் குதிக்கும்போது காலிலிருக்கும் வெள்ளிக் கொலுசுகள் அவளுக்கு மாத்திரம் கேட்கும்படியாக ஓசையெழுப்புகின்றன.

அவள் வந்த வழி நெடுகவும் பூவிதழ்கள் உதிர்ந்திருக்கின்றன. மலையடிவாரத்துக்கு வந்து சேர்ந்த போது காம்புகளும், இலைகளும் மாத்திரமே மீதமிருக்கின்றன. அந்தப் பூங்கொத்தை ஃபராஸ்

கவலையோடு பார்த்துக் கொண்டிருக்கிறான். காட்மோர் மலையை ஊடறுத்தவாறு வரும் குளிர்க்காற்று அவ்வப்போது பூமழை போல ஈரச் சாரலை எடுத்துக் கொண்டு வந்து தெளிக்கிறது.

“கவலைப்படாதீங்க. வாழ்க்கையில நல்ல நல்ல விஷயங்கள் எத்தனையையோ இழந்துட்டேன். இனிமே இருக்குறதைப் பாதுகாத்துக்க என்னால முடியும்” என்று அவனது தோள்களில் சாய்ந்தவாறே அவள் மெதுவாகக் கூறுகிறாள்.

டர்பன்டைன் மரக் கிளைகள் காற்றுடன் போராடிக் கொண்டிருக்கும்போது மலையின் மேலிருந்து காரிருள் பொங்கிப் பிரவகித்துப் பாய்கிறது. ஒன்றிரண்டாகத் தொடங்கிய வெட்டுக்கிளிகளின் ஓசை அந்த இருளை ஊடறுத்தவாறு அந்தத் தோட்டம் முழுவதும் எதிரொலிக்கிறது. அவளது கைகளிலிருந்த பூங்கொத்தும், அவனது கையோடு விடுபட்டு கீழே விழுகிறது. ரியாத் நகரத்தின் சலாம் பார்க்கில் நியோன் ஒளிகளுக்கு மத்தியில் அவளை அரவணைத்துக் கொண்ட அவனது நெஞ்சின் சூட்டில் சாமிமலைக் குளிர் கரைந்து போகிறது.

தீ வைத்து எரிக்க முடியாத ஞாபகங்கள் மாத்திரமே இப்போது எஞ்சியிருக்கின்றன. அவன் இறுதியாக அணிந்திருந்த மேற்சட்டையை எடுத்துத் தனது ஆடைகளுக்குள் மறைத்துக் கொண்டவள், ஒரு வருடத்துக்கும் மேலாக தான் குடியிருந்த அந்த வசதியான அறையிலிருந்து வெளியேறினாள். ராக்கி அறையைப் பூட்டி, சாவியைத் தன் வசம் எடுத்துக் கொள்ளும் வரைக்கும் அனைத்து இடங்களிலும் அவனே புன்னகைத்துக் கொண்டிருந்தான்.

பஹலவத்தகே சன்ன ப்ரியஷாந்தவின் இறுதி வாக்குமூலம்

அன்று என்னுடைய முப்பதோராவது பிறந்த தினம். அம்மா தொலைபேசியில் அழைத்துப் பேசிய பிறகுதான் அது எனக்கே ஞாபகம் வந்தது. நான் அப்போது சரோத் ஐயாவோடு அறுபதாம் தோட்டத்துக் குப்பத்துக்குப் போய்க் கொண்டிருந்தேன். எனது காற்சட்டைப் பையிலிருந்த கைபேசி தொடர்ச்சியாக ஒலிக்கத் தொடங்கியதை அவதானித்த ஐயா அதை எடுக்கச் சொல்வது போல என்னையே பார்த்தார். நான் ஜீப்பை ஒரு ஓரமாக நிறுத்தி விட்டு கைபேசியை எடுத்ததும் அம்மாதான் பதிலளித்தாள்.

“புதுருவகலைக்குப் போய் புத்தர் சிலைக்கு முன்னால உனக்காக முப்பதொரு விளக்கு பத்தவச்சு பூஜை செஞ்சேன்” என்று கூறி அம்மா அழத் தொடங்கியதும் என்னால் எதுவும் பதில் பேச முடியவில்லை.

என்ன விடயமென்று சரோத் ஐயா கேட்கும்போது தொலைபேசி இணைப்பு துண்டிக்கப்பட்டிருந்தது.

“இன்னிக்கு என்னோட பொறந்த நாள்தானே. அம்மா இதுக்குன்னே புதுருவகலைக்கு யாத்திரை போய் எனக்காக விளக்கேற்றினாராம்.”

நான் வாகனத்தை இயக்கினேன்.

“இப்போ சன்னக்கு எத்தனை வயசு?”

சற்று நேரம் கழிந்த பிறகு சரோத் ஐயா என்னிடம் கேட்டார். அந்தத் தொனியில் ஏதோ மறைந்திருப்பது போல எனக்குத் தோன்றியது.

"முப்பத்தொண்ணு."

நான் மெதுவாகச் சொன்னதும் அவரும் "முப்பத்தொண்ணா?" என்று கேட்டவாறே உதடுகளைப் பிதுக்கினார்.

"நான் இருபத்தேழு வயசுலயே கல்யாணம் பண்ணிக்கிட்டேன்."

அவரது குரலில் சற்று பெருமிதமும் கலந்திருந்தது. 'பொறுப்புகளென்ற ஒன்று இந்த உலகில் இல்லாதிருக்குமானால், இருபத்தேழிலல்ல பதினேழில் கூட திருமணம் முடிக்கலாம்' என்று அவரிடம் கூறத் தோன்றிய போதிலும், நான் மௌனமாகவே இருந்தேன்.

பிரதான தெரு வழியே கடைகளுக்கும், வேறு பிற இடங்களுக்கும் ஆட்கள் எப்போதும் அங்குமிங்குமாகப் போய்க் கொண்டிருந்த போதிலும், பகல் வேளைகளில் அறுபதாம் தோட்டத்துக் குப்பத்தில் ஆள்நடமாட்டம் குறைவாகவே இருக்கும். அதில் சரோத் ஐயாதான் உச்ச பயனடைந்தார். ஏனைய நாட்களைப் போலவே அன்றும் நான் வாகனத்துக்குள்ளேயே ஒன்று, ஒன்றரை மணித்தியாலங்கள் போல இருந்திருப்பேன். சூரிய ஒளிக் கீற்றுகள் கண்ணாடியைத் தாண்டி வந்து முகத்தில் விழுந்ததும் விழித்துக் கொண்ட நான் இன்னும் ஒன்றிரண்டு மணித்தியாலங்கள் காத்திருக்க வேண்டியிருக்கும் என்ற எண்ணத்தில் ஆசனத்தை சரித்து அதில் சாய்ந்து கொண்டேன். இராணுவ வாகனம் என்பதால் யாரும் அதை நெருங்குவது குறைவு.

இரண்டு, மூன்று நிமிடங்கள் நான் உறங்கியிருப்பேன். சரோத் ஐயா ஏனைய நாட்களை விடவும் சத்தமாக கண்ணாடியில் தட்டினார். நான் திகைத்துப் போய் கண் திறந்து பார்த்தபோது தலை முதல் பாதம் வரை ஒரு போர்வையால் போர்த்தியவாறும், மற்றுமொரு படுக்கை விரிப்பை இடுப்பில் கட்டியவாறுமிருந்த தீபா, லலி மீதி சாய்ந்தவாறு நின்று கொண்டிருப்பதை மங்கலாகக் கண்டேன். சரோத் ஐயா பின்புறக் கதவைத் திறந்து கொடுத்ததும், லலி தனது பலத்தைப் பிரயோகித்து தீபாவை மிகுந்த சிரமத்தோடு வாகனத்தில் ஏற்றி ஆசனத்தில் அமரச் செய்தாள். திருட்டுப் பூனையொன்று இரையைத் தேடுவது போல யாரேனும் பார்த்து விடுவார்களோ என்று சரோத் ஐயா அடிக்கடி சுற்றி வரப் பார்த்துக் கொண்டிருந்தார். லலியின் முகத்திலிருந்த உணர்ச்சிகள் அவ்வப்போது மாறிய போதிலும், கடுமையான வலியை உள்ளுக்குள் அடக்கிக் கொண்டிருப்பது போல, தீபா அசையாமலிருந்தாள்.

என்ன நடந்திருக்கும் என்பது எனக்கு விளங்கவில்லை. அவளது முகம் முழுவதும் வியர்வையில் நனைந்து கூந்தல் முடிகள் சில முகத்தோடு ஒட்டிப் போயிருந்தன.

"மூணாவது தடவையாவும் இதைச் செய்றது ஆபத்துன்னு நான் முன்னாடியே சொன்னேன்தானே. இவளுக்கு ஏதாவது ஆச்சுன்னா நானும் களனி பாலத்துலருந்து குதிச்சிடுவேன். போலீஸ், கோர்ட்டுன்னு அலையுறதை விட அதுதான் நல்லது."

லலி தொடர்ந்தும் திட்டிக் கொண்டிருந்த போதிலும், சரோத் ஐயா ஒரு வார்த்தை கூட பதில் பேசவில்லை. வேதனையில் தடுமாறிக் கொண்டிருந்த தீபாவின் முகத்தை யாரும் அறியாமல் அடிக்கடி கண்ணாடி வழியாகப் பார்த்துக் கொண்டிருந்தேன்.

"இவள் இன்னமும் சின்னப் பிள்ள. உங்களுக்கு மோகம் தலைக்கடிச்சதும் மூளை வேலை செய்யுறதில்ல. உங்களால நானும் இப்ப கஷ்டத்துல விழுந்திருக்கேன். இனிமேலும் என்னால இவளை வச்சுட்டிருக்க முடியாது. இவளை நீங்க இனி எந்தக் குப்பத்துக்கு வேணும்னாலும் கூட்டிட்டுப் போயிடுங்க. நானும் ஒரு பொம்பளையாப் பொறந்துட்டு இன்னொருத்தி இந்தளவு நரக வேதனையை அனுபவிக்குறத எப்படிப் பார்த்துட்டிருக்க முடியும்?"

"வாயை மூடு, லலி. நான் இப்ப உன்னையும் சுட்டுட்டு, இவளையும் சுட்டுக் கொல்லப் போறேன் பார்த்துக்கோ. டாக்டர்கிட்ட காட்டினா இதுக்கு ஏதாவது மருந்து கொடுப்பார். இன்னும் ஒரு மாசத்துல நான் எல்லாத்தையும் சரி பண்ணிடுவேன். அதுவரைக்கும் நீ வாயைப் பொத்திக்கிட்டு இருக்கணும். இவளுக்காக நான் உன்னையும் நல்லா கவனிச்சிருக்கேன்."

"நீங்க கட்டுக்கட்டா பணத்தைக் கொண்டு வந்து என்கிட்ட கொட்டுறதுல வேலையில்ல. எனக்கு இப்போ இது போதுமாகிடுச்சு. இப்படியே போனா இன்னும் மூணு, நாலு, மாசத்துல இந்தப் பிள்ள உயிரோடு இருக்காது."

லலி தனது குரலைத் தாழ்த்தியிருந்தாள். என்ன நடந்து கொண்டிருக்கிறது என்பது எனக்கு விளங்கவில்லை என்றபோதிலும், ஏதோ ஒரு அபாயம் நெருங்கிக் கொண்டிருக்கிறது என்பது எனக்குப் புரிந்தது. சரோத் ஐயாவின் முகம் இருண்டு போயிருந்தது. அவ்வப்போது தீபா மூச்சு வாங்கும் ஓசை வாகனத்துக்குள்

எதிரொலிக்கத் தொடங்கியதுமே, லலி அவளது தலையைப் போர்த்தியிருந்த போர்வையால் முகத்தில் வழிந்து கொண்டிருந்த வியர்வையை ஒற்றியெடுத்தாள்.

நாரஹேன்பிட சந்தியைக் கடந்து நூறு, இருநூறு மீற்றர்கள் சென்றதும் வாகனத்தை இடதுபக்கமாகத் திருப்புமாறு சரோத் ஐயா கூறியபோதிலும், அந்தச் சிறிய தெருவுக்குள் ஜீப்பை விட்டு ஒரு மோட்டார் சைக்கிளால் கூட போக முடியாது என்பதை உணர்ந்தேன். அதனருகே மருத்துவரொருவர் இருப்பதற்கான பதாகை கூட இல்லாமலிருந்ததால் நான் சுற்றி வரப் பார்த்தேன். சரோத் ஐயா வாகனத்தினுள்ளே இருந்தவாறே யாருடனோ தொலைபேசியில் கதைத்து விட்டு, லலியின் முகத்தை ஏறிட்டுப் பார்த்தார். தீபா அதற்கு மேலும் வலியைத் தாங்கிக் கொள்ள முடியாமல் துடித்துக் கொண்டிருந்தாள். நான் இறங்கிப் போய் லலிக்கு கதவைத் திறந்து கொடுத்தேன். தீபாவை வாகனத்திலிருந்து இறங்கச் செய்த லலி எனது முகத்தைக் கூட ஏறிட்டுப் பார்க்காமல், போர்வையால் மேலும் தீபாவை மறைத்துக் கொண்டாள். வாகனத்தின் பின்னிருக்கை முழுவதுமாக இரத்தத்தால் நனைந்திருப்பதை அப்போதுதான் நான் கண்டேன். சரோத் ஐயாவும் அதைப் பயத்தோடு பார்த்தார். எதுவும் செய்ய இயலாமல் நான் எனது இருக்கைக்கு வந்து அமர்ந்தேன். சரோத் ஐயா நீண்ட பெருமூச்சு விட்டார்.

"சன்ன..."

அரை மணித்தியாலம் போல அமைதியாக இருந்த சரோத் ஐயா அப்போதுதான் தூக்கத்திலிருந்து விழித்துக் கொண்டது போல என்னையே பார்த்துக் கொண்டிருந்தார். அப்போதும் கூட லலியும், தீபாவும் திரும்பி வந்திருக்கவில்லை. பாதையின் இருமருங்கிலும் வாகனங்கள் தொடர்ச்சியாக வந்து போய்க் கொண்டிருந்தன. சரோத் ஐயாவின் சுருங்கிய விழிகளை கண்ணாடி வழியாகப் பார்த்தேன்.

"நீ தீபாவைக் கல்யாணம் பண்ணிக்கணும்."

எனது உச்சந்தலை மீது வெடிகுண்டுகள் மழை போல பொழிந்தன. அவற்றிலிருந்து தப்பிக்க வழியிருக்கவில்லை. ஒன்று நெஞ்சில் தாக்கியது. எனது கண்களுக்குள் ஓரோர் உருவங்கள் நடமாடத் தொடங்கின. இன்னவென்று புரிந்து கொள்ள முடியாத உருவங்கள்

அவை. நெற்றியின் இரு புறங்களிலிருந்தும் நீர்வீழ்ச்சிகள் போல வியர்வை வழியத் தொடங்கியது.

நான் திரும்பிப் பார்த்தபோது சரோத் ஐயா இருக்கையில் இருக்கவில்லை. நான் அங்கிருந்து எவ்வாறு புறக்கோட்டைக்குத் தப்பி வந்தேன் என்பது எனக்கு இன்றும் கூட ஞாபகமில்லை. எனது கொழும்பு ஜீவிதத்தில் என்னால் கைவிடவே முடியாத பலவும் இருந்தனதான். அதில் ஆகவும் பெறுமதியான ஒன்று எனது தொழில். அதையும் நான் கை விட்டேன். அதற்குக் காரணம் சரோத் ஐயாவின் கட்டளை. மூன்று தடவைகள் கருக்கலைப்பு செய்யப்பட்ட சிறுமியொருத்தியைத் திருமணம் செய்து கொண்டு போய் எவ்வாறு எனது அம்மாவின், தங்கைகளின் முகங்களை ஏறிட்டுப் பார்ப்பேன் நான்?! அதுவும் அவளொரு தமிழச்சி. நாங்கள் கிராமத்தவர்கள். எமது ஏழேழு பரம்பரைகளில் எவருமே தமிழச்சியொருத்தியைத் திருமணம் முடித்ததில்லை. அதனால்தான் சுகவீனம் என்று தந்தியனுப்பி விட்டு நான் வேலைக்குப் போகாமல் கிராமத்திலேயே மூன்று மாதமளவு தங்கியிருக்க நேரிட்டது. அவ்வாறு இருக்கும்போதுதான் போலீஸிலிருந்து வந்து என்னை அறுபதாம் தோட்டத்துக் குப்பத்துக்குக் கூட்டிக் கொண்டு போனார்கள்.

15

அன்று வெள்ளிக்கிழமை. அபுசாலி மாளிகையிலிருந்த ஆண்கள் அனைவரும் பள்ளிவாசலுக்குப் போய் வந்து மதிய உணவுக்கு வீட்டிலிருக்கும் நாள் அது. எப்படியும் வெள்ளிக்கிழமைகளில் அந்த வீடு கல்யாண வீடு போல ஆகி விடும். அன்று இந்திராவுக்கும், ராக்கிக்கும் ஓய்வெடுக்க நேரமேயிருக்காது. ஓரோர் வகையான உணவுகளைத் தயாரித்துப் பரிமாறுவதில் இருவரும் திறமை வாய்ந்தவர்களாக இருந்தார்கள். தீபாவுக்கு கடந்த ஒன்றரை வருடங்களாக வெள்ளிக்கிழமைகள் ஒரே மாதிரியாகத்தான் கடந்து போயிருந்தன. அண்மையிலிருந்த பள்ளிவாசலிலிருந்து ஒலிக்கும் தொழுகை நடக்கும் ஓசையைக் கேட்டவாறு, ஃபராஸின் அறைக்குள் அவன் படுக்கையிலிருந்து கொண்டே தொழுவான். அவ்வேளைகளில் தீபா ஜன்னலோரமாக நின்று புழுதிக்காற்றை சுவாசித்தவாறு தெருவையே பார்த்துக் கொண்டிருப்பாள். வானத்தை ஏறெடுத்துப் பார்க்க முடியாதளவு சூரியன் கொதித்துக் கொண்டிருக்கும் நேரம் அது. சாமிமலையில் மதியம் பன்னிரண்டு மணிக்குக் கூட சூரியன் ஒளிந்து கொண்டிருக்கும் நாட்கள் இருந்த போதிலும், சவூதி அரேபியாவில் குறைவேயில்லாமல் தனது ஒளியைத் தாங்க முடியாதளவுக்கு பகிர்ந்தளித்துக் கொண்டிருக்கும் அதே சூரியன்.

தீபா கீழே இறங்கி வந்தபோது அபுசாலி மாளிகையின் வரவேற்பறை ஒரு நீதிமன்றத்தை ஒத்திருந்தது. யாரும் மூச்சு விடும் ஓசை கூட கேட்கவில்லை. அங்கு தொங்கவிடப்பட்டிருந்த இலட்சக்கணக்கான துண்டுக் கண்ணாடிகளைக் கொண்டிருந்த மிகப் பெரிய சரவிளக்குக்குள்ளிருந்து வெளிப்பட்ட வெளிச்சம், வெள்ளிச் சரிகையால் பூ அலங்காரம் நெய்யப்பட்டிருந்த கம்பளத்தை மேலும் பிரகாசிக்கச் செய்தது. பாலைவனத்தில் ஒட்டகமொன்றின் அருகே வீற்றிருந்த ஃபராஸின் பிரமாண்டமான புகைப்படமொன்று வெண்ணிறப் பளிங்குச் சுவரை அலங்கரித்துக் கொண்டிருந்தது.

அங்கிருந்த பெரிய சோபாவின் ஒரு மூலையில் அபுசாலி அமர்ந்திருந்தார். மற்றைய மூலையில் ஃபர்ஸானா மிகுந்த பாடுபட்டு அமர்ந்து கால்களிரண்டையும் ஒரு சிறிய வாங்கின் மீது வைத்திருந்தாள். அவளது ஆடையிலிருந்த தங்க நிறச் சரிகைகளும், முத்துகளும் மின்விளக்கின் ஒளியில் மின்னிக் கொண்டிருந்தன. தீபாவுக்கு பிள்ளையார் கோயிலின் வேல் உற்சவம் நினைவுக்கு வந்தது. இரவில் வெள்ளி மற்றும் தங்க நிறச் சரிகை வேலைப்பாடுகள் கொண்ட சேலைகளை அணிந்தவாறு பெண்கள் அரோகரா என்று கூறியவாறே வரிசையாக நடந்து போகும்போது அவையும் நட்சத்திரங்கள் போல மின்னும்.

"தீபா..."

அபுசாலி மிகுந்த கண்ணியத்தோடு அவளை அழைத்தார். இந்திராவும், ராக்கியும் அந்த அழகிய கம்பளத்தின் ஒரு ஓரமாக அமர்ந்து பூ அலங்காரங்களைச் செய்வது போல தலையைக் குனித்திருந்தார்கள். அவர்களிருவருக்கும் பின்னால் தீபா அமர்ந்திருந்தாள். என்றாலும், தலையைத் தூக்கி அவரை ஏறிட்டுப் பார்க்க அவளுக்கு தைரியமிருக்கவில்லை. ஃபராஸின் புன்னகை அந்தக் கம்பளத்தின் பூ அலங்காரங்களிடையே நிழலாடி விட்டு மறைந்து போனது.

"தீபா இங்க வந்து ரெண்டு வருஷம் முடிஞ்சு கூடுதலா மூணு மாசமும் ஆயாச்சு" என்றவாறே அபுசாலி தீபா காணும்படியாக தனது கையிலிருந்த காகித உறையை மறு கைக்கு மாற்றினார்.

இந்திராவும் ராக்கியும் அமைதியாக இருந்தார்கள். ஃபர்ஸானா நெஞ்சில் கை வைத்தவாறு சத்தமாக மூச்சு வாங்கியதும் ராக்கி எழுந்து போய் அவளது காலடியில் அமர்ந்து கால்களை அழுத்தி விடத் தொடங்கினாள்.

"தீபாவை எங்களால ஒருபோதும் மறக்க முடியாது. இருந்தாலும், தீபாவோட ஒப்பந்தக் காலம் முடிஞ்சிருக்குறதால தொடர்ந்தும் அவளை இங்க வச்சிருக்க வழியில்ல. நாளைக்கு ராத்திரிக்கு இருக்குற ஃப்ளைட்லயே தீபாவுக்கு நாட்டுக்குப் போக ஏற்பாடு பண்ணியிருக்கு. தேவையான எல்லாத்தையும் இந்திராவும், ராக்கியும் செஞ்சு தருவாங்க. தீபா வேலை பார்த்ததுக்கும் மேலாக ஒரு தொகைப் பணம் இதுல இருக்கு."

அபுசாலி தனது கையிலிருந்த காகித உறையை தீபாவிடம் நீட்டினார். அதனுள் இலங்கையிலிருந்து வந்த உடனே அவளிடமிருந்து வாங்கிக் கொண்ட கடவுச்சீட்டும், அவளது வங்கிக் கணக்கில் மாதாமாதம் பணம் இட்டதற்காக சான்றுப் பத்திரங்களும், ஒரு தொகைப் பணமும் இருந்தன. அவர்களது எந்த வார்த்தைகளிலும் ஃபராஸைப் பற்றிக் குறிப்பிடவேயில்லை என்பதால் அவளால் அந்த உறையைப் பிரித்துக் கூட பார்க்க முடியாமலிருந்தது. இந்திரா அவளை நெருங்கி கைகளைப் பற்றிக் கொண்டதும் அவளது உடல் சிலிர்த்தது. அனைத்து ஞாபகங்களும் கனவுகளைப் போல அந்த அபுசாலி மாளிகைக்குள் கரைந்து ஒழுகிக் கொண்டிருந்தன. எந்த உணர்வுகளுமற்று அவள் இந்திராவைப் பின் தொடர்ந்தாள். ஃபர்ஸானாவின் அருகில் தரையில் அமர்ந்திருந்த ராக்கியும் அவர்களைத் தொடர்ந்து வந்தாள்.

இந்திராவின் கட்டில் மீது வைக்கப்பட்டிருந்த பெரிய பைகளிரண்டைத் திறந்து காட்டியும் கூட தீபா அவற்றை வெறுமனே பார்த்துக் கொண்டிருந்தாளே ஒழிய ஒரு வார்த்தை கூட பேசவில்லை. நேர்த்தியாக அடுக்கப்பட்டிருந்த அவளது ஆடைகளிடையே ஃபராஸ் வாங்கிக் கொடுத்த ஒரு ஆடை கூட இல்லாதது ஏனென்று கேட்குமளவுக்கு தைரியத்தை உருவாக்கிக் கொள்ளக் கூட முடியாமல் அவள் குழம்பிப் போயிருந்தாள். மற்றைய பை முழுவதுமாக வண்ண வண்ண நிறங்களில் இனிப்பு வகைகள் நிரம்பியிருந்தன.

“இதெல்லாம் உனக்குத்தான்...”

தீபா இந்திராவையே பார்த்துக் கொண்டிருந்தாள். ஆனால், இந்திராவோ அவளின் கண்ணீர் நிரம்பிய விழிகளைத் தவிர்க்க முற்பட்டாள். ராக்கி எதுவுமே பேசவில்லையென்றாலும் கூட அவளது விழியோரங்களிலும் கண்ணீர் துளிர்த்திருந்தது.

“எனக்கு அவர் வாங்கிக் கொடுத்த ஒரு உடுப்பாவது வேணும், ராக்கி. வேற எதுவுமே எனக்கு வேணாம். அதுல அவரோட அன்பிருக்கு. அதையாவது நான் எடுத்துட்டுப் போகணும்.”

இந்திரா செய்வதற்கு வழியில்லாமல் தவித்தாள். ராக்கியின் கண்களிலிருந்து கண்ணீர் வழிந்தது.

"ஃபராஸ் பேபிங்குறது நாம யாருமே நினைச்சுக் கூட பார்க்க முடியாத ஒரு உச்சம், தீபா. அபுசாலி மாளிகையைப் பொறுத்தவரைக்கும் நீயொரு நல்ல வேலைக்காரி. அவ்வளவுதான். இந்த ஞாபகங்களை உன்னோட எடுத்துட்டுப் போகாதே, தீபா... இல்லேன்னா வாழ்க்கை முழுக்க யோசிச்சு யோசிச்சே கவலைப்பட்டுட்டிருப்பாய்..."

இந்திராவின் நடுங்கும் விரல்கள் தீபாவின் தலையை வருடிக் கொடுத்த போது ஃபராஸ் தொலைவிலிருந்து பார்த்துக் கொண்டிருப்பது போல அவளுக்குத் தோன்றியது. தீபாவின் கலங்கிய விழிகளிலிருந்து ஒரு துளிக் கண்ணீர் அபுசாலி மாளிகையின் பளிங்குத் தரையில் வீழ்ந்து சிதறியது.

அறுபதாம் தோட்டத்து லலி என்றழைக்கப்படும் லலிதா பத்மகாந்தியின் வாக்குமூலம்

என்னுடைய பிறப்புச் சான்றிதழில் லலிதா பத்மகாந்தி என்று எனது பெயர் குறிப்பிடப்பட்டிருக்கிறது. அந்தச் சான்றிதழின் பிரகாரம் எனது வயது இப்போது ஐம்பத்திரெண்டைக் கடந்து கொண்டிருக்கிறது. ஆனால் அது உண்மையான வயதுதானா என்று எனக்கு சொல்லத் தெரியவில்லை. காரணம், அநாதை விடுதியில்தான் எனக்கு ஒரு பிறப்புச் சான்றிதழைத் தயாரித்திருக்கிறார்கள். அப்போதைய எனது உடல் வளர்ச்சியை மேலோட்டமாகப் பார்த்துத்தான் வயதைக் கணிப்பிட்டிருக்கிறார்கள். எனது பெற்றோர் யார் என்பது எனக்குத் தெரியாது. எனக்கு நினைவு தெரிந்த நாள் முதல் நான் கண்டி நகரத்துக்கு அருகாமையிலுள்ள ஒரு அநாதை விடுதியில்தான் வசித்து வந்தேன்.

அன்றைய தினம் எனக்கு இன்று போல நினைவிருக்கிறது. அப்போது எனக்கு பன்னிரண்டு வயதிருக்கும். அப்போதுதான் வயதுக்கு வந்திருந்தேன். யாரோ தெருவில் விட்டுச் சென்ற குழந்தை என்று சொல்லித்தான் அந்தக் குழந்தையை எமது அநாதை விடுதியில் கொண்டு வந்து சேர்த்திருந்தார்கள். போலீஸூம் அன்று வந்திருந்தது. குழந்தை மிகவும் அழகாக இருந்தது. அப்போதுதான் அதற்கு ஒரு வயதாகியிருக்கக் கூடும். விடுதியிலிருந்த பெண்களெல்லோருமே போட்டி போட்டுக் கொண்டு அதைத் தூக்கிக் கொஞ்சிக் கொண்டிருந்தோம். அந்தக் குழந்தையை நான் பராமரிப்பதையே விடுதியின் பெரிய மேடமும், சின்ன மேடமும் விரும்பினார்கள். அதற்கு சின்ன மேடம்தான் 'சரோத்' என்று பெயரிட்டார்.

நான் ஒருபோதும் பாடசாலைக்கு படிக்கப் போனதேயில்லை. போக வேண்டுமென்ற தேவையும

எனக்கிருக்கவில்லை. ஆனால், அந்த விடுதியிலிருந்த நிறைய மாணவர்களை நான்தான் பாடசாலைக்குக் கூட்டிக் கொண்டு போய் வந்தேன். சரோத்தையும் பாடசாலைக்கு நான்தான் கூட்டிக் கொண்டு போய் வந்தேன். பாடசாலை நேரம் முடியும்வரைக்கும் அங்கிருந்த குட்டை மதிலின் மீது அமர்ந்திருந்து, அங்கு காத்திருக்கும் ஏனைய குடும்பப் பெண்களுடன் கதைத்துக் கொண்டிருப்பேன். அந்தப் பெண்களும் 'சின்னப் பொண்ணுன்னாலும் நல்லா முத்திப் போயிருக்கு' என்று என்னைப் பார்த்துக் கூறிச் சிரிப்பார்கள். அது நான் வயதுக்கு மீறிய உடல் வளர்ச்சியைக் கொண்டிருந்ததாலாகவும் இருக்கலாம். அந்த விடுதியிலிருந்த பிள்ளைகள் எல்லோரையும் பாடசாலையிலிருந்து பத்திரமாகக் கூட்டிக் கொண்டு போய் வர என்னால் முடிந்திருந்தது. அவ்வாறு கூட்டிக் கொண்டு வரும்போது 'ஆஹ்.... தங்கச்சி.... பிள்ளைகளெல்லாம் உன்னோடதா?' என்று தெருவோரமாக இருக்கும் வடை, கடலை விற்பவர்கள், ஆட்டோக்காரர்கள் போன்றவர்கள் கத்துவார்கள்.

அவ்வாறான சந்தர்ப்பங்களில் தூஷணத்தால் அவர்களை நன்றாகத் திட்ட நான் ஒருபோதும் தயங்கியதேயில்லை. அந்தக் காலத்திலிருந்தே நல்ல தைரியமான பெண்ணாக நான் இருந்தேன். யாருடைய அன்போ, ஆதரவோ, பாதுகாப்போ இல்லாமல் தனியாக வளர்பவர்கள் அப்படித்தான் இருக்கக் கூடும். அந்த அநாதை விடுதியிலிருந்த சிறுவர்கள், சிறுமிகள் என அனைவரையும் மிரட்டி எனது கட்டுப்பாட்டுக்குள் வைத்திருந்தேன்.

அந்தப் பிள்ளைகளைக் குளிப்பாட்டுவதற்காக வரிசையில் நிற்க வைக்கவும், அவர்களுக்கு அளந்தளந்து சோறு போடும்போது இன்னும் வேண்டும் என்று அடம்பிடித்து அழுபவர்களைப் பிரம்பால் அடிக்கவும், அவர்களைக் கழிப்பறைக்குக் கூட்டிக் கொண்டு போய் வரவும் நான்தான் உதவியாளாக இருந்தேன். அந்தக் காலத்தில் பெரிய மேடமும், சின்ன மேடமும் தமது வேலைகளை என்மேல் சுமத்தியிருந்திருக்கிறார்கள் என்பது எனக்கு இப்போதுதான் புரிகிறது.

'லலி இதைச் செய்... அதைச் செய்... இதை நீ இப்படிச் செஞ்சா நல்லதுதானே லலி' என்றெல்லாம் சொல்லிச் சொல்லியே என்னிடம் கடுமையாக வேலை வாங்கியிருக்கிறார்கள். நான் ஒருபோதும் அந்த வேலைகளைச் செய்ய மறுத்ததேயில்லை. அந்தக் கால கட்டத்தில் கூட நான் சரோத்தை விஷேடமாக

தனியாகக் கவனித்துக் கொண்டேன்தான். அது அந்தப் பிள்ளை அப்போது யாருக்கும் எந்தத் தொந்தரவுமில்லாமல் தன் பாட்டில் இருந்ததாலாக இருக்கலாம். விடுதியிலிருந்த எல்லோருடனும் பேசிப் பழகிய போதிலும், யாருடனும் சண்டைக்குப் போகாத பிள்ளையது. நன்றாகப் படிக்கவும் செய்தது. இருந்தாலும் அது எனக்கு எழுத வாசிக்க கற்றுக் கொடுக்கவில்லை. ஒரு எழுத்தைக் கூட நான் அறியாமலிருந்த காலம் அது.

அந்தக் காலகட்டத்தில்தான் நான் சிறிசோமவுடன் காதலில் விழுந்திருந்தேன். அவன் பாடசாலைக்கு முன்னாலிருந்த வாகனங்களைத் திருத்துமிடமொன்றில் வேலை செய்து வந்தான். பாடசாலையில் பிள்ளைகளைக் கொண்டு போய் விட்டுவிட்டு அவர்கள் திரும்பி வரும்வரை வாயிலருகே காத்துக் கொண்டிருக்கும் இடத்துக்கு, அவன் வேலை செய்யும் இடம் நன்றாகத் தென்படும். அவ்வாறிருந்தபோதுதான் ஒருநாள் சிறிசோம என்னிடம் காதலைச் சொல்லி சம்மதம் கேட்டான். என்னுடன் கதைத்துக் கொண்டிருந்த ஏனைய பெண்களும் அதை ஊக்குவித்தார்கள். சில நாட்களில் அங்கிருக்கும் எல்லோருக்கும் பகிர்ந்து கொடுக்குமாறு கூறி அவித்த கடலை, வேர்க்கடலை போன்றவற்றை எடுத்துக் கொண்டு வந்து என்னிடம் தருமளவுக்கு அவன் முன்னேறியிருந்தான்.

பாடசாலைக்கருகில் நான் போயிருந்த ஒரு நாள் அவன் வேலை பார்த்து வந்த இடம் மூடியிருந்தது. அவன் முந்தைய தினம் கடையை மூடப் போவது குறித்து என்னிடம் எதுவும் கூறியிருக்காததால், நான் மதிலின் மீதமர்ந்து பாதையின் இருமருங்கையும் பார்த்துக் கொண்டிருந்தேன். அங்கிருந்த பெண்களும் 'இன்னிக்கு கிறீஸ் மன்மதன் கிறீஸைக் கழுவப் போயிருப்பான்' என்று என்னைக் கிண்டல் செய்து கொண்டிருந்தார்கள். நான் அவர்களையும் தூஷணத்தால் திட்டினேன். காலை பத்து மணியளவில் அவன் நாங்களிருந்த இடத்துக்கு ஒரு மோட்டார் சைக்கிளில் வந்திறங்கினான். எண்ணெய் தடவி தலைமயிரை உயர்த்தி வாரி, டீ ஷர்ட்டும் நீண்ட காற்சட்டையும் அணிந்து சரியாக ஒரு ஹிந்தி நடிகனைப் போல அவன் இருந்தான். குளிர் கண்ணாடியொன்றும் அவனது டீ ஷர்ட்டில் தொங்கிக் கொண்டிருந்தது.

"உன்னோட கிறீஸ் மன்மதன் வந்துட்டான்" என்று பெண்கள் கிண்டல் செய்தபோது வெட்கமாக உணர்ந்தேன். நான் எழுந்து

அவனருகில் சென்றதுமே அவன் எனது கையைப் பற்றிப் பிடித்தான். அந்தக் கரத்தின் வெப்பத்தில் நான் சிலிர்த்துப் போனேன்.

முதன்முதலாக ஒரு வாலிபன், ஒரு இளம்பெண்ணின் கையைத் தொடும்போது அவ்வாறான உணர்வைத்தான் அவள் உணரக் கூடும். நானும் அந்த இதமான வெப்பத்தில் கிறங்கிப் போயிருந்தேன். எனக்கு அந்த வயதில் வேறு யாரிடமிருந்துதான் பாதுகாப்பு கிடைக்கும்? விடுதியிலிருந்த பெண் பிள்ளைகளுக்கு பதினாறு வயது பூர்த்தியானதுமே, யாராவது ஒருவனைத் தேடிக் கண்டுபிடித்து அவனுக்குத் திருமணம் முடித்துக் கொடுப்பதைத்தான் செய்து வந்தார்கள். அவ்வாறு இராணுவத்தைச் சேர்ந்த கால்களில்லாத ஒருவனுக்கு ரோஹினியைத் திருமணம் முடித்துக் கொடுத்திருந்தார்கள். பிறக்கும்போதே பார்வையற்றிருந்த வயது கூடிய ஒருவனுக்கு நந்தினியைத் திருமணம் முடித்துக் கொடுத்திருந்தார்கள். விடுதிக்குள் இந்த மாதிரியான காரியங்கள் நடைபெற்றுக் கொண்டிருந்ததால், அங்கிருந்த இளம்பெண்கள் கை, கால்களையிழந்து ஊனமானவர்களையோ, பார்வையற்றவர்களையோ திருமணம் முடிக்க நிர்ப்பந்திக்கப்பட்டார்கள். மேடம்களென்று நான் முன்பு குறிப்பிட்டவர்கள், அங்கிருந்த சிறுமிகள் வயதுக்கு வந்ததுமே பெரிய பெரிய ஆட்களுக்கு அவர்களைக் கூட்டிக் கொடுப்பதைத்தான் இரகசியமாக செய்து வந்தார்கள். அந்தப் பெண்களின் வலிகளையும், வேதனைகளையும் பார்த்துச் சகித்துக் கொண்டு அவர்களைப் பராமரிப்பதையும் நான்தான் செய்ய வேண்டியிருந்தது. நான் வாயாடி என்பதால் அந்த மேடங்களின் இந்த மாதிரியான காரியங்களிலிருந்து நான் தப்பித்திருந்தேன். அங்கிருந்த ஆண்பிள்ளைகள் மாத்திரம்தான் பதினாறு வயது பூர்த்தியானதுமே ஏதாவதொரு தொழிலைத் தேடிக் கொண்டு அங்கிருந்து பத்திரமாக வெளியேறினார்கள். இவையனைத்தும் அடிக்கடி எனது மனதில் தோன்றிக் கொண்டேயிருந்தது. காரணம், அடுத்ததாக நான்தான் அவர்களது பட்டியலில் முதலாவதாக இருந்தேன். யாருக்கோ என்னைத் திருமணம் முடித்துக் கொடுப்பதற்கு முன்பதாக என்னை யாருடனாவது படுக்க நிர்ப்பந்திப்பார்கள். இல்லாவிட்டால், அங்கவீனமான யாருடனாவது என்னை அனுப்பி வைப்பார்கள். அதனால் எனக்கு அப்போது சிறிசோம ஒரு மீட்பனாகத் தெரிந்தான்.

ஆகவேதான் அன்று சிறிசோம என்னிடம் சம்மதம் கேட்டபோது நான் சம்மதம் தெரிவித்திருந்தேன். அவன் என்னைத் திரைப்படம்

பார்க்கப் போக அழைத்தான். அப்போதைய பிரபல சினிமா நட்சத்திரங்களான காமினி ஃபொன்சேகாவும், மாலினி ஃபொன்சேகாவும் இணைந்து நடித்த திரைப்படமொன்று கண்டி வெம்ப்ளி தியேட்டரில் திரையிடப்பட்டிருந்தது. சுற்றியிருந்த பெண்களும், ‘பாடசாலை விட இன்னும் நேரமிருக்கிறதுதானே, போய் வா’ என்று என்னை உசுப்பேற்றி விட்டார்கள்.

நான் எதுவும் யோசிக்காமல் அவனது மோட்டார் சைக்கிளில் ஏறி விட்டிருந்தேன்.

***

அன்று திரைப்படம் பார்க்க தியேட்டரினருகே போன போதிலும், அதற்கு வெளியே ஐம்பது, அறுபது பேர் கத்திக் கூச்சலிட்டவாறு நின்று கொண்டிருந்தார்கள். தொடர்ந்தும் சனக் கூட்டம் அதிகரித்துக் கொண்டேயிருந்தது. தியேட்டரின் முன்பாக தொங்கவிடப்பட்டிருந்த காமினியினதும், மாலினியினதும் பெரிய பெரிய புகைப்படங்களைப் பார்த்து சில இளைஞர்கள் விசிலடித்துக் கொண்டிருந்தார்கள். சிறிசோம எதுவும் பேசாமல் மோட்டார் சைக்கிளைத் திருப்பி சற்று தூரம் வந்ததும் ‘ரூமொண்ணு எடுத்துத் தங்குவோமா?’ என்று என்னிடம் கேட்டான். அந்தக் கணமே ஏனைய பெண்களைப் போல நானும் பயந்து போயோ, வெட்கப்பட்டுக் கொண்டோ மோட்டார் சைக்கிளிலிருந்து இறங்கி ஓடிப் போயிருப்பேன் என்று நீங்கள் நினைப்பீர்கள். அவ்வாறில்லை. நானும் விருப்பத்தோடுதான் அவனுடன் ஒரு அறைக்குப் போனேன். எனக்கு விடுதியிலிருந்து தப்பிச் செல்ல வேண்டியிருந்தது. அதற்கு அதுதான் ஒரே வழியாகவிருந்தது. வெட்கமோ, பயமோ கொஞ்சம் கூட அற்ற ஒருத்தியாகத்தான் நான் அவனுக்கு முன்னால் அறைக்கு நடந்தேன். எவ்வளவுதான் நான் என்னைப் பாதுகாத்துக் கொண்டிருந்தாலும், விடுதியில் தேடித் தரும் ஊனமான ஒருவனைத் திருமணம் முடிக்க முன்பு நானும் ஒரு பணக்காரனிடமோ, அரசியல்வாதியிடமோ என்னை எப்போதாவது இழக்க வேண்டியிருக்கும். அதனால் நான் அன்று விருப்பத்தோடுதான் சிறிசோமவுடன் படுத்தேன். இப்போதிருக்கும் பெண்கள், ஹோட்டல் அறைகளுக்குப் போய் காதலனோடு முதன்முதலாகப் படுத்த பிறகு, திருமண இரவில் தனது தூய்மையை நிரூபிக்கத் தேவையான கட்டில் விரிப்பை ஹோட்டல் மேனேஜரிடம் கேட்டு அழுது கெஞ்சுவதைப்

போல எல்லாம் நான் செய்யவில்லை. என்றாலும், நான் அதன் பிறகு ஒருபோதும் விடுதிக்குத் திரும்பிச் செல்லவேயில்லை. சிறிசோமவுடன் அதே மோட்டார் சைக்கிளில் கண்டியிலிருந்து கொழும்புக்கு வந்து சேர்ந்தேன், ஒரு பறவையைப் போல.

அன்றுதான் நான் முதன்முதலாக அறுபதாம் தோட்டத்துக் குப்பத்தில் காலடியெடுத்து வைத்தேன். சிறிசோமவுக்கு அம்மா மாத்திரமே இருந்தாள். அவள் போதை மருந்தை விற்பதைத்தான் செய்து வந்தாள். உங்களிடம் நான் புதிதாக எதுவும் விவரிக்கத் தேவையில்லைதானே, ஐயா. அறுபதாம் தோட்டத்தை நான் எனது கட்டுப்பாட்டுக்குள் வைத்திருக்கும் விதத்தைக் குறித்து ஏராளம் பதிவுகளும், முறைப்பாடுகளும் உங்கள் போலீஸ் பதிவுகளில் வேண்டிய மட்டும் இடம்பிடித்திருக்கக் கூடும். பணம் சம்பாதிக்க, செய்ய வேண்டிய அனைத்து மோசமான காரியங்களையும் நான் செய்திருக்கிறேன்தான். ஆரம்பத்தில் சிறிசோமதான் எனக்கு வாடிக்கையாளர்களைப் பேசிக் கொடுத்தான். போதை மருந்தை விற்பதிலேயே காலம் கழித்து வந்த எனது மாமியார் திடீரென்று ஒரு நாள் மாரடைப்பு வந்து செத்துப் போனாள். பிறகு, சிறிசோமவுக்கு வாயில் புற்றுநோய் வந்து பல வருடங்களாக அவதிப்பட்டவன், வலி தாங்காமல் ஒரு நாள் ரயிலுக்கு முன்னால் பாய்ந்து செத்துப் போனான். அன்றுதான் நான் எனது வாழ்நாளில் அதிகமாக அழுதேன். அவன் எவ்வளவுதான் கேடுகெட்ட காரியங்களைச் செய்து வந்தபோதிலும், என்னை ஒருபோதும் அடித்ததேயில்லை. கொழும்பு பேஸ்லைன் சந்தியில் தெரு முழுக்க விசிறிக் கிடந்த அவனது உடல் பாகங்களை நான்தான் காகிதப் பெட்டியொன்றில் பொறுக்கிச் சேகரித்து எடுத்து வந்தேன். யாருமே என்னை நெருங்கவில்லை. அந்தளவு தைரியமான பெண் நான்.

அப்படியே வாழ்க்கை கழிந்து கொண்டிருந்த போதுதான் ஒரு நாள் குப்பத்திலிருந்த ஒருவனைப் பார்க்க வெலிக்கடை சிறைச்சாலைக்குப் போய் விட்டு வெளியே வரும்போது அங்கு நிறுத்தப்பட்டிருந்த இராணுவ வாகனத்துக்குள்ளிருந்து இராணுவத்தினன் ஒருவன் என்னையே பார்த்துக் கொண்டிருப்பதை தற்செயலாகக் கண்டேன். நானும் அவனை எங்கோ கண்டிருப்பது போல உணர்ந்தேன். இருந்தாலும், யார் என்பது விளங்கவில்லை.

“இது லலி அக்காதானே?” என்று கேட்டவாறே என்னை நெருங்கிய அவன் எனது கைகளைப் பிடித்துக் கொண்டதும்தான் அவனை நான் இனங்கண்டு கொண்டேன். என்னைக் கட்டுப்படுத்திக்

கொள்ள இயலாமல் அவன் முன்பு அன்று அழுதே விட்டேன். கட்டுமஸ்தாக வளர்ந்திருந்த சரோத்தை நான் தெருவென்றும் பாராமல் கட்டியணைத்துக் கொண்டேன். அவன் அவ்வளவு அழகாக வளர்ந்திருந்தான். சரியாக இருபது வருடங்கள் கழித்து அன்று அவனைச் சந்தித்திருந்தேன். மலசலம் கழுவி விட்டு, குளிக்க வைத்து, உணவூட்டி நான் வளர்த்த குழந்தை உயரமான திடகாத்திரமான இளைஞனாக வளர்ந்திருந்தான். அவனது உடலிலிருக்கும் ஒவ்வொரு மச்சத்தைக் கூட என்னால் எண்ணிச் சொல்ல முடியும். அவனை அந்தளவு எனக்குத் தெரிந்திருந்தது.

அதன் பிறகு வந்த நாட்களில், சரோத் அறுபதாம் தோட்டத்துக்கு தொடர்ந்து வந்து போகத் தொடங்கினான். தோட்டத்தில் எல்லோரிடமும் அவனை எனது உறவுக்காரத் தம்பி என்றுதான் சொல்லி வைத்திருந்தேன். யாருமேயில்லாமல் தனியாக இருந்த எனது வீட்டுக்கு இராணுவத்தினன் ஒருவன் வந்து போவது, குப்பத்தில் எனது மதிப்பையும், தைரியத்தையும் அதிகரிக்கச் செய்தது. போகப் போக என்னுடன் நெருக்கமான அவன் இரவிலும் வந்து என்னுடன் தங்கியிருந்து விட்டு அதிகாலையில் கிளம்பிப் போகத் தொடங்கினான்.

ஒரு நாள் அவன் திடீரென்று என்னிடம் தான் திருமணம் முடித்து விட்டதாகச் சொன்னதும், நான் நிலைகுலைந்து போய் விட்டேன். அவனை அடித்தேன். திட்டினேன். அழுது தீர்த்தேன். அன்றுதான் ஆண்கள் அனைவருமே நன்றி கெட்ட நாய்கள் என்ற முடிவுக்கு வந்தேன். கண்ணில் காணும் புதர்களுக்கருகேயெல்லாம் காலைத் தூக்கும் மிருகங்கள். அவை தம் மீது காந்தம் போல ஈர்க்கப்படும் பெண்களின் தலையைத் தடவிக் கொடுத்ததுமே, பெண்கள் அவற்றின் முன்னால் மண்டியிட்டு விடுகிறார்கள்.

நான் இப்படிச் சொல்லும்போது உங்களுக்கும் வலிக்கும்தான். பாலுக்கு பூனைகள்தானே சாட்சி. இது பழைய பழமொழி என்றாலும் கூட இன்றும் கூடப் பொருந்துகிறதுதானே, ஐயா.

ஆனால், பிறகுதான் நான் சரோத்தை முழுமையாக வெறுக்கத் தொடங்கினேன். அதுவும் தீபாவுக்குச் செய்த அநியாயங்களைக் கண்டதன் பிறகுதான் அவன் மீது அந்த வெறுப்பு வந்தது. அந்தச் சிறுமியை என்னிடம் கூட்டிக் கொண்டு வந்து விட்ட வேளையில் உண்மையான அனுதாபத்தில்தான் அவளுக்கு உதவுகிறான்

என்றுதான் நினைத்தேன். அவன் ஒரு மிருகம். அதை எனது மனதிலிருந்து ஒருபோதும் மாற்ற முடியாது.

நானும் ஒரு பெண் என்பதால்தான் நான் தீபாவை காதர் மூலமாக வெளிநாட்டுக்கு அனுப்பி வைத்தேன். அன்று அவளை விமான நிலையத்துக்கு அனுப்பி வைத்து விட்டு, நான் நேராக அனுராதபுரத்திலிருக்கும் மதவாச்சி கிராமத்துக்குப் போய் விட்டேன். அங்குதான் முன்பு என்னிடம் வேலை செய்து வந்த மாலனி வசிக்கிறாள். கொழும்பில் எல்லோருக்கும் அவளை 'டீனா' என்று சொன்னால்தான் தெரியும். அவள் என்னிடம் வந்து சேரும்போது இரண்டு, மூன்று பேர் அவளைச் சீரழித்திருந்தார்கள். நானும் அவளை வைத்து நன்றாக பணம் சம்பாதித்தேன்தான். கடைசியில் அவள் கர்ப்பமானதும், அவளை நன்றாகப் பராமரித்து, குழந்தை பிறந்ததும் அதைத் தத்துக் கொடுத்து விட்டேன். பிறகு கொழும்புக்கு கட்டட வேலைக்கு வந்த சித்தாள் ஒருவனுடன் அவள் ஓடிப் போனாள். இப்போது மதவாச்சியில் சந்தோஷமாக வாழ்ந்து வருகிறாள். அவளுக்கு மூன்று பிள்ளைகள். அவளது கணவனிடம் லாரியொன்றும், ஆட்டோ ஒன்றும் சொந்தமாக இருக்கிறது. குறை சொல்லக் கூடாது. நான் அங்கு போனால் அவள் தனது சொந்தத் தாயைக் கவனிப்பதைப் போலத்தான் என்னைப் பார்த்துக் கொள்கிறாள். அவளது கடந்த காலக் கதைகள் எதுவும் அவளது கணவனுக்குத் தெரியவில்லை. அவளும் இப்போது பத்தினி போலத்தான் நடந்து கொள்கிறாள். அங்கு போய் எனக்கு மூன்று நாட்கள்தான் இருக்கக் கிடைத்தது. அங்கிருந்த போதுதான் அருகிலுள்ள போலீஸ் நிலையத்துக்கு உடனடியாகப் போகுமாறு போலீஸார் என்னைத் தொலைபேசியில் அழைத்துச் சொன்னார்கள். ஆனால் இப்படியொன்று நடந்திருக்கும் என்று நான் நினைத்துக் கூடப் பார்க்கவில்லை, ஐயா. என்னை அறுபதாம் தோட்டத்துக் குப்பத்துக்கும் மதவாச்சியிலிருந்து போலீஸ் ஜீப்பில்தான் கூட்டிக் கொண்டு வந்தார்கள். தோட்டம் முழுவதும் ஆட்களால் நிறைந்திருந்தது. முழங்கால் வலியையும் பொருட்படுத்தாமல் நான் இரும்புப்படிகளில் மேலே ஏறிப் பார்த்தேன். தீபாவின் பழைய சல்வாரொன்றின் முந்தானையைப் பயன்படுத்தி சரோத் தூக்கில் தொங்கியிருந்தான்.

16

இரவைக் கழித்து விட்டு புதியதொரு நாளை எதிர்கொள்ள முற்படும் ஆகாயம், அந்தப் புதிய நாளுக்கென புதிய ஒளிக் கீற்றுகளைப் பகிர்ந்தளிக்கிறது. பூமியில் பரந்திருக்கும் மெல்லிய இருளும் அந்த ஒளிக்கீற்றுகளோடு சேர்ந்து கொண்டு மலரக் காத்திருக்கும் பூக்களிலிருக்கும் பனித்துளிகளை அரவணைத்தவாறு மரஞ்செடி கொடிகளுக்கு உயிரூட்ட முற்படுகிறது.

களனி பாலத்தின் இருமருங்கிலுமிருந்த மின்கம்பங்களிலிருந்து சீறிப் பாய்ந்த மஞ்சள் வெளிச்சமானது, பனியை ஊடறுத்துச் சென்று களனி கங்கையின் நீரோட்டம் மீது அழகிய வடிவத்தில் படிந்திருந்தது. தீபா மெல்லிய இருளினூடு அதைப் பார்த்துக் கொண்டிருந்தாள். தூவான நீர்ச் சாரல் வாகனத்தின் கண்ணாடி வழியே உள்ளே வந்து அவளது மேனியைச் சிலிர்க்கச் செய்தது. வாழ்க்கையில் முதன்முதலாகத் தான் கண்ட களனிப் பாலமல்ல இப்போதிருப்பது என்று அவளுக்குத் தோன்றியது. பனிமூட்டத்தைக் கடந்தவாறு அந்தப் பாலத்துக்கு மேலால் அவளது வாடகைக் கார் முன்னே சென்று கொண்டிருந்தது.

கணத்துக்குக் கணம் மாறும் புதிய தண்ணீரோடு பாலத்துக்குக் கீழே அந்த நீரோட்டம் பாய்ந்து கொண்டிருந்தது.

அவள் முதன்முதலாகக் காலடியெடுத்து வைத்து மூன்று வருடங்களுக்கு மேலாகியிருந்த போதிலும், அந்த அறுபதாம் தோட்டத்துக் குப்பம் அப்படியேதான் இருந்தது. குப்பத்துக்குள் நுழையும் இடத்திலிருந்த மின்கம்பத்திலிருந்து பாதை நெடுகவும் நவீன சீமெந்துக் கற்கள் பதிக்கப்பட்டிருப்பதையும், நாற்றமளித்துக் கொண்டிருந்த வடிகான்கள் மீது கொங்கிறீட் தட்டுகளிட்டு மூடப்பட்டிருப்பதையும் தவிர புதிதாக வேறெந்த மாற்றங்களும் இருக்கவில்லை. இன்னும் விடிந்திருக்கவில்லை என்பதால் அனைத்து வீடுகளுக்குள்ளிருந்தும் சிறு குழந்தைகள் அழும் ஓசையும், பெண்கள் சத்தமாக தமது பிள்ளைகளைத் தட்டியெழுப்பும்

ஓசையும் கேட்டுக் கொண்டிருந்தன. மனதில் தோன்றிய பல்வேறு ஞாபகங்களிலிருந்து விடுபட வேண்டியிருந்ததால் லலியின் வீட்டு முன்பாக நின்றிருந்த வாகனத்திலிருந்து இறங்க தீபா சில நிமிடங்களை எடுத்துக் கொண்டாள். அவள் பல்வேறு இன்னல்களை அனுபவித்த லலி வீட்டின் மேல் மாடிக்கான இரும்புப் படிக்கட்டு இப்போது நிம்மதியாக இருக்கக் கூடும். கனத்த அடிச்சுவடுகளை வைத்தவாறு அதில் ஏறியிறங்க இப்போது யாருமேயில்லை.

"நீ எப்போது வேண்டுமானாலும் இங்கு வா. பிரச்சினைகள் அனைத்தும் தீர்ந்து விட்டன."

தோட்டத்திலிருந்த யாரிடமோ சொல்லி லலி எப்போதோ எழுதியனுப்பியிருந்த கடிதத்தைப் பத்திரமாக வைத்திருக்கிறாள் தீபா. ஆனால், அதை வாசிக்கும் ஒவ்வொரு தடவையும் வெளியே சொல்ல முடியாத துக்கமொன்று அவளது நெஞ்சை அடைத்தது.

"நீ வந்துட்டியா தீபா?"

பலகைக் கதவைத் தள்ளித் திறந்தவாறு சிரித்தவாறே முன்னால் வந்து நின்றாள் லலி. அவளது பருத்துக் கனத்த சரீரத்தை அவளிடம் காணவில்லை. தீபா கேள்விக்குறியோடு அவளைப் பார்த்தாள்.

"சீனி வியாதிடி. பார்த்துட்டிருக்கப்பவே உடம்பு வத்திப் போச்சு. இப்ப பெரியாஸ்பத்திரி கிளினிக்குக்கு ஒவ்வொரு மாசமும் போயிட்டிருக்கேன்."

லலி, தீபாவின் கரங்களை பாசத்தோடு பற்றியிருந்தாள்.

"உனக்கும் நல்ல கலர் வந்திருக்கு. நோஞ்சான் மாதிரியிருந்தவள் இப்ப நல்லா அழகாகிட்டாய். தொடர்ச்சியா குழந்தையை வயித்துல வாங்கிட்டேயிருந்தா யார்தான் நோஞ்சானாகாம இருப்பாங்க? அந்தக் கருமம் புடிச்ச காலம் கடந்து போயாச்சு. இனியாவது எல்லாம் ஒழுங்கா நடக்கட்டும்."

சந்தோஷத்தில், தீபாவை வீட்டுக்குள்ளே அழைத்துப் போக வேண்டும் என்ற எண்ணம் கூட லலிக்கு வரவில்லை. வாகனத்திலிருந்த பைகளிரண்டையும் எடுத்துக் கொடுக்க சாரதி உதவி செய்தான். லலி உடனடியாக அந்தப் பைகளை

வெளியாட்கள் எவரும் காணும் முன்பாக எடுத்து அவளது வீட்டுக்குள் பதுக்கி வைத்தாள்.

“இல்லேன்னா இன்னும் கொஞ்ச நேரத்துல இந்த இடம் சாக்லெட் கேட்டு வர்றவங்களால நிறைஞ்சிடும்.”

ஒரு வருடத்துக்கும் மேலாக தான் சித்திரவதை அனுபவித்து வந்த மேல் மாடி அறை மீது தீபாவின் பார்வை பதிந்திருந்தது. அவளது வாழ்க்கையில் முக்கியமான அனைத்தையும் தொலைத்த இடம் அது.

“யாருமே இந்த ரூமுக்கு வாடகைக்கு இருக்க வர்றதில்லடி. ரூம் தேடுறவங்க அதோ அந்த லைட் கம்பத்துக்குப் பக்கத்துல வர்றப்பவே எவனாவது போட்டுக் கொடுத்துடுவான். அவங்களும் அப்படியே திரும்பிப் போயிடுவாங்க. செத்துப் புழு வடிஞ்சி, அழுகி நாத்தம் வீசிக் கொண்டிருந்த பொணமொண்ணு தொங்கிக் கிடந்த ரூம்தானே இது. நகர சபையிலிருந்து வந்து மருந்தடிச்சு சுத்தம் செஞ்ச பிறகுதான் அந்த நாத்தமே போனது.”

“எனக்கு ராஜேஸ்வரியம்மாவைப் பார்க்கணும்.”

தீபா மெதுவாக லலியிடம் கூறியதும், லலி அவளது கைகளைப் பிடித்துக் கொண்டாள்.

“அவ போய் இப்ப ஆறுமாசமிருக்கும். வருஷக்கணக்கா ஏதோ புற்றுநோய் உள்ளுக்குள்ள இருந்திருக்கு. இருமுறப்ப ரத்தம் வாறதைக் கண்டுதான் அந்த பங்களா ஆட்கள் டாக்டர்கிட்ட கூட்டிட்டுப் போயிருக்காங்க. மஹரகம புற்றுநோய் ஆஸ்பத்திரில ஒரு மாசம் கூட தாக்குப் பிடிக்கல. குறை சொல்லக் கூடாது. அந்த பங்களா ஆட்கள் இறுதிச் சடங்குகள் எல்லாத்தையும் சிறப்பாச் செஞ்சாங்க. மூணு மாசத்துல அவ பேர்ல அன்னதானமும் கொடுத்தாங்க. ஒரு வருஷ அன்னதானத்தை நீ சிறப்பாச் செய்யலாம்.”

லலி பட்டும் படாமலும் கூறியதும் தீபாவால் கத்தி அழக் கூட மனதில் தெம்பிருக்கவில்லை. சாமிமலையில் அனைத்து இடங்களுக்கும் துணையாக, தன் கூடவே இருந்தவள். அந்தளவு பாதுகாப்பளித்தவள் இனிமேல் தனக்காக இல்லை என்ற எண்ணம் உதித்ததுமே அவளது நெஞ்சடைத்துக் கொண்டது. பெருமூச்சோடு வெளியேற்றி விட முடியுமான துயரமல்ல அது இனிமேல்

அவள் கண்களை மூடிக் கொள்ளும் ஒவ்வொரு தடவையும் அம்மா, அப்பா, ராஜினி, மாதவனுடன் ராஜேஸ்வரியும் தோன்றி மலைச்சரிவு வழியே பனிமூட்டத்தோடு அவர்கள் இறங்கிப் போவது கனவு போல அவளுக்குத் தென்படக் கூடும்.

***

வாடகை வாகனமானது மிகவும் கவனமாக கடுகண்ணாவை மேட்டுப் பாதையில் நகர்ந்தது. மனம் மயக்கும் பசிய மலைகளை மூடியவாறு பனி மூட்டம் மிதந்து கொண்டிருந்த நள்ளிரவு தாண்டிய நேரம் அது. உறங்கிக் கொண்டிருந்த லலி, வாகனத்தின் பிரேக் ஓசை கேட்டு திடுக்கிட்டு விழித்துக் கொண்டாள்.

“கடுகண்ணாவை தாண்டிடுச்சா? இப்பல்லாம் எனக்கு உட்கார்ந்த இடத்துல தூக்கம் வந்திடுதுடி.”

கொண்டை கட்டியிருந்தவள் அதன் முடிச்சை அகற்றி தனது கூந்தலைக் காற்றிலாட விட்டாள். தீபா நிலைகுலைந்து போயிருந்தாள்.

“தீபா... பிள்ள...”

லலி அங்கு நிலவிய அமைதியைக் குலைத்தாள்.

“ம்ம்...”

“உன்கிட்ட ஒரு விஷயம் சொல்லணும்.”

“என்னது?”

லலி தனது மடியில் வைத்திருந்த கைப்பைக்குள்ளிருந்து ஒரு கடிதத்தை வெளியே எடுத்தாள். அது நான்கைந்தாக மடிந்து சுருண்டிருந்தது நீண்ட காலமாக கைப்பைக்குள்ளேயே இருந்ததாலாக இருக்கும் என்று தீபாவுக்குத் தோன்றியது.

“இந்தக் கடிதம் உனக்காகத்தான் இருக்கும். தீபான்ற பேரை மட்டும் எழுத்துக் கூட்டி வாசிச்சேன். முழுசா என்னால வாசிக்க முடியல. எழுத வாசிக்கத் தெரியாத நான் எப்படி இந்தக் கடிதத்தை முழுசா வாசிக்குறது? அன்னிக்கு சரோத் தூக்குப் போட்டுக்குறதுக்கு முன்னாடி இந்தக் கடிதத்தை என்னோட ரூம் ஜன்னல் வழியா கட்டில் மேல வீசியிருக்கான்னு நினைக்குறேன்.

அது கட்டிலுக்கடியில போய் விழுந்திருக்கு. போலீஸ் வந்து என்னோட ரூமை சோதிச்சப்ப கூட அவங்களுக்கு இது அகப்பட்டிருக்கல. பிறகொரு நாள் நான் வீடு கூட்டுறப்ப கட்டிலுக்கடியில இருந்து இது எனக்குக் கிடைச்சது. எனக்கு இதை போலீஸ்கிட்ட கொடுக்கத் தோணல. இதை உனக்குத்தான் எழுதியிருப்பான்னு எனக்குத் தோணுச்சு. எப்போதாவது நீ வந்தாக் கொடுக்கலாம்னுதான் பத்திரமா எடுத்து வச்சிருந்தேன். நீ வந்திருக்கலன்னா நான் செத்ததுக்கப்புறம்தான் இந்தக் கடிதம் வெளியே வந்திருக்கும்."

வாகனம் மெதுவாக மேடேறிப் போய்க் கொண்டிருந்தது. லலியின் கையிலிருந்த கடிதத்தை எடுத்துப் பிரித்துப் பார்க்குமளவுக்கு தீபாவுக்கு தைரியம் இருக்கவில்லை. என்றாலும், அதை வாங்கி மிகுந்த ஆயாசத்தோடு கைக்குள் வைத்துப் பொத்திக் கொண்டாள்.

தேயிலைச் செடிகளிடையே சுருண்டிருந்த பனித்துளிகள் சூரிய வெளிச்சத்தில் கரைந்து அந்த வெளியைக் குளிர்வித்துக் கொண்டிருந்தது. கண்ணாடியைக் கீழே இறக்கி விட்டதும் பழகிய காற்று உடலில் மோதியது.

"கடிதத்தைப் பிரிச்சுப் பாரு பிள்ள. நானும் இவ்வளவு காலமும் இதுல என்ன இருக்குன்னு பார்க்குறதுக்கு ஆசையாக் காத்துட்டிருக்கேன். தோட்டத்துல யார்கிட்டயாவது கொடுத்து வாசிக்கச் சொல்லக் கூடிய கடிதமா இது? அவன் உன்னோட வாழ்க்கையைச் சீரழிச்சான்தான். என் மேலயும் தவறிருக்கு. நீ மனசைத் தேத்திக்கோ."

சாமிமலை நகரத்துக்கு வரும்வரைக்கும் அந்தக் கடிதம் தீபாவின் கைகளுக்குள்ளேயே சுருண்டிருந்தது. எப்போதும் போலவே அந்த அதிகாலையிலேயே சாமிமலையில் குளிர்க்காற்று வேகமாக வீசிக் கொண்டிருந்தது அவளுக்கு வியப்பளிக்கவில்லை. எதுவுமே அறியாதது போல காட்மோர் மலை அப்போதும் அவளை வெறித்துப் பார்த்துக் கொண்டிருந்ததைக் கண்டு அவளுக்கு கத்தியழ வேண்டும் போலிருந்தது. மண் சரிவுக்குள்ளான மலையின் மண்ணடுக்குகளின் மீது புதிதாக செடிகொடிகள் வளர்ந்திருந்தன. அந்த இடத்துக்குப் புதியவள் போல தீபா வாகனத்திலிருந்து இறங்கினாள். அங்கு சில வருடங்களுக்கு முன்னர் நிகழ்ந்த

பேரழிவை மறந்து விட்டவர்கள் போல ஆட்கள் அங்குமிங்குமாக நடமாடிக் கொண்டிருந்தார்கள்.

தோட்டத்துக்குச் செல்லும் பாதையோரமாகவிருந்த சைவ ஹோட்டலுக்குள்ளிருந்த வானொலியில் 'சின்னச் சின்ன ஆசை' பாடல் ஒலித்துக் கொண்டிருக்கையில் தீபா, ராஜினியின் கையைப் பிடித்துக் கொண்டு அதன் தாளத்திற்கேற்ப நடக்கத் தொடங்குகிறாள். அவளது புதிய சல்வார் ஆடையின், இளஞ்சிவப்பு நிற முந்தானையிலிருந்த தங்க நிறச் சரிகைகள் மீது சூரிய ஒளிக் கீற்றுகள் விழுந்து மின்னுவதைக் கண்ட ராஜினியின் விழிகள் பிரகாசிக்கின்றன. அந்தக் குழந்தை வெயிலிலிருந்து தன்னைப் பாதுகாத்துக் கொள்ளவென அந்த முந்தானையை உயர்த்திப் பிடித்து அதன் கீழே நின்று கொள்கிறது.

மழைத் தண்ணீரில் கழுவப்பட்டுப் போயிருந்த மண்பாதையிலிருந்த கற்படிகள் மீது அடி மேல் அடி வைத்து தீபா முன்னால் நடந்த போது, அவளது வலது கரத்தைத் தாங்கிப் பிடித்திருந்த லலிக்கு மெதுவாக வியர்த்தது.

"கொஞ்சம் மெதுவாப் போ பிள்ள. எனக்கு இளைக்குது."

லலி நின்று நெஞ்சில் கை வைத்தவாறே மூச்சு வாங்கினாள். அந்த மண் பாதையின் இருமருங்கிலுமிருந்த வேலியோரமாகப் பூத்திருந்த டேலியா மலர்கள் சூரியனோடு போராடியவாறு தலை குனிந்திருந்தன. மழைக்கு உதிர்ந்திருந்த எஸ்ட்ரோமேனியா பூவிதழ்கள் அந்த மண் பாதை நெடுகவும் ஆங்காங்கே விழுந்திருந்தன.

புதிதாக அந்தத் தோட்டத்தைக் குத்தகைக்கு எடுத்திருந்தவர்கள், கல்லறையையே தேடிக் கண்டுபிடிக்க முடியாத அளவுக்கு அந்த இடம் முழுவதிலும் புதிய தேயிலைச் செடிகளை வரிசையாக நட்டிருந்தார்கள். என்றாலும் அது தனது ஜனங்களை அடக்கிய பூமி. தீபா அதை எவ்வளவு நேரம்தான் பார்த்துக் கொண்டேயிருந்தாள் என்பதைச் சொல்ல லலி அறிந்திருக்கவில்லை.

காட்மோர் மலைச்சரிவிலிருந்து ஃபராஸ் இறங்கி வருகிறான். தீபா இமை மூடாமல் அவனையே பார்த்துக் கொண்டிருக்கிறாள். அவனது பொன் நிறத் தலைமயிர்கள் மெல்லிய தென்றலோடு போராடிக் கொண்டிருக்கின்றன. டர்பன்டைன் மரக்

கிளைகளிடையே புகுந்த தென்றல் அதனுள் சிக்குண்டு எழுப்பும் சரசர ஓசையும், முணுமுணுப்பும் மலையின் அனைத்துத் திசைகளிலும் எதிரொலிக்கின்றன. எதிர்ப்புறத்தில் நின்று கொண்டிருந்த சரோத் தனது கவலைகளைத் தெரிவிக்கப் போல அவளையே பார்த்துக் கொண்டிருக்கிறான்.

தவறிழைத்த ஆண்கள், பெண்களிடம் தமது கவலைகளை வெளிக்காட்டி அனுதாபத்தைத் தேடத்தான் எப்போதும் விரும்புகிறார்கள்.

"என்கிட்ட சொல்லாமலே போனதுக்கு, உங்க மேல கோபம் எதுவுமில்ல ஃபராஸ் பேபி. இவ்வளவு காலமா என்னை விட்டுட்டுப் போன எவருமே என்கிட்ட சொல்லிட்டுப் போனதில்ல. இந்த மலை மேல இருக்குற லயன்கள் மேல மண் சரிஞ்சப்ப என்னை விட்டுப் போன அம்மா, அப்பா, ராஜினி, மாதவனோட அந்த லயன்கள்ல இருந்தவங்க யாருமே என்கிட்ட ஒரு வார்த்தை கூட சொல்லல. எல்லோரும் அவசரமா அகாலத்துல போயிட்டாங்க."

ஃபராஸ் ஒரு வார்த்தை கூட பேசவில்லை. தொலைவிலிருந்து அவளைப் பார்த்துக் கொண்டேயிருக்கிறான்.

அனைத்து ஒற்றையடிப் பாதைகளிலிருந்தும் கூடைகளை முதுகில் சுமந்தவாறு பெண்கள் ஓரிருவராக வெளிப்படத் தொடங்கியிருந்தார்கள். பூமிக்கு விழப் போகும் சூரிய வெளிச்சம், இன்னும் சற்று நேரத்தில் அப் பரந்த வெளியின் மொத்த ஈரத்தையும் உறிஞ்சிக் கொள்ளும். மலையேறியதால் நெற்றியில் துளிர்த்த வியர்வையை முந்தானையால் துடைத்துக் கொண்டவள் லலியின் கையைப் பிடித்தவாறு அருகிலிருந்த டர்பன்டைன் மரமொன்றின் மீது சாய்ந்து கொண்டாள்.

"என்ன? என்ன நடந்தது பிள்ள?"

தீபா கண்களை மூடிக் கொண்டதும் அவளது முகம் முழுவதும் துளிர்த்திருந்த வியர்வையை லலி ஒற்றியெடுத்தாள். நாட்புறமும் பறந்து கொண்டிருந்த அவளது கூந்தல் கற்றைகளையும் சீர்படுத்தி விட்டாள்.

"தீபா... என்னாச்சு பிள்ள?"

லலி மீண்டும் அவளது தோளை உசுப்பிக் கேட்டாள். அப்போதும் அவளது கைக்குள் சரோத்தின் கடிதம் கசங்கி வியர்வையில் நனைந்து போயிருந்தது.

ஃபராஸ் போய் விட்டிருந்தான். மண்சரிவுக்குள்ளான மலையின் அதே மண் திடலுக்கு மேலாக மீண்டும் திரும்பி வராமலே அவன் போய் விட்டிருந்தான். ஆனால் அவனது வாசனை மாத்திரமல்லாமல், இந்த ஜீவிதத்தில் தன்னால் ஒருபோதும் மறக்க முடியாத ஞாபகங்களும் தன்னோடு எஞ்சியிருப்பதாக அவளுக்குத் தோன்றியது. சடுதியாக டர்பன்டைன் மரக்கிளைகளைச் சுழற்றியடித்துச் சென்ற காற்று மலையடிவாரத்தில் தரித்தது.

சரோத்தின் நிழல் விழியோரத்திலிருந்து வெளியே குதித்து, அப் பெருங்காற்றோடு கலந்து கரைந்து கொண்டிருக்கையில் அவள் இலேசாக மேடுட்டிருந்த தனது வயிற்றைத் தடவிக் கொடுத்ததும் லலியின் கலங்கிய விழிகளுக்குள் பல்லாயிரம் சித்திரங்கள் உதித்தன. அந்த அனைத்துச் சித்திரங்களிலும் தீபா இருந்தாள். அவற்றுள் சரோத்துடனும், காதருடனும் அவளிருந்த சித்திரங்களை அழிப்பதற்காக லலி கண்ணீர் சிந்தினாள். ஃபராஸைப் பற்றி அவள் மாத்திரமே அறிவாள் என்பதால் லலியின் கண்ணீரால் அவனை ஒருபோதும் அழிக்க முடியாது என்று அவள் தனது மனதைத் தேற்றிக் கொண்டாள்.

காட்மோர் மலையையே அசைத்துப் பார்க்குமளவுக்கு வீசும் காற்றுக்கு ஆங்காங்கே பூத்திருந்த எஸ்டரோமேனியா பூக்களின் இதழ்கள் உதிர்ந்து விழுந்து கொண்டிருந்த போதிலும், பெருமளவான புதிய மொட்டுகள் கண் திறக்கவும் காத்துக் கொண்டிருந்தன.

சூரியன் உதிக்கும்வரைக்கும்.

○○○